முனைவர் ஜே. பாலகிருஷ்ணா

கர்நாடகாவின் கோலார் என்ற ஊரில் பிறந்தவர். விவசாயத் துறைக் கல்வியில் ஹம்பி பல்கலைக்கழகத்திலிருந்து முனைவர் பட்டம் பெற்றவர். இந்தியன் வங்கியில் பதினைந்து ஆண்டுகள் விவசாய அதிகாரியாகப் பணியாற்றிய பிறகு, 1998இல் பெங்களூர் விவசாயப் பல்கலைக்கழகத்தில் பேராசிரியராகப் பணியாற்றி வருகிறார். இவர் கேலிச்சித்திரக்காரரும் எழுத்தாளரும் ஓவியரும்கூட. இவருடைய கேலிச்சித்திரங்கள் இந்தியாவின் பல பத்திரிகைகளில் வெளியாகியுள்ளன.

அறிவியல் இலக்கியம் இவருக்கு மிகவும் விருப்பமான துறை. 'கனவென்ற மாய உலகம்', 'மிதுனம்', 'மழை வில்லின் நிழல்' போன்ற அறிவியல் கட்டுரைகளையும், 'மௌன வசந்தம்', 'நினைவுகளுக்கு சாவில்லை' என்ற கதைத் தொகுப்புகளும், 'மாண்டோ கதைகள்', 'போகாஷியன் கதைகள்' போன்ற மொழிபெயர்ப்பு நூல்களும் வெளிவந்துள்ளன.

'மழை வில்லின் நிழல்' நூலுக்கு 2011–12இன் கர்நாடக அரசின் மாநில அறிவியல் மற்றும் தொழில்நுட்ப அகாதமி, மிகச்சிறந்த அறிவியல் நூல் விருதை அளித்திருக்கிறது. இதுவரை ஒன்பது சுய படைப்புகளையும், எட்டு மொழிபெயர்ப்புப் படைப்புகளையும், ஒரு நாடகத்தையும் படைத்துள்ளார்.

தற்போது பெங்களூரில் வசிக்கிறார்.

கே. நல்லதம்பி

பிறப்பு மைசூரில். படிப்பு B.A.வரை. ஒரு தனியார் கம்பெனியில் வியாபாரப் பிரிவின் அகில இந்திய மேலாளராக 35 வருடங்கள் வேலை பார்த்து, ஓய்வுபெற்றவர். நிழற்படக் கலையில் ஆர்வமிக்கவர். பல உலக மற்றும் தேசியக் கண்காட்சிகளில் இவரது நிழற்படங்கள் பார்வைக்கு வைக்கப்பட்டு, பல பரிசுகளும் பெற்றிருக்கின்றன. இந்தியா லலித கலா அகாதமியில் இவரது 6 புகைப்படங்கள் நிரந்தர அருங்காட்சியகத்தில் இருக்கின்றன. கன்னடத்திலிருந்து தமிழுக்கும், தமிழிலிருந்து கன்னடத்திற்கும் கவிதைகள், சிறுகதைகள், கட்டுரைகளை மொழிபெயர்த்துள்ளார். அவை பல கன்னட மற்றும் தமிழ் இதழ்களில் வெளியாகியுள்ளன.

குவெம்பு பாஷா பாரதி வெளியீடுகளான பெரியார் விசாரகளு (2017), தெங்கனமஹிளா லேககரு (2016), நிச்சம் பொசது (2016) தொகுப்புகளில் பல தமிழ்க் கட்டுரைகளை கன்னடத்திற்கு மொழிபெயர்த்துள்ளார். குவெம்பு பாஷா பாரதிக்காக – சங்கக் கவிதைகள் சிலவற்றைக் கன்னட எழுத்தாளர் திருமதி லலிதா சித்தபசவய்யாவுடன் இணைந்து மொழிபெயர்த்திருக்கிறார்.

விருதுகள்:

1. திசை எட்டும் – மொழியாக்க விருது – ஒரு புளியமரத்தின் கதை (சுந்தர ராமசாமி) கன்னடத்திற்கு. (2018)
2. கனவு சுப்ரபாரதி மொழியாக்க விருது (2019)
3. ஸ்பேர்ரோ டிரஸ்ட் – மொழியாக்க விருது (2020)

கன்னட சாகித்திய அகாதமி உறுப்பினர் (2020-21)

தற்போது பெங்களூரில் வசிக்கிறார்.

கேலிச்சித்திர வரலாறு

முனைவர் ஜே. பாலகிருஷ்ணா

தமிழில்

கே. நல்லதம்பி

எதிர்
வெளியீடு

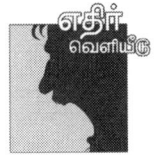

கேலிச்சித்திர வரலாறு
டாக்டர் ஜே. பாலகிருஷ்ணா
தமிழில்: கே. நல்லதம்பி

முதல் பதிப்பு: ஜனவரி 2022

எதிர் வெளியீடு,
96, நியூ ஸ்கீம் ரோடு, பொள்ளாச்சி – 642 002
தொலைபேசி: 04259 226012, 99425 11302

விலை: ரூ. 299

மெய்ப்புத் திருத்தம்: மே.கா. கிட்டு

Kelichithira VaralaaRu
Dr. J. Balakrishna
Translated by K. Nallathambi

Copyright © Dr. J. Balakrishna / K. Nallathambi
First Edition: January 2022

Published by
Ethir Veliyeedu, 96, New Scheme Road, Pollachi- 642 002
email: ethirveliyedu@gmail. com
www. ethirveliyedu. in

ISBN: 978-93-90811-67-0
Cover Design: Santhosh Narayanan
Printed at Jothy Enterprises, Chennai.

All rights reserved. No part of this book may be reprinted or reproduced or utilised in any form or by any electronic, mechanical or other means, now known or hereafter invented, including Photocopying and recording, or in any information storage or retrieval system, without permission in writing from the Publisher.

உள்ளடக்கம்

1. கேலிச்சித்திரம் - ஒரு வரலாறு 07
2. கிரேக்க குயவக் கலையில் ஆதிகாலக் கேலிச்சித்திரங்கள் 42
3. ஸ்பானிஷ் ஃப்ளூ – ஆயிரம்நிழலில் கேலிச்சித்திரம் 62
4. காந்தியும் கேலிச்சித்திரமும் 79
5. திப்பு சுல்தானும் மழையின் வரவும் 96
6. டாக்டர் அம்பேத்கரும் கேலிச்சித்திரங்களும் 103
7. கேலிச்சித்திரங்களில் டார்வினும் பரிணாம வளர்ச்சியும் 116
8. பாபர் மசூதியின் சோகம் மற்றும் கேலிச்சித்திரம் 127
9. சர்வாதிகாரி ஹிட்லரும் கேலிச்சித்திரமும் 145
10. தீண்டாமை நையாண்டி 158
11. பண மதிப்பிழப்பு – கேலிச்சித்திரக்காரர்களுக்கு ‘அச்சே தின்’ 168
12. கேலிச்சித்திரமும் கருத்து சுதந்திரமும் 177
13. டான் விக்சாட் – உண்மை நிலையின் மறுவியாக்கியானம் 189
14. பிளேபாய் கேலிச்சித்திரங்கள் 204
15. பாறைகள் அல்ல இந்த மெட்ரோ ஸ்டேஷன் 222
16. ஜார்ஜ் டவுன் கேலிச்சித்திரங்கள் 229
17. பாலின பாகுபாடும் கேலிச்சித்திரமும் 236
18. தமிழ் நிலைப்பாடும் கேலிச்சித்திரமும் 248

உதவிய நூல்கள் 263

1. கேலிச்சித்திரம் - ஒரு வரலாறு

கேலிச்சித்திரம் அல்லது கார்ட்டூன் என்பது கலை சார்ந்த வெளிப்பாட்டின் அல்லது இணைத்தலின் ஒரு வடிவம். அது கோட்டோவியமாக அல்லது வண்ணச் சித்திரமாகவும் இருக்கலாம்; நையாண்டித் தலைப்புகளுடனும் இருக்கலாம் அல்லது அசைவுகளுள்ள அனிமேஷன் ஆகவும் இருக்கலாம். இன்று கேலிச்சித்திரங்கள் இல்லாத பத்திரிகைகளே இல்லை என்று சொல்லலாம். எடிட்டோரியல், தலையங்கம் கேலிச்சித்திரங்களுக்கு தனி மகத்துவம் உண்டு. எல்லா அரசியல்வாதிகளும் கேலிச்சித்திரக்காரர்களின் கூர்மையான பார்வைக்கு பலியாகி இருக்கிறார்கள். சிலர் அதை பெருந்தன்மையோடு வரவேற்றால் இன்னும் சிலர் அவை தங்களை அவமானப்படுத்தியதாக கேலிச்சித்திரக்காரர்களைத் துன்புறுத்தியிருக்கிறார்கள். கேலிச்சித்திரம் கிளர்ச்சியின் ஆயுதங்களாகவும், மதங்களை இழிவுபடுத்தும் எளிய முறையாகவும் பயன்படுத்தப்பட்டிருக்கிறது.

கார்ட்டூன் என்ற வார்த்தை இத்தாலியின் 'கார்டோன்' என்ற சொல்லிலிருந்து வந்தது. இத்தாலிய மொழியில் கார்டோன் என்றால் 'பெரிய காகிதம்' என்று பொருள். பதினாறாம் நூற்றாண்டில் பெரிய காகிதத்தின் மீது வரையும் ஓவியத்தை கார்ட்டூன் என்று அழைத்தார்கள். அதே நூற்றாண்டில் சுவர்களின் மீது வரையும் 'பிரெஸ்கோ' சித்திரத்தில் முதல் முறையாக கார்ட்டூன் பயன்படுத்தப்பட்டது என்று சொல்லப்படுகிறது. முதலில் காகிதத்தின் மீது ஓவியத்தை வரைந்துகொண்டு, பிறகு அதை ஈரச்சுவருக்கு மாற்றுவார்கள். ராஃபெல், *(Raffaello Sanzio da Urbino)* லியனார்டோ டா வின்சி, *(Leonardo da Vinci)* பீட்டர் பால் ரூபன்ஸ் *(Peter Paul Rubens)* போன்றோரின் 16-17 ஆம் நூற்றாண்டின்

இதுபோன்ற படைப்புகள் இப்போதும் ரசிகர்களைக் கவர்கிறது. 1843 வரை சித்திரக் கலையின் ஆரம்ப ஸ்கெட்ச்களை கார்ட்டூன் என்றே அழைத்தார்கள்.

நாம் தற்போது பயன்படுத்தும் கேலிச்சித்திரம் அல்லது நையாண்டிப் பொருள் கொடுக்கும் 'கார்ட்டூன்' சொல் பயன்பாட்டை பிரிட்டிஷ் பத்திரிகை 'பஞ்ச்' தொடங்கியது என்று சொல்கிறார்கள். 1843இல் பார்லிமெண்ட் கட்டிடம் தீக்கிரையானபோது அதன் புனரமைப்பின் தருணத்தில் பிரிட்டிஷ் அரசாங்கம் உள்ளமைப்பின் ஓவியங்களுக்கும் மியூரல்களுக்கும் ஓவியர்களிடமிருந்து மாதிரி சித்திரங்களுக்கும் அல்லது கார்ட்டூன்களுக்கும் அழைப்புவிடுத்தது. மக்கள் ஏழ்மையில் பசியுடன் இருக்கையில் அரசாங்கம் இதுபோன்ற ஆடம்பர வேலைகளுக்கு பணத்தை செலவு செய்வதை கேலி செய்து பல கலைஞர்கள் ஓவியத்தை இயற்றினார்கள். அவற்றை 'கார்ட்டூன்' தலைப்பில் காட்சிக்கு வைக்கப்பட்டது. அதில் ஜான் லீச் (John Leech) கார்ட்டூன் எண் 1: 'சப்ஸ்டன்ஸ் அண்ட் ஷேடோ' என்ற கேலிச்சித்திரமும் இருந்தது.

SUBSTANCE AND SHADOW.

சப்ஸ்டன்ஸ் அண்ட் ஷேடோ, 1843

அப்போதிலிருந்து கிண்டல் செய்யும், நையாண்டி செய்யும் ஓவியங்களுக்கு 'கார்ட்டூன்' என்ற சொல் நிலைத்தது. இருபதாம் நூற்றாண்டின் தொடக்கத்தில் அனிமேஷன் சித்திரங்களையும் கார்ட்டூன் என்றே அழைத்தார்கள்.

முதல் கேலிச்சித்திரக்காரர் யார்? என்பது இன்றுவரை விவாதத்திற்கான விஷயமாகவே இருக்கிறது. வரலாற்றில் சில பெயர்கள் கிடைத்தாலும் அவர்தான் முதல் கேலிச்சித்திரக்காரர் என்று உறுதிப்படுத்துவது சிரமமாக உள்ளது. பல ஆயிரம் ஆண்டுகளாக ஆதிமனிதன் குகைக்குள் செதுக்கிய மனிதர்களின், விலங்குகளின் சித்திரங்கள் கார்ட்டூனாக ஏன் இருக்கக்கூடாது?

பிரான்சில் சாவேட்டில் முப்பதாயிரம் ஆண்டுகள் பழமையான குகையின் ஓவியம்

பிரான்சில் இருக்கும் பிரான்சில் சாவேட் (Fransyl Chauvet) மற்றும் லா பாம் – லேட்ரோன் (La Bam Letron) குகைகளில் சுமார் முப்பதாயிரம் ஆண்டுகளுக்கு முன்பு அன்றைய மனிதர்கள் வரைந்த சித்திரங்கள் இருக்கின்றன. அவற்றைப் பற்றி இருபது ஆண்டுகள் நீண்ட ஆய்வு செய்து பன்னாட்டுப்

பத்திரிகை ‘ஆண்டிக்விடி’யில் *(Antiquity)* தன் கருத்துக்களை வெளியிட்டிருக்கும் டௌலோஸ் *(Talus)* பல்கலைக்கழகத்தின் தொல்பொருள் ஆராய்ச்சியாளர் மார்க் அஜெமா *(Mark Azema)*, கலைஞர் ஃப்லோரெண்ட் ரிவேர் *(Florent River)* இருவரின் கருத்தும் ‘ஆதி மனிதன்தான் முதல் கேலிச்சித்திர ஓவியன்’ பிரான்சில் இருக்கும் பிரான்சில் சாவேட் *(Fransyl Chauvet)* மற்றும் லா பாம் – லேட்ரோன் *(La Bam Letron)* குகைகளில் சுமார் முப்பதாயிரம் ஆண்டுகளுக்கு முன்பு இயற்றிய “பெட்ரோக்ராஃபி” *(petrography)* அல்லது கற்களின் மீது செதுக்கும் சித்திரங்கள் தீவட்டி ஒளி வீசும்போது விலங்குகள் அசைவதுபோலத் தெரியும்.

ஆதிகால அல்லது ப்ரோடோ கேலிச்சித்திரங்கள்

சுமார் 35000 ஆண்டுகளுக்கு முன்பு குகைகளில் வடித்த சித்திரங்களின் நோக்கம் நமக்குத் தெரியாது. அவை ஏதாவது சடங்கு நோக்கத்துடன் வரைந்ததோ, கலைஞன் ஒருவனின் அன்றைய நிலவரத்தின் நிரூபணமாகவோ அல்லது அவனுடைய கலைக் கண்காட்சியாகவோ இருக்கலாம். ஆனால் அவை கேலி அல்லது நையாண்டி பார்வையுடன் வரையப்பட்டிருந்தால் கண்டிப்பாக அவற்றைக் கேலிச்சித்திரம் என்று சொல்லலாம். அதுபோன்ற கேலி அல்லது நையாண்டி நோக்குடன் சித்திரங்களை சுமார் 2500 – 3000 ஆண்டுகளுக்கு முன்பு கிரேக்க மண்பாண்டங்களில் வடித்திருக்கிறார்கள். சித்திரம் வரைய காகிதம் இல்லாத காலத்தில் வீடுகளைச் சேரும் சட்டி பானைகள் மீது குயவர்கள் புராணங்களின், இயற்கையின் மேலும் அன்றாட வாழ்வின் சித்திரங்களை வரைவது அநேகமாக மக்களுக்கு விருப்பமாகவும் இருந்திருக்கலாம் என்று தோன்றுகிறது. அவற்றை ஆதிகால அல்லது ப்ரோடோ கேலிச்சித்திரங்கள் என்று சொல்லலாம்.

எடிட்டோரியல் அல்லது தலையங்கக் கேலிச்சித்திரம்

சாதாரணமாக எடிட்டோரியல் அல்லது தலையங்கக் கேலிச்சித்திரங்கள் அரசியல் கேலிச்சித்திரங்கள் என்று இரண்டு அம்சங்களுடன் இருக்கும். ஒரு மனிதனை நையாண்டி செய்யும் சித்திரம் அதாவது கியாரிகேச்சர் *(Caricature)* மேலும் அந்த நையாண்டியின் சூழல் – அவை அந்தந்தச் சூழல் அல்லது

தருணத்தின் நினைவு மக்கள் மனதில் இன்னும் புதியதாக இருக்கும் போது மட்டுமே சிரிப்பை வரவழைக்கும். கியாரிகேச்சர் மூலத்தை லியனார்டோ டா வின்சியின் கலைப்படைப்பில் பார்க்கிறார்கள். லியோனார்டா டா வின்சி தத்துவம் மற்றும் வகைகளை எதிர்த்து சில கலைஞர்கள் கியாரிகேச்சர் எதிர்-கலை *(Counter – art)* என்றும் அழைக்கிறார்கள்.

கியாரிகேச்சர் மெடிட்டரேனியன் சூழ்நிலையில் வளர்ச்சி அடைந்தால் அரசியல் கேலிச்சித்திரங்கள் குளிர் பிரதேச நாடுகளில் வளர்ச்சியடைந்தன. பதினாறாம் நூற்றாண்டில் ஜெர்மனியில் தொடங்கிய பிரோடெஸ்டெண்ட் *(Protestant)* மேம்பாட்டின் நீண்ட பார்வை பிரச்சார வசதிகளைப் பயன்படுத்தியது. மார்டின் லூதர் *(Martin Luther)* சமூக, மத மேம்பாட்டிற்கு எழுத்தறிவில்லாத கிராமத்து மக்களின் ஆதரவு அத்தியாவசியமானதால் அவன் எழுத்தைவிடவும் அதிக பயனுள்ள சித்திரங்கள் செய்தியைச் சென்றடையச் செய்யும் என்பதை அறிந்திருந்தார். சித்திரம் – கேலிச்சித்திரம் இயற்றுவதுடன் படிவங்களை எடுக்க மர அச்சு, உலோகத்தின் மீதான செதுக்குதல் போன்றவற்றை பயன்படுத்தினார். இதனால் சித்திரங்களின் சுவரொட்டிகள் *(Poster)* எல்லா இடங்களிலும் தென்பட்டன. இதன் சிறந்த எடுத்துக்காட்டு என்றால் மூத்த லூகாஸ் கிரனாச் *(Lucas Cranach The Elder – German Renaissance Painter 1472 – 1553)* இயற்றிய 'பேஷனல் கிறிஸ்டி மற்றும் ஆண்டி கிறிஸ்டி' *(Passional Christi and Antichristi -1521)* முதலாவதில் கிறிஸ்துவ வட்டி வியாபாரிகளை தேவாலயத்திலிருந்து வெளியே துரத்தும் ஓவியம் இருந்தால் இரண்டாம் ஓவியத்தில் சாமானிய மக்கள் பணம் கொடுக்க போப் *(Pope)* அவர்களுடைய பாவமன்னிப்பை எழுதுவது வரைந்திருந்தது. இந்த ஓவியங்கள் சர்ச்சில் ஏற்படவேண்டிய மாற்றங்களைத் தெளிவாக வெளிப்படுத்தியது. இங்கே கலைஞன் அரசியல் கேலிச்சித்திரங்களின் தருணங்களை மிகவும் வெற்றிகரமாகப் பயன்படுத்தியுள்ளான்.

Passional Christi und

Die Wucherer Christus ußtreibt vom Tempel sein —

Er hat funden im Tempel Verkaufer, Schaf, Ochsen und Tauben und Wechsler sitzen, und hat gleich ein Geißel gemacht von Stricken, alle Schaf, Ochsen, Tauben und Wechsler ausem Tempel trieben, das Geld verschütt, die Zahlbrett umbkahrt und zu den,[1] die Tauben vorkauften, gesprochen: Hebt euch hin mit diesen, aus meins Vatern Haus sollt ihr nicht ein Raufhaus machen, Joh. 2. (V. 14. 15. 16.) Ihr habts umbsunst, darumb gebts umbsunst, Matth. 10. (V. 8.) dein Geld sei mit dir in Vordammnuß. Act. 8. (V. 20.)

1 Ja.

Antichristi.

Mit Bullen, Bannbrieffen zwingt sy der Papst wied — hinein.

Hie sitzt der Antichrist im Tempel Gotts, und erzeigt sich als Gott, wie Paulus vorkundet 2. Thessal. 2. (V. 4), vorandert alle gottlich Ordnung, wie Daniel sagt, und unterdruckt die heilig Schrift, vorkäuft Dispensation, Ablaß, Pallia, Bisthum, Lehen, erhebt die Schätz der Erden, lost uf die Ehe, beschwert die Gewissen mit seinen Gesetzen, macht Recht, und umb Geld zureißt er das. Erhebt Heiligen, benedeiet und maledeiet ins vierte Geschlecht, und gebeut sein Stimm zu horen, gleich wie Gotts Stimm. c. sic omnis Dist. 19. und Niemands sall ihm einreden. 17. q. 4. c. Nemini.

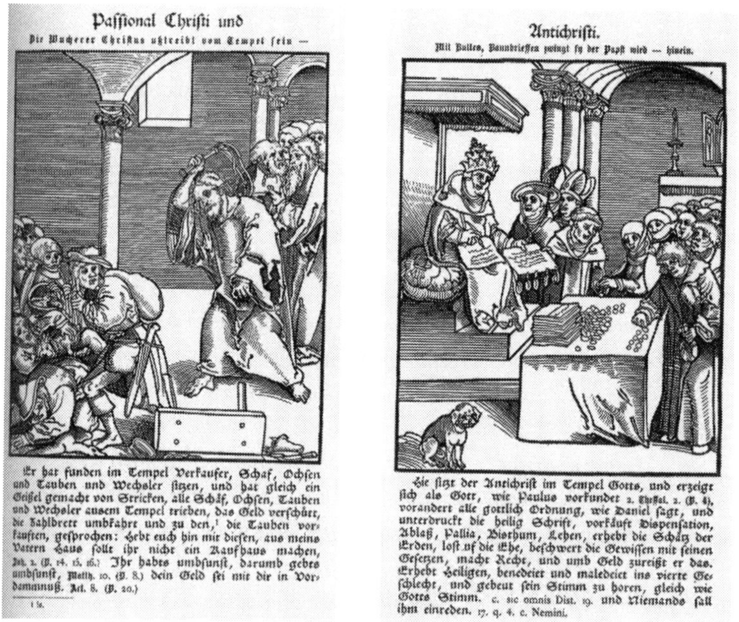

பியாஷனல் கிரைஸ்டி மற்றும் ஆண்டி கிரைஸ்டி

மியானிக் கிரேவிங்க்ஸ் அல்லது லிட்டில் போனி இன் அ ஸ்ட்ராங் எஃப்ஜஆர், 1803

காலம் கடக்க பதினெட்டாம் நூற்றாண்டின் போது இந்த ஜெர்மனியக் கலை இத்தாலியின் 'கியாரிகேச்சர்' உடன் இணைந்து கார்ட்டூன் கலை முறையாக வளர்ந்தது. தொடக்க காலத்தில் கேலிச்சித்திரங்கள் அதிக மதம் சார்ந்த விஷயங்களுக்கு பொருளாக இருந்தாலும் படிப்படியாக கேலிச்சித்திரங்கள் சமுதாயக் குறைபாடுகளைக் கம்பீரமாக பிரதிபலிக்கும், நையாண்டி செய்யும், மேலும் விவரங்களை அளிக்கும் வியாக்கியானம் அளிப்பவைகளாகத் தொடங்கின.

ஜேம்ஸ் கில்ரே (James Gillray British caricaturist and printmaker -1756-1815)வை அரசியல் கேலிச்சித்திரங்களின் தந்தை என்று அழைக்கிறார்கள். 1792 லிருந்து 1810 வரை அவர் அரசியல், சமூக நையாண்டி ஓவியங்களை வரைந்தார். அவருடைய நையாண்டி, நகைச்சுவை உணர்வு, அரசியல், இதர வாழ்க்கையின் அறிவு, தருணத்திற்கு ஏற்றது போல அவற்றைத் தன் ஓவியங்களில் வெளிப்படுத்தும் திறமையால் கியாரிகேச்சர் கலைஞர்களில் முதல் இடத்தை அடைகிறார். நெப்போலியன் (Napoleon) குறித்த கில்ரேவின் 'மேனிக் கிரேவிங் அல்லது லிட்டில் போனி இன் எ ஸ்ட்ராங் பிட்' - Manic cravings – or – little Boney in a strong fit) என்ற கேலிச்சித்திரம் ஒரு எடுத்துக்காட்டு. அவனைப் பற்றி நெப்போலியன் ஒருமுறை, 'என் அழிவிற்கு ஐரோப்பாவின் எல்லா ராணுவங்கள் செய்யும் பாதிப்புகளை விட கில்ரே அதிகமாகச் செய்திருக்கிறான்' என்று சொல்லியிருக்கிறானாம்.

ஜாய்ன் ஆர் டை, 1754

1754-இல் வெளியான பெஞ்சமின் ஃபிராங்க்லின் *(Benjamen Franklin – 1705- 1790, he was a leading writer, printer, USA.)* 'ஜாய்ன் ஆர் டை' *(Join or Die)* என்ற மர அச்சிலான கேலிச்சித்திரம் அமெரிக்காவில் வெளியான முதல்முதலான அரசியல் கேலிச்சித்திரம் என்று அடையாளப்படுத்தப்பட்டிருக்கிறது.

அமெரிக்காவில் தன் ஆட்சியை நிலைநாட்ட முயற்சித்த பிரிட்டிஷ் காலனிகள் பிரிந்திருந்தன. ஃபிரெஞ்சு மற்றும் பழங்குடியர்களான செவ்விந்தியர்களை வெல்ல வேண்டும் என்றால் காலனிகள் ஒன்று சேரவேண்டும் என்ற செய்தியை அது பரப்பியது. அந்தக் கேலிச்சித்திரம் மக்களிடம் பிரபலமடைந்து அமெரிக்க கண்டத்து எல்லா வார இதழ்களிலும் மறு அச்சானது. அமெரிக்கர்களின் கற்பனையில் ஒரு அரசியல் சிந்தனையை ஏற்படுத்த, அமெரிக்கர்கள் எல்லாம் ஒன்றுகூட இந்த கேலிச்சித்திரம் ஊக்குவித்தது என்கிறார்கள் வரலாற்றாளர்கள்.

ஹூ ஸ்டோல் த பீபல்ஸ் மணி? – தாமஸ் நியாஸ்ட், 1871

அமெரிக்காவின் உள்நாட்டுப் போர் அமெரிக்காவின் கேலிச்சித்திர ஓவியர்கள் மீது மிகப் பெரிய தாக்கத்தை ஏற்படுத்தியது. அதே

நேரத்தில் ஜெர்மனியின் வழியில் பால்யத்திலேயே அமெரிக்கா வந்து சேர்ந்த தாமஸ் நியாஸ்ட் (Thomas Nast) என்ற கேலிச்சித்திர ஓவியரின் கேலிச்சித்திரங்கள் பரவலாகப் பேசப்பட்டது. 19ஆம் நூற்றாண்டின் அரசியலில் நியூயார்க் டெமாக்ரட்டிக் கட்சியின் வில்லியம் 'மார்சி' ட்வீட் William Magear Tweed, often erroneously referred to as "William Marcy Tweed", and widely known as "Boss" Tweed, 1823 -1878) என்ற அரசியல்வாதிக்கும் கேலிச்சித்திரக் கலைஞரான தாமஸ் நியாஸ்ட்க்கும் இடையே ஆன 'பகைமை' புகழ்வாய்ந்தது.

'பஞ்ச்'-இன் முதல் இதழ்

1871இல் நியூயார்க் டைம்ஸ் இல் வெளியான நியாஸ்டனுடைய கேலிச்சித்திரம் 'ஹூ ஸ்டோல் த பீபல்ஸ் மணி?' (Who stole the people's money?) வில்லியம் 'மார்சி' ட்வீட் ஊழலை மிகவும்

பொருத்தமாக வெளிப்படுத்தியது. அந்தக் கேலிச்சித்திரம் அமெரிக்க அரசியலின் கேலிச்சித்திரங்களில் மிகவும் அதிகமாக மறுபதிப்பான கேலிச்சித்திரம் என்கிறார்கள். கலை வரலாற்றாளர்கள் சொல்வதுபோல நியாஸ்ட் 19ஆம் நூற்றாண்டின் புகழ்பெற்ற கேலிச்சித்திர ஓவியன். அமெரிக்காவின் பொது மக்கள் வாழ்க்கையின் மீது அவனுடைய தாக்கம் அதிகமாக இருந்தது. 1864 -லிருந்து 1884 வரையிலான ஜனாதிபதி தேர்தல்களின் மீதும் மற்றும் மக்கள் கருத்துக்கள் மீதும் அவனுடைய கேலிச்சித்திரங்களின் தாக்கம் இருந்தது.

பஞ்ச்

கேலிச்சித்திர வரலாற்றில் பிரிட்டனின் 'பஞ்ச்' இதழின் பங்கு மிகவும் முக்கியமானது. 1841 ஜூலை 17 அன்று 'பஞ்ச்' இன் முதல் இதழ் வெளியானது. அதன் நிறுவனர் மர அச்சு செய்யும் எப்னஜர் லியாண்டல்ஸ் (Ebenezer Landells) எழுத்தாளர் ஹென்றி ம்யாத்யூ (Henry Mayhew) 'பஞ்ச் அண்ட் ஜூடி' (Punch and Judy) என்று 16 ஆம் நூற்றாண்டிலிருந்து புகழ்வாய்ந்த கூத்தாட்டு பொம்மை (Puppet) பெயரால் ஊக்கம் பெற்று கேலிச்சித்திர – நகைச்சுவையின் அந்தப் பத்திரிகைக்கு 'பஞ்ச்' என்று பெயர் வைத்தார்கள்.

1910இல் அதன் விநியோகம் ஒரு லட்சத்தை தாண்டி பிரபலமடைந்திருந்தது. 1947-48இல் 1,84,000 க்கும் மேலாக அதிகரித்திருந்தது. மெல்ல விநியோகம் குறைந்து 1992 சுமாரில் 150 ஆண்டுகளின் பிரசுரத்திற்குப் பிறகு 'பஞ்ச்' நின்றுபோனது. 1996 இல் மற்றொருவரின் நிறுவனத்தில் தொடங்கினாலும் 2002 இல் மறுபடியும் நின்றுபோனது. தொடக்கத்தில் ஆங்கில கேலிச்சித்திர ஓவியரான ஜேம்ஸ் கில்ரே (James Gillray) தாமஸ் ரோலாண்ட்சன் (Thomas Rowlandson) ஜார்ஜ் கிருயிக் ஷங்க் (George Cruikshank) போன்றோரும் மற்றும் பல நூற்றுக்கணக்கான ஓவியர்களும் தங்கள் அபரிமிதமான கேலிச்சித்திரக் கலையை அதில் பிரசுரிப்பதே மதிப்பாக எண்ணினார்கள்.

'பஞ்ச்' கேலிச்சித்திரங்களுக்கு 'கார்ட்டூன்' என்ற பெயரைக் கொடுத்திருக்கிறது. அது மேலும் ஐந்து இலட்சத்திற்கும் அதிகமான கேலிச்சித்திரங்களைப் பிரசுரித்திருக்கிறது. 'பஞ்ச்' தாக்கத்தால் உலகம் முழுவதும் அதை பின்பற்றும் முயற்சிகள் நடந்தன. 2009இல் ஜெர்மனியின் ஹெடெல்பர்க் பல்கலைக்

கழகத்தில் *(Heidelberg University)* கிழக்கத்திய நாடுகளின் மீது 'பஞ்ச்' கலாச்சாரத் தாக்க ஆய்வின் மீது ஒரு கருத்தரங்கு நடந்தது.

CARTOONS FROM THE "HINDI PUNCH."—1904. 44

A HAPPY NEW YEAR.
(A hearty exchange of the Parsee New Year Greetings between the two Grand Old Men of India.)
[Hindi Punch, Sept., 1904.]

புத்தாண்டு வாழ்த்துக்கள் – ஹிந்தி பஞ்ச், செப்டெம்பர் 1904

இங்கிலாந்தில் 'பஞ்ச்' வெளியான ஒரு மாதத்தில் கப்பல் வழியாக இந்தியா வந்தடையும். ஆனால் அது ஆங்கில இதழானதால் காலனிய ஆங்கிலேயர்கள், கல்வி கற்ற இந்தியர்கள் மட்டுமே அதைப் படிக்க முடிந்தது. ஆனால் அதன் பிரபலத்தால் சில ஆண்டுகளிலேயே 'பஞ்ச்' பின்பற்றி இந்திய வடிவங்கள் வெளியிடத் தொடங்கின: த இண்டியன் ஜாரிவாரி, டெல்லி ஸ்கெச் புக், மோஃமூஸ், பசந்தக், த அவத் பஞ்ச், த டெல்லி பஞ்ச், பஞ்சாப் பஞ்ச், த இண்டியன் பஞ்ச், உருது பஞ்ச், குஜராத்தி பஞ்ச், ஹிந்து பஞ்ச், ஃபார்ஸி பஞ்ச் (இவை 1878 இல் ஹிந்தி பஞ்ச் என்று பெயர் மாற்றம் செய்யப்பட்டது)

கேலிச்சித்திரம், நகைச்சுவைகளுக்காகவே உரிய பத்திரிகைகள் மிகவும் குறைவு. 1925 இல் அமெரிக்காவில் தொடங்கிய 'த நியூயார்க்கார்' கேலிச்சித்திரங்களுக்கு சிறப்பான முக்கியத்துவம் கொடுத்து வருகிறது. கேலிச்சித்திரங்களுக்கென பிரத்தியேக ஆசிரியர் மேலும் அவர் உதவிக்கு ஒரு குழுவே இருந்தது.

தினமும் அவர்கள் 1500க்கும் அதிகமான கேலிச்சித்திரங்களைப் பிரசுரிப்பதற்காகப் பரிசீலனை செய்தார்களாம். எல்லா ஆண்டும் அதில் வெளியாகும் மிகச் சிறந்த கேலிச்சித்திரங்களின் தொகுப்பையும் அது வெளியிட்டது. இன்றும் 'த நியூயார்க்கர்' இல் கேலிச்சித்திரம் பிரசுரமாவது மதிப்பிற்குரிய விஷயமாக உள்ளது. இங்கிலாந்தின் 'த ஸ்பெக்டேடர்' (The Spectator) என்ற பத்திரிகை 1828லிருந்து நிரந்தரமாக வெளியாகிறது. அதிலும் கேலிச்சித்திரங்களுக்காக சிறப்பு இடமுண்டு.

இந்தியாவில் கேலிச்சித்திரம்

பத்தொன்பதாம் நூற்றாண்டில் காலனிய இந்தியாவில் அச்சுத் தொழிலில் மகத்தான மாற்றங்கள் ஏற்படத் தொடங்கின. அந்த சமயத்தில் பாம்பே, கல்கத்தா நகரங்களில் கல்விக் கலைப் பள்ளிகள் மேட்டுக்குடி மக்களுக்காக மட்டுமே கிடைத்தது. ஆனால் அச்சுத் தொழிலால் புத்தகம், பத்திரிகைகள் சாதாரண மக்களையும் சென்றடைந்தது. அச்சுத் தொழிலால் எழுத்துகள் மட்டுமல்ல ஓவியங்களும் ஏராளமாக அச்சாகத் தொடங்கி இந்தியாவின் நகரப் பகுதியின் மக்களிடம் சென்றடைந்தது. சித்திரம் நிறைந்த பத்திரிகைத் தொழிலுடன் மக்களுக்கும் கூட ஓவியம், கேலிச்சித்திரம் இருக்கும் புத்தகம், பத்திரிகைகள் பிரசுரமாகத் தொடங்கின. ஆங்கில அரசின் வங்கப் பத்திரிகைகளான 'பெங்கால் ஹுர்கர்', 'இண்டியன் கெஜெட்' முதல் முதலாக கேலிச்சித்திரங்களை 1850இல் பிரசுரித்தன. இங்கிலாந்தின் 'பஞ்ச்' பத்திரிகையின் தேசிய மொழிகளின் பதிப்புகள் கேலிச்சித்திரக்காரர்களுக்கு ஏராளமான வாய்ப்புகளை அளித்தன. முதலில் பிரிட்டிஷ் கலைஞர்களின் ஓவியங்கள் பிரசுரமாயின. இந்திய கேலிச்சித்திரக்காரர்கள் தங்கள் சமுதாயத்தின் மேல்தட்டு மக்களைக் கிண்டல் செய்வதுபோல கேலிச்சித்திரங்களை எழுதி பிரசுரித்தார்கள். அப்படி ஒரு எடுத்துக்காட்டு ஜி.எப். அட்கின்சன் (G.F.Atkinson) ஆங்கிலேயரின் பால் நடன சித்திரம் (Ball Dance). 'அவர் பால் இன் கறி அண்ட் ரைஸ்' (Our Ball in curry and rice- சோறு குழம்பில் எங்கள் நாட்டியம்) ஓவியம் இந்தியாவில் கேலிச்சித்திரங்கள் தங்களைக் கிண்டல் செய்திருந்தாலும் விளையாட்டாக எடுத்துக்கொண்டவர்கள் ஆங்கிலேயர்கள். ஆனால் இந்தியர்கள் தங்கள் மீதான கேலிச்சித்திரங்களைப் பற்றி அந்த எண்ணத்துடன் இருக்கவில்லை.

அவர் பால் இன் கறி அண்ட் ரைஸ், 1859

வங்கப் பத்திரிகை 'அம்ருத பஜார் பத்ரிகா' தன் முதல் கேலிச்சித்திரத்தை 1872இல் பிரசுரித்தது. 1870இல் 'சுலவ் சமாசார்' என்ற பத்திரிகையில் வெளியான கேலிச்சித்திரம் முதல் முதலாக ஆங்கில அரசின் அரசியல் மீது மகத்தான தாக்கத்தை ஏற்படுத்தியது. அப்போது இந்தியர்கள் மீதான கொடுமையும் அடக்குமுறையும் செய்யும் ஆங்கில அதிகாரிகள் தண்டனைக்கு ஆளாகாமல் எளிதாக தப்பித்துக் கொண்டிருந்தார்கள். இந்தியன் ஒருவனை நொறுங்க அடித்து உதைத்துக் கொன்றாலும், இறந்தவன் நோய்வாய்ப்பட்டவன் அதுதான் அவன் சாவுக்குக் காரணம் என்று முடிவுசெய்யப்பட்டது. அப்போது வெளியான கேலிச்சித்திரத்தில் இறந்த கூலி ஒருவனின் பிணத்தின் அருகே அவன் மனைவி அழுதுகொண்டிருப்பார் ஐரோப்பிய மருத்துவர் ஒருவர் சவத்தை பரிசோதனை செய்வது போலவும் அருகில் குற்றவாளியான ஆங்கிலேயன் திமிருடன் சிகார் புகைப்பதுபோலவும் ஓவியம் இருந்தது.

தீண்டும் தெய்வம், தீண்டப்படாத சிறுவன் – ஸ்வங் சித்திரம், எம்.வர்மா, 1929

இந்தியாவில் *1930*களில் கேலிச்சித்திரங்கள் ‘வரைதல்’ வடிவிலும் வெளியாயின – கொல்கத்தாவின் பைஜநாத கேதி, அலகாபாதின் சுகதேவ் ராய், கான்பூர் ஷிவா நாராயண் மிஷ்ரா போன்றவர்களின் ‘கேலிச்சித்திர வரைதல்’ போன்றவை. இந்திய சமூக, அரசியலில் அவை ஏற்படுத்திய தாக்கம் மகத்தானவை. அவை கேலிச்சித்திரங்களின் வழியாகத் தீண்டாமை, கல்வி, மத வழிபாடுகள், பெண்கள் மனநிலை, தூய்மை போன்ற விஷயங்களைப் பற்றி மாறுபட்ட சிந்தனைகளை ஏற்படுத்தின. டி.கே.மிஷ்ரா, டி.என். பேனர்ஜி, டி.என்.வர்மா, எச். பக்ஜி, பிரேஷ்வர், பினய் போன்றவர்கள் இந்தியில் கேலிச்சித்திரங்களை எழுதினார்கள். அப்போதைய தேசிய மொழியின் ‘பஞ்ச்’யைப்

பின்பற்றும் பத்திரிகைகளுக்கும் தங்கள் கேலிச்சித்திரங்களை வரைந்துகொடுத்தார்கள்.

பத்தொன்பதாம் நூற்றாண்டின் இறுதியில் மற்றும் காங்கிரஸின் முதல் பதினைந்து ஆண்டு (1885 – 1900) காலத்தில் அதிக விற்பனையிலிருந்த 'இந்தி பஞ்ச்' இன் கேலிச்சித்திரக்காரர்கள் இந்திய விடுதலையை அதிகம் எதிர்பார்ப்பவர்களாக இருக்கவில்லை. மாறாக, ஆங்கில அரசுக்கு உண்மையானவர்களாக இருந்தார்கள். அவர்களுடன் இணைந்துபோக ஆர்வமாக இருந்தார்கள். ஆனால் இருபதாம் நூற்றாண்டின் தொடக்கத்தில் அந்த நடை மாறி சமுதாய சீர்திருத்தவாதிகள், 'புரட்சி'யாளர்களான கோகலே, ரானடே போன்றோரைக் குறித்து கேலிச்சித்திரங்கள் பிரசுரமாகத் தொடங்கின. இப்படி படிப்படியாக தேசிய எண்ணத்தை விதைக்கும், விடுதலை வழியில் அவர்களை நடத்திச் செல்லும் செயல்களையும் செய்தன.

சுதந்திரத்திற்கு முன் சுதந்திரத்திற்குப் பின் வரலாற்றை கேலிச்சித்திரங்களில் மிகவும் வெற்றிகரமாக பதிவு செய்தவர் சங்கர் பிள்ளை. சங்கரை இந்திய கேலிச்சித்திரத் தந்தை என்றே அழைக்கிறார்கள். இந்தியாவில் கேலிச்சித்திரங்கள் தங்களையே கேலி செய்துகொண்டாலும் பெருந்தன்மையுடன் ஏற்றுக்கொண்டவர்கள் ஆங்கிலேயர்கள். ஆனால் இந்தியர்கள் தங்கள் கேலிச்சித்திரங்களைப் பற்றி அது போன்ற எண்ணத்துடன் இருக்கவில்லை. அன்றைய காலனிய இந்திய அரசாங்கத்தின் பொருளாதார அமைப்பின் உறுப்பினரான சர் ஜேம்ஸ் கிரிக் (Sir James Grigg) சங்கரின் கேலிச்சித்திரங்களுக்கு 'பலிகிடா'வாக இருந்தாலும் அவர் கேலிச்சித்திரங்களை பாராட்டினார். அதே லார்ட் லின்லித்கோ (Lord Linlithgow) ஆங்கிலேயர்களை நையாண்டி செய்யும் கேலிச்சித்திரக்காரர்களை உண்மையான 'நாட்டுப்பற்று' உள்ளவர்கள் என்று அழைத்தார்.

கேரளத்தில் அன்றைய திருவாங்கூரில் வசித்துவந்த கே.சங்கர் பிள்ளை பம்பேக்கு சட்டம் பயில வந்த பிறகு அங்கேயே தொழிலதிபர் ஒருவரின் தனிப்பட்ட செயலாளராக வேலைக்கு சேர்ந்தார். சங்கருக்கு சிறுவயது முதலே கோட்டோவியத்தில் ஆர்வம் இருந்ததால் பாம்பேயில் இருந்தபோது சில கேலிச்சித்திரங்களை வரைந்து 'பாம்பே கிரானிகல்'லில் (Bombay

Chronicle) வெளியிட்டார். அங்கே ஆசிரியர் குழுவில் இருந்த போதன் ஜோசப் சங்கரின் கேலிச்சித்திரங்களின் சிறப்பை அடையாளம் கண்டுகொண்டு அவர் தில்லி 'இந்துஸ்தான் டைம்ஸ்' (Hindustan Times) ஆசிரியராகச் சென்றபோது சங்கரையும் அழைத்துச் சென்றார். சில காலங்களுக்குப் பிறகு போதன் ஜோசப் இந்துஸ்தான் டைம்ஸ்சை விட்டுப்போனாலும் சங்கர் அந்தப் பத்திரிகையில் 1946வரை தொடர்ந்து இருந்தார்.

சங்கர்ஸ் வீக்லி

சங்கர் ஆர்.கே. தால்மியாயவுக்குச் சொந்தமான 'இண்டியன் நியூஸ் கிரனிகல்' (Indian News Chronicle) என்ற பத்திரிகையை தொடங்கினார். சிலநாட்களிலேயே நாளிதழ் நடத்துவது சிரமமென்று அறிந்தவர் அதைக் கைவிட்டார். சில மாதங்கள் எதுவும் செய்யாமல் இருந்த அவரை அவருடைய நண்பரான 'பஞ்ச்' பத்திரிகையின் மாதிரியில் கேலிச்சித்திர வாராந்திரம் ஒன்றைத் தொடங்க ஊக்குவிக்க 'சங்கர்ஸ் வீக்லி' (Shankar's Weekly) தொடங்கினார். அதன் திறப்பு விழாவைப் பண்டித ஜவஹர்லால்

நேரு நடத்திக்கொடுத்தார். இந்திய கேலிச்சித்திர வரலாற்றில் 'சங்கர்ஸ் வீக்லி' ஒரு புதிய அத்தியாயத்தைத் திறந்தது.

SAY IT WITH FLOWERS October 1, 1950

It has been reported that the leaders are trying to persuade Nehru to join the new Congress Working Committee.

Nehru refused to join the working committee when Purushottam Das Tandon became Congress President. Roping him with garlands are Rajagopalachari, Sardar Patel and Tandon, as Rafi Ahmed Kidwai looks on.

பூ மாலைகளால் இழுங்கள் – சங்கர்ஸ் வீக்லி, 1950

சங்கர் இந்தியர்கள், ஆங்கிலேயர்கள் என்று பாராமல் தன்னுடைய கேலிச்சித்திரத்தின் வழியாகத் தாக்குதலை நடத்தினார். சர் ஸ்டாபர்ட் கிரிப்ஸ் (Sir Stafford Cripps) பற்றி வரைந்த கேலிச்சித்திரம் ஒன்று அவரை நையாண்டி செய்திருந்தாலும் அவர் அதைப் பாராட்டி சங்கரிடம் சொல்லி, அதன் மூலப் பிரதியை வாங்கி இங்கிலாந்துக்கு எடுத்துச் சென்றார். மகாத்மா காந்தியும் சங்கரின் கேலிச்சித்திரங்களில் உருவகமானார். கேலிச்சித்திரங்களை பெருந்தன்மையோடு வரவேற்றவர்களில் ஒருவர் நேரு. சங்கர் வரைந்த கேலிச்சித்திரம் ஒன்றில் நேரு சொல்லியிருந்த 'Don't spare me, Shankar' (என்னை விடவேண்டாம் சங்கர்) என்ற பேச்சு மிகவும் பிரபலமடைந்தது. 1983இல் பிரசுரமான சங்கருடைய நேருவின் கேலிச்சித்திரங்களின் தொகுப்பொன்றிற்கு அதே பெயரை சூட்டினார். சங்கர் நேருவின் சுமார் நான்காயிரம் கேலிச்சித்திரங்களை வரைந்திருக்கிறார்.

இந்திரா காந்தியும் கூட சங்கரின் கூர்மையான கேலிக்கு ஆளாகி இருக்கிறார். சங்கர் நேருவின் கேலிச்சித்திரத் தொகுப்பான

'Don't spare me Shankar' நூலுக்கு முன்னுரை எழுதும்போது அவர், 'நேரு தன்னைப் பற்றிய நையாண்டிக்கு மனதளவில் சிரிப்பார்' என்றிருக்கிறார். 'கேலிச்சித்திரக்காரர்கள் நவீன சமுதாயத்தின் நடைமுறை வாழ்க்கையின் அங்கமாக இருக்கிறார்கள். சிலர் எந்த வெறுப்பும் இல்லாமல் கேலிச்சித்திரங்களை வரைந்தால், மேலும் சிலர் சமுதாயத்தின் முகமூடியைக் கிழித்து உண்மையான முகத்திற்கு கண்ணாடி பிடிக்கிறார்கள்' என்றும் சொல்லி இருந்தார். முரண்பாடு என்னவென்றால் மிகவும் பிரபலமான 'சங்கர்ஸ் வீக்லி' மூடவும் இந்திரா காந்திதான் காரணமானார். அவர் போட்ட அவசரச் சட்டத்தால் எல்லாப் பத்திரிகைகளும் தணிக்கைக்கு உள்ளாயின. பல பத்திரிகையாளர்கள் கைது செய்யப்பட்டார்கள். அத்துடன் கேலிச் சித்திரங்களையும் தடை செய்யப்பட்டது. அப்போதைய பிரபல கேலிச் சித்திரக்காரரான அபு ஆப்ரகாம் தன்னுடைய ஒரு கேலிச்சித்திரத்தில் 'Don't you think we've got a lovely censor of humour?' என்று எழுதினார். தன்னுடைய பத்திரிகை சங்கர்ஸ் வீக்லியால் கேலிச்சித்திரக்காரர்கள் அவசரச் சட்டத்தின் சிரமத்திற்கு ஆளாக்கக்கூடாது என்று சங்கர் பத்திரிகையை வெளியிடுவதை நிறுத்த முடிவு செய்தார். ஜூன் 1975 இல் அவசரச் சட்டத்தை இந்திரா காந்தி தொடங்கினால் 'சங்கர்ஸ் வீக்லி' தன்னுடைய 27 ஜூலை 1975 ஆம் தேதி இதழை நிறுத்தினார். அப்போது சங்கருக்கு எழுதிய கடிதம் ஒன்றில் இந்திரா காந்தி 'நீங்கள் சங்கர்ஸ் வீக்லி பத்திரிகை வெளியிடுவதை நிறுத்துகிறீர்கள் என்று சில நாட்களுக்கு முன்பு தெரிய வந்தது. மேலும் தாங்கள் ஜூலை 27ஆம் தேதி இதழில் விடைபெறும் செய்தியையும் படித்தேன். பல ஆண்டுகள் அக்கறையுடனும் பாடுபாட்டும் நிறுவியதை நிறுத்தும் முடிவை எடுக்க மிக மன உறுதி தேவை. அதை முடிவு செய்ய நீங்கள்தான் சரியானவர். நீங்களே சொல்லியிருப்பதுபோல, அப்படி ஒரு நிறுவனத்தை தனியொருவன் நடத்துவது சிரமமான வேலை. இனி பத்திரிகை வராது என்பது துயரமான செய்தி' என்று எழுதி இருந்தார். அந்தக் கடைசி இதழில் சங்கர் எழுதிய 'பிரியாவிடை தலையங்கம்' மிகவும் புதிராக இருப்பதால் அதன் முழு மொழியாக்கத்தை இங்கே கொடுக்கப்பட்டிருக்கிறது,

"27 ஆண்டுகளுக்கு முன் ஒரு தலையங்கத்துடன் நாங்கள் தொடங்கினோம். இப்போது மற்றொரு தலையங்கத்துடன் முடித்துக்கொள்கிறோம்."

1948இல் உலகம் மாறுபட்டிருந்தது. பனிப்போருக்குப் பின் அடைந்த சேதங்களுக்கு வரையறை இருக்கவில்லை. அணுகுண்டு நமக்கு நடுவில் இருந்தது. போர் பீதியின் கருமேகமும் சூழ்ந்திருந்தது. ஆனால் அணுகுண்டு ஒன்று பூமியின் மீது இருக்கும் உயிரினங்களை முழுவதுமாக அழித்துவிடலாம் என்ற கற்பனை யாரிடமும் இருக்கவில்லை.

அணுகுண்டு வைத்திருந்த ஒரே ஒரு நாடான அமெரிக்கா திமிரால் பெருமிதம் கொண்டிருந்தது. கம்யூனிசம் தன்னுடைய சாமர்த்தியத்தாலும், டைம்ஸ் பத்திரிகையின் வீரதீரப் பேச்சுகளாலும் மறுதிறன் அடைந்தது. ஆனால் ஒற்றைக்கல்லாக இருந்த கம்யூனிசம் சிதறிப்போகும் அறிகுறிகள் தெரிந்தன. 1946இல் யுகோஸ்லேவியா 'காமின்ஃபோரம்'-லிருந்து நீக்கப்பட்டது.

சங்கர்ஸ் வீக்லி தொடங்கிய ஒரு ஆண்டுக்குள் மாவோ சே துங் (Mao Tse-tung) சீனாவின் முக்கிய நிலப்பரப்பை தன்வசப்படுத்திக்கொண்டார். அப்படி பன்னாட்டு நடைமுறைகளின் பரிமாணங்களை நிரந்தரமாக மாற்றிவிட்டார். ஐரோப்பிய அழிவுப் போரின் விளைவாக தத்தளித்தது. மீள முயற்சி செய்து கொண்டிருக்கும்போது. ஆசியா முதல் முறையாக சுதந்திர நிலையை அடைந்தது.

அதற்குப் பிறகு காலனிய இருட்டிலிருந்து ஆப்பிரிக்கா வெளிவரத் தொடங்கியது. பழைய காலனிய ஆட்சி பாந்துங், ஆஃப்ரோ-ஆசிய ஒற்றுமையை பதட்டத்துடன் பார்க்கத் தொடங்கியது. அநேகமாக நேருவின் 'கூட்டுசேரா இயக்க' கொள்கையில் ஏதோ இருக்கவேண்டும்.

இப்போதைய உலகம் முழுமையாக மாறி இருக்கிறது. பனிப்போர் இன்னும் தொடர்ந்தாலும் பொதுவாக இப்போது இயற்றி இருக்கும் கொள்கைகளை நடைமுறைக்கு கொண்டுவருகிறார்கள். தேசிய எண்ணம் இன்னும் வலுவாக இருந்தாலும் மேற்கு ஐரோப்பா ஒருவிதத்தில் ஒன்று சேர்க்கின்றன. ஆப்பிரிக்காவின் ஓரிரு நாடுகளைத் தவிர மற்ற நாடுகள் இன்னும் நிலையற்றே இருக்கின்றன.

தென் ஆப்பிரிக்கா, ரொடீஷியாவில் வெள்ளையர்களின் எசமானத்தனம் இன்னும் முடியடையவில்லை. சீனா –

ருஷ்யாவின் மன வருத்தத்தால் ஆசியாவின் அதிகப் பகுதிகளில் அரசியல் நிலையற்றே இருக்கிறது. லத்தீன் அமெரிக்கா (Latin America) அமைதியின்றி தவிக்கிறது. ஆனால் சி.ஐ.ஏ., பன்னாட்டுக் கம்பனிகள் அதை அடக்கும் முயற்சியிலேயே இருக்கின்றன. பணப்பெருக்கம், பஞ்சத்தின் நிழலில் உலகம் பொருளாதார ரீதியாக 27 ஆண்டுகள் பின்னடைவில் இருந்த நிலைமையை விடவும் சிறிது மேம்பட்டிருப்பதாக இருக்கலாம். ஆனால் மனித வாழ்க்கையின் குணத் தரத்தில் மாற்றங்கள் தெரியவில்லை.

இதுதான் நம்மை விஷயத்தின் மையத்திற்கு அழைத்துவருவது. முதல் தலையங்கத்தில் வாசிப்பாளர்களைச் சிரிக்கவைப்பது எங்கள் வேலை என்று தெளிவாகச் சொல்லி இருந்தோம் – உலகத்தைப் பற்றி, ஆடம்பரமான தலைவர்களைப் பற்றி, ஏய்ப்பு-ஏமாற்றுதல்களைப் பற்றி, பலவீனத்தைப் பற்றி மேலும் நம்மைப் பற்றியும் கூட. ஆனால் நகைச்சுவை உணர்வை வளர்த்துக்கொண்ட மக்கள் யார்? அவர்கள் சிறிது நாகரிக நடத்தையை பழக்கப் படுத்திக்கொண்டவர்கள். பொறுமையும் இரக்கமும் உள்ளவர்கள்.

சர்வாதிகாரிகளுக்கு சிரிப்பு பொறுப்பதில்லை. ஏன் என்றால் மக்கள் சர்வாதிகாரிகளைக் கண்டு சிரிக்கலாம், ஆனால் அதற்கான வாய்ப்பு இருக்காது. ஹிட்லர் காலத்தில் எந்த நல்ல நகைச்சுவை நாடகமாகட்டும், நல்ல கேலிச்சித்திரங்களாகட்டும், நையாண்டி, கிண்டல்களாகட்டும் இருக்கவில்லை. அந்தப் பார்வையில் இந்த உலகமும். இதில் வருத்தம் என்னவென்றால் இந்தியாவும் கூட தீவிரமாக கம்பீர நிலையை அடைந்திருக்கிறது.

நகைச்சுவை என்பது ஒரு வளாகத்தில் இருப்பது. மொழி காரிய நோக்கத்துடன் மட்டுமே இருக்கிறது. ஒவ்வொரு தொழிலும் தன்னுடைய பரிபாஷையை வளர்த்துக் கொண்டிருக்கிறது. கேலிச்சித்திரக்காரர்களின் தோழமையின் சூழலுக்கு வெளியே கேலிச்சித்திரக்காரனுக்கும் ஒரு பொருளாதார வல்லுனன் அறிமுகமில்லாதவன். அவன் தோழமையில் பொருளாதார மொழியல்லாத ஒரு உலகில் தவிக்கிறான்.

அது வக்கீலுக்கும், மருத்துவருக்கும், ஆசிரியருக்கும், பத்திரிகையாளனுக்கும் மற்றவர்களும் பொருந்தும்.

மேலும் கீழானது என்றால் மனிதக் கற்பனை பயங்கரமான கொந்தளிப்புக்கு உள்ளாகியுள்ளது. புத்தகங்கள், சினிமா இம்சை, சிதைந்த பாலியலை உருவகப்படுத்துகின்றன. விரும்பத்தகாத அதிர்ச்சிகளைத் தவிர மற்ற எதுவும் மக்களை எச்சரிக்க முடியாமல் இருக்கின்றன. சமுதாயத்தின் மீது எழுத்தின், சினிமாவின் தாக்கம் இருக்கிறதோ இல்லையோ தெரியாது. ஆனால், சமுதாயம் மட்டும் அதையே பிரதிபலிக்கிறது. கடத்தல், இருட்டில் மனிதர்கள் மீது தாக்குதல், கொலை போன்றவை தினமும் நடக்கின்றன. சில சமயம் அதற்கு அரசியல் வர்ணம் பூசி அவற்றை மதிப்பான செயலாகவும் மாற்றுகிறார்கள்.

ஆனால் சங்கர்ஸ் வீக்லி ஒருவகையான குணப்படுத்தமுடியாத நம்பிக்கையாளன். தற்போதைய நிலவரம் எப்படி இருந்தாலும் உலகம் ஒரு மகிழ்ச்சியான மேலும் வாழ ஒரு சுகமான இடமாக இருக்கிறது என்பது எங்களுடைய உறுதியான நம்பிக்கை. மனித ஞானம் எல்லாத் தீய சக்திகளையும் எதிர்த்து மனிதாபிமான நோக்கத்துடன் வெற்றியடைவது உறுதி.

சிலர் இதை கடவுள் என்கிறார்கள். நாம் அதை மனித விதி என்று சொல்ல விரும்புகிறோம். இந்தச் சிந்தனைகளுடன் உங்களிடமிருந்து விடைபெறுகிறேன். நன்மை உண்டாகட்டும்.

31 ஆகஸ்ட் 1975.

சங்கர்ஸ் வீக்லியின் முடிவுடன் இந்தியக் கேலிச்சித்திர வரலாற்றில் ஒரு முக்கிய அத்தியாயம் முடிவடைந்தது.

கர்நாடகாவில் கேலிச்சித்திரத் துறை – சுருக்கமான அறிமுகம்

கர்நாடகாவின் அச்சுத் தொழில் ஊடகம் 220 ஆண்டுகள் பழையது. முதல் கன்னட வாரப் பத்திரிகை 'மங்களூரு சமாசாரா' 1843இல் பாசெல் மிஷன் என்ற கிறிஸ்துவ மிஷனரியின் ஜெர்மனியரான ஹர்மன் பெட்ரிக் வோக்லிங் (Herman Frederick Voughling) தொடங்கினார். ஆனால் கன்னடப் பத்திரிகைகளில் கேலிச்சித்திரம் பிரசுரமானது அநேகமாக முதல் உலகப் போருக்குப் பின் இருக்கவேண்டும். 1926இல் மைசூரிலிருந்து வந்த வாரப் பத்திரிகையான 'தாயிநாடு' பிறகு நாளிதழாகி 1928இல் பெங்களூரிலிருந்து பிரசுரமாகத் தொடங்கியது. அது கேலிச்சித்திரங்களை வெளியிடத் தொடங்கியது.

ஜூன் 1942 'குறவஞ்சி' இதழ்

வக்கீல் ஆனா கூளூர் என்பவர் 'தாயிநாடு' பத்திரிகையில் அரசியல் கேலிச்சித்திரங்களை வரைந்தார். வோக்லிங் 'மங்களூரு சமாசாரா' தொடங்கி நூறு ஆண்டுகளுக்குப் பிறகு மருத்துவரான ராஷி அல்லது டாக்டர் சிவராம் ஆங்கிலப் பத்திரிகை 'பஞ்ச்' ஆல் ஊக்கம் பெற்று 1942 மார்ச் மாதம் 'கொரவஞ்சி' (குறவஞ்சி) என்ற நகைச்சுவைக்கான பத்திரிகையொன்றை தொடங்கினார். நகைச்சுவை கட்டுரைகளுடன் கேலிச்சித்திரத்திற்கும் முக்கியத்துவமளித்தார். நா. கஸ்தூரி தன் மாணவரான ஆர். கே.லட்சுமணனின் கேலிச்சித்திரக் கலை ஆர்வத்தை அடையாளம்

கண்டு அவரை 'கொரவஞ்சி'யில் எழுத ஊக்குவித்தார். அவர் சுமார் நான்கு ஆண்டுகள் காலம் 'கொரவஞ்சி' யில் கேலிச்சித்திரம் வரைந்தார். அதுதான் அவர் பிற்காலத்தில் கேலிச்சித்திரம் இயற்றும் வாழ்க்கைக்குத் தொடக்கமானது.

'எங்க வாத்தியாருன்னு நினைச்சு சைக்கிளை ஏத்திட்டேன் சார், மன்னிச்சுக்கங்க!'
1940ஆம் ஆண்டுகளில் குறவஞ்சியில் வெளியான ஆர்.கே. இலட்சுமணன் ஓவியம்

1950-60களுக்குப் பிறகு கன்னட சமூக கேலிச்சித்திரத் துறை அதிக வளர்ச்சியடைந்தது என்று சொல்லலாம். எஸ்.கே.நாடிக், கே.ஆர். சாமி, எம்.டி.வி.ஆசார்யா, 'ரகு', ஸ்ரீநிவாசுலு, வி.ஆர்.சந்திரசேகர், எஸ்.எஸ்.ஆனந்த் போன்றோரின் கேலிச்சித்திரங்கள் நாட்டின் பல பத்திரிகைகளில் வெளியாயின. மேலும் நாடிக், கே.ஆர்.சாமி போன்றோர் கேலிச்சித்திரங்கள் பிரபலமடைந்தது மட்டுமல்ல பல இளைஞர்களை கேலிச்சித்திரக்காரர்களாகத் தூண்டியது. கலை ஆசிரியரான எம்.டி.வி. ஆசார்யா அஞ்சல் வழியாக சித்திரக்கலை, கேலிச்சித்திரம் வரைவதைக் கற்றுக்கொடுக்கும் 'அஞ்சல்வழிக் கல்வி' முயற்சியைச் செய்தார்.

'ரகு' என்ற பெயரில் கேலிச்சித்திரம் வரைந்துகொண்டிருந்த கண்ணேபாடி ராமகிரிஷ்ணா 1925இல் தென்கன்னடாவின் புத்தூரில் பிறந்தார். வாரணாசியில் பயின்று கொண்டு வரைந்த அவருடைய

கேலிச்சித்திரங்களை அடையாளம் கண்டுகொண்டு துணை வேந்தரான டாக்டர் சர்வேபல்லி ராதாகிருஷ்ணன் ராமகிருஷ்ணரின் பதவிப் படிப்பு முடிந்ததும் சென்னையிலிருந்து வெளியான ‘கல்கி’ தமிழ் வாரப்பத்திரிகையில் கேலிச்சித்திரக்காரராகச் சேர பரிந்துரை செய்தார். 1943இல் தன்னுடைய முதல் கேலிச்சித்திரத்தை ‘ஓரியண்டல் இல்லஸ்ட்ரெடட் வீக்லி’ *(Oriental Illustrated Weekly)* யில் வெளியிட்ட ராமகிருஷ்ணருடைய கேலிச்சித்திரங்கள் அப்போதே இந்திப் பத்திரிகையான ‘ஆஜ்’, அலகாபாதிலிருந்து ‘அம்ருத பஜார் பத்திரிகை’ களில் வெளியாகி இருந்தன. ‘கல்கி’யில் பத்து ஆண்டுகள் வேலை செய்து பிறகு மங்களூர் ‘நவபாரத்’ கன்னடப் பத்திரிகையில் 1956இல் சேர்ந்தார். பிறகு ‘உதயவாணி’யில் புகழ்பெற்ற ‘ஷிங்கண்ணா’, பிறகு ‘பிரஜாவாணி’யில் ‘சினகுரளி’ பாக்கெட் கேலிச்சித்திரத்தைத் தொடங்கினார்.

எஸ்.கே.நாடிக் கேலிச்சித்திரம் (இடது பக்க ஓவியம்)
மற்றும் ரகுவின் சிங்கண்ணா

ஆர்.கே.இலட்சுமண் மும்பை ‘டைம்ஸ் ஆஃப் இண்டியா’வுக்குப் போனபிறகு பி.வி. ராமமூர்த்தி ‘பிரஜாவாணி’, ‘டெக்கன் ஹெரால்ட்’லும், வி.ஜி. நரேந்தர் ‘சம்யுக்த கர்நாடகா’விலும், பிறகு ‘கன்னட பிரபா’விலும் கேலிச்சித்திரங்கள் வரைந்தார்கள்.

பி.வி.ராமமூர்த்தி 'பிரஜாவாணி' கேலிச்சித்திரம்

ராமமூர்த்தி தன்னுடைய 'மிஸ்டர் சிட்டிஸன்' பாத்திரத்துத் தன் கேலிச்சித்திரத்தை புகழடையச் செய்து டெக்கன் ஹெரால்ட் குழுமத்தில் முப்பத்திமூன்று ஆண்டுகளுக்கும் அதிகமாக கேலிச்சித்திரங்களை வரைந்தார். மூர்த்தி என்றே புகழ்பெற்ற அவர் 1950களில் 'கிடி' சேஷாப்பா பத்திரிகை 'கிடி'யில் கேலிச்சித்திரம் வெளியிடுவதன் வழியாக அந்தத் துறைக்குள் நுழைந்தார்.

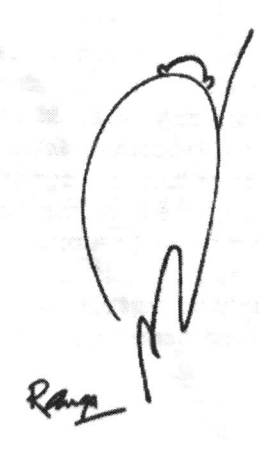

என்.கே.ரங்கநாத் பெங்களூரு ரங்கா என்றே கேலிச்சித்திர உலகில் அறிமுகமானவர். இரண்டே கோடுகளின் அவருடைய காந்தி கேலிச்சித்திரம் புகழ்வாய்ந்தது. அவர் கன்னடப் பத்திரிகைகளில் வரையவில்லை. ரங்காவின் கேலிச்சித்திரம் தொழில் வாழ்க்கையை சங்கர் பிள்ளையின் 'சங்கர்ஸ் வீக்லி'யில் தொடங்கினார். அவர் ஸ்டேட்ஸ்மன் (Statesman) இண்டியன் எக்ஸ்ப்ரெஸ் (Indian Express) ட்ரிப்யூன் (Tribune) போன்ற பத்திரிகைகளில் கேலிச்சித்திரக்காரராகப் பணியாற்றினார்.

தேசிய, பன்னாட்டு அளவில் பிரபலமானவர்களின் கேலிச்சித்திரங்களை வரைந்து அதன்மீது வாங்கிச் சேகரித்திருக்கும் ஆட்டோக்ராப்கள் 2000க்கும் அதிகமிருக்கும். லிம்கா புக் ஆப் ரெகார்ட் *(Limca Book of Record)*இல் தாக்கலாகியிருக்கும் ரங்கா 2002இல் பெங்களூரில் மரணமடைந்தார்.

வி.ஜி. நரேந்திரவின் கேலிச்சித்திரம்

பெங்களூரில் இருக்கும் இந்திய கேலிச்சித்திர அமைப்பைத் தொடங்கியவரும், அதன் நிரவாக அறங்காவலரும் ஆன வி.ஜி. நரேந்திராவும் கேலிச்சித்திரக்காரர் சங்கர் பிள்ளையின் பட்டறையில் கற்றவர்கள். சங்கர் பிள்ளையின் கேலிச்சித்திரங்களால் கவரப்பட்டவர் தன்னுடைய பள்ளி நாட்களிலேயே பல இதழ்களில் வரையத் தொடங்கினார். கர்நாடக பல்கலைக் கழகத்தில் அறிவியல் பட்டம் பெற்ற பிறகு வேலை தேடி பாம்பே போன நரேந்திரா 'இல்லஸ்ட்ரேடட் வீக்லி', 'தர்ம யுக்' மற்றும் சில பத்திரிகைகளில் கேலிச்சித்திரம் வரைந்தார். 'ஃப்ரீ பிரஸ் ஜர்னல்' *(Free Press Journal)* இல் அவருடைய அரசியல் கேலிச்சித்திரங்கள் சங்கரின் கவனத்திற்கு வந்து தன்னை புதுடில்லியில் சந்திக்குமாறு நரேந்திரருக்கு சொல்லி அனுப்பினார். அங்கே 'சங்கர்ஸ் வீக்லி'யில் சோதனை முறையில் ஒரு வாரம் வேலை செய்யவைத்து சங்கர் அவரை 'சங்கர்ஸ் வீக்லி'யில் சேர்த்துக்கொண்டார். நரேந்திரரின் தொழில் வாழ்க்கை அங்குதான் மாற்றமடைந்தது. இது நடந்த இரண்டு ஆண்டுகளுக்குப் பிறகு 'சங்கர்ஸ் வீக்லி' நின்றுபோனது. பிறகு நரேந்திரா பெங்களூருக்கு வந்து 'சம்யுக்த கர்நாடகா'

நாளிதழில் ஸ்டாஃப் கார்ட்டூனிஸ்ட் (Staff Cartoonist) ஆக சேர்ந்து அங்கே பதினொரு ஆண்டுகள் வேலை செய்து பிறகு 'கன்னட பிரபா'வில் 20 ஆண்டுகள் பணியாற்றினார். 2001 இல் இந்திய கேலிச்சித்திர அமைப்பு தொடங்கியதிலிருந்து இந்தியாவில் கேலிச்சித்திரக் கலையின் வளர்ச்சிக்குத் தன்னை முழுமையாக ஈடுபடுத்திக் கொண்டார்.

மாயா காமத் அவர்களுடைய கேலிச்சித்திரம்

அரசியல் கேலிச்சித்திர கலையில் தங்களை ஈடுபடுத்திக்கொண்ட பெண்கள் குறைவு. கர்நாடகத்தை மூலமாகக் கொண்ட மாயா காமத் பிறந்தது மும்பையில் (1951). அவருடைய கல்விப் படிப்பு அதிகமாக தில்லியில் நடந்தது. பால்யத்திலிருந்து ஓவியம் தீட்டுவதில் ஆர்வமாக இருந்த அவர் 'மேக்மில்லன்' (Macmillan) பதிப்பகத்தில் ஓவியராக, சித்திரக் கலையின் ஆசிரியராக சேவை செய்தார். 1985இல் டெக்கன் ஹெரால்ட் (Deccan Herald) குழுமத்தின் 'த ஈவனிங் ஹெரால்ட்' (The Evening Herald) இல் தன்னுடைய கேலிச்சித்திர வாழ்க்கையைத் தொடங்கி 'த இண்டியன் எக்ஸ்ப்ரெஸ்' (The Indian Express), 'த ஏசியன் ஏஜ்' (The Asian Age), டைம்ஸ் ஆஃப் இண்டியா (Times of India) போன்ற பத்திரிகைகளில் தன்னுடைய கேலிச்சித்திரங்களை வெளியிட்டிருக்கிறார். தனது 55 ஆம் வயதில் 2001இல் மரணமடைந்தவர் தன் காலத்து ஒரே ஒரு பெண் அரசியல் கேலிச்சித்திரக்காரராக இருந்தார்.

குஜ்ஜார் என்றே புகழ்வாய்ந்த பி.ஜி. குஜ்ஜாரப்பா உலகின் 100 கேலிச் சித்திரக்காரர்களில் ஒருவராக இருக்கிறார். வரலாற்று ஆசிரியரான அவர் அதைத் துறந்து 'லங்கேஷ் பத்ரிகே' யில் கேலிச்சித்திரக்காரராக சேர்ந்தார். பிறகு பிரஜாவாணி / டெக்கன் ஹெரால்ட் ஸ்டாஃப் கார்ட்டூனிஸ்ட் ஆக 14 ஆண்டுகள் பணியாற்றி அவர் 'உதயவாணி', தில்லியின் 'பிஸினஸ் ஸ்டேண்டர்ட் (Business Standard) களில் கேலிச்சித்திரங்களை வரைந்தார். குழந்தைகள் புத்தகங்களுக்கு அழகாக சித்திரங்கள் வரைவது அவருக்கு விருப்பமாக இருந்து ஆயிரம் புத்தகங்களுக்கும் மேலாக ஓவியங்களை இயற்றியுள்ளார்.

பாலியல் சமத்துவம் பற்றி புஸ்திகேயில் குஜ்ஜாரப்பாவின் ஓவியம்

இன்று அரசியல் கேலிச்சித்திரங்கள் கன்னடப் பத்திரிகைகளிலிருந்து மாயமாகின்றன. பன்னாட்டு அளவில் கேலிச்சித்திரங்கள் விவாதத்திற்கு உள்ளாகியுள்ளன. இன்று அதிகமாக எல்லா வகையான பிரச்சார ஊடகங்களும் அரசியல்வாதிகளின், தொழிலதிபர்களின் பிடியிலிருப்பதால் அரசியல் கேலிச்சித்திரங்கள் அவர்களின் தவறுகளைச் சுட்டிக்காட்டி அவர்களை கிண்டல் செய்வது மட்டுமல்லாமல் அவர்களிடம் நடுக்கத்தையும் ஏற்படுத்தியுள்ளது. இஸ்ரேல் அதிபர் பெஞ்சமின் நேதான்நியாகு (Benjamin Netanyahu), அமெரிக்க ஜனாதிபதி டொனால்ட் டிரம்ப் (Donald Trump) இருந்த கேலிச்சித்திரமொன்று விவாதத்தைக் கிளப்பி 'த நியூயார்க் டைம்ஸ்' அரசியல் கேலிச்சித்திரங்களைப் பிரசுரிப்பதில்லை

என்று அறிவித்தது. இன்றைய தலைமுறைக்கு அரசியல் கேலிச்சித்திரங்களின் அறிமுகமே கிடையாது. மூர்த்தி, நரேந்திரா, ஹூப்ளிகர் போன்றோர் பிறகு பிரகாஷ் ஷெட்டி, பி.மகமத் போன்றோரின் அரசியல் கேலிச்சித்திரங்கள் பிரசுரமாகிக் கொண்டிருந்தன. தற்போது பாக்கெட் கார்ட்டூன்களுக்கு மட்டுப்படுத்துள்ளது.

இன்று முன்பை விடவும் இளம் தலைமுறை கேலிச்சித்திரத் துறையில் அதிகம் ஆர்வம் காட்டுகிறது. சதீஷ் ஆச்சார்யா, தினேஷ் குக்குஜட்கா, ரகுபதி ஸ்ரீங்கேரி, காந்தேஷ் படிகர் போன்றோர் பத்திரிகைகளுக்கு கேலிச்சித்திரங்களை வரைகிறார்கள். தன்னுடைய தனித்துவமான கோடுகளுக்குப் பிரபலமான பிரபாகர் ராவ் (ராவ்பைல்) இன்று நம்முடன் இல்லை. அதேபோல மாளூரின் வி.கோபாலும் கூட. பி.வி.பாண்டுரங்கராவ், எஸ்.பத்மனாப், கணேஷய்யா, ஜே.எஸ்.ரங்கநாத், ஜேம்ஸ் வாஜ், நஞ்சுண்டசாமி, விஸ்வநாத், எஸ்.எஸ்.ஆனந்த், சரத் குலகர்ணி, வெங்கடேஷ் இனாம்தார், ஜான் சந்திரன், பஞ்சு கங்கொள்ளி, ஹரிச்சந்திர ஷெட்டி, ஜீவன் ஷெட்டி, கங்காதர் அட்டேரி, ராமதியானி, ஷரனு சட்டி, ஜி.எம்.பொம்மள்ளி, சிவன் போன்ற கேலிச்சித்திரக்காரர்கள் இன்று ஏதாவது ஒருவகையில் கேலிச்சித்திரக் கலையில் ஈடுபட்டிருக்கிறார்கள். (இந்தப் பட்டியல் சின்ன எடுத்துக்காட்டு. இன்னும் பலர் இருக்கிறார்கள்) 1977 இல் கர்நாடக கேலிச்சித்திரக்காரர்களின் சங்கத்தையும் நிறுவினார்கள். அரசாங்கத்தைத் தனிக் கேலிச்சித்திர அகாதமி ஒன்றை நிறுவ வேண்டுமென்று வெகுநாட்களாக வற்புறுத்தினார்கள்.

உள்ளூர் அரசியலில் கேலிச்சித்திரங்கள் – ஒரு எடுத்துக்காட்டு

அரசியல் கேலிச்சித்திரங்கள் மாநில அளவிலும், தேசிய அளவிலும் ஆன அரசியலுக்கு மட்டுமே உட்பட்டிருக்கவில்லை. வட்டார அரசியல் சூழ்நிலைகளுக்கும், சந்தர்ப்பங்களுக்கும் ஏற்ற கேலிச்சித்திரங்கள் உண்மையை வெளியிட்டு கேலி செய்திருக்கின்றன. இங்கே குறிப்பிடுவதில் அப்படியொரு அரசியல் இக்கட்டான நிலைமை 1962இன் நாடாளுமன்ற தேர்தலில் அப்போதைய கோலார் மாவட்டத்தின் சிந்தாமணி பகுதியில் நடந்தது.

அப்பகுதியின் சுதந்திரப் போராட்டக்காரரும், சமூக சேவகரும், கூட்டுறவுத் துறையின் தலைவருமான வி.சீதப்பா 1936லேயே மகாத்மா காந்தியை நந்திபெட்டா மலையில் சந்தித்து அங்கிருந்து சிந்தாமணிக்கு வந்தபோது காங்கிரசில் சேர்ந்தார். தன் மாணவ நாட்களிலேயே 1942இல் ஆங்கிலேயருக்கு எதிராக 'க்விட் இண்டியா' போராட்டத்தில் பங்குகொண்டு மூன்று மாதம் சிறைவாசம் சென்றவர். 1947இல் 'மைசூர் சலோ' போராட்டத்தில் பங்குபெற்று ஆறு மாதம் சிறைவாசம் அனுபவித்தவர். கோலார் மாநில காங்கிரஸ் வேட்பாளர்களைத் தேர்வு செய்யும் தருணத்தில் காங்கிரஸ் மாவட்ட தேர்தல் குழுக்கள் வி. சீதப்பா, ஆஞ்சநேய ரெட்டி இருவரின் பெயர்கள் உள்ள பட்டியலை மத்திய தேர்தல் குழுவிற்கு அனுப்பி வைத்தது. பிறகு வி.சீதப்பா சிந்தாமணிப் பகுதியின் வேட்பாளர் என்று மத்திய தேர்தல் குழுவின் முடிவு வெளியானது. இதற்கு இடையே முதல் அமைச்சர் உட்பட சில சுயநல காங்கிரஸ் வேட்பாளர்கள் இறுதிப் பட்டியல் வெளியான பிறகு கோலார் மாவட்ட காங்கிரஸ் குழுவின் மாவட்ட வேட்பாளர்களின் பட்டியலைப் பரிசீலிக்க வேண்டுமென்று வற்புறுத்தியது. மைசூர் காங்கிரஸ் கமிட்டியின் தலைவரான நிஜலிங்கப்பா, வருவாய்த் துறை அமைச்சரான எம்வி. கிரிஷ்ணப்பா சீதப்பாவை ஆதரித்தார்கள். ஆஞ்சநேய ரெட்டி சிந்தாமணிப் பகுதியின் அதிகாரபூர்வ வேட்பாளர் என்ற அகில இந்திய காங்கிரஸ் கட்சிக் கமிட்டியின் விளக்கம் ஜனவரி 15 அன்று பத்திரிகைகளில் வெளியானது. அகில இந்திய காங்கிரஸ் கமிட்டி இந்த முடிவை மாநில காங்கிரஸ் கமிட்டியின் தலைவரான நிஜலிங்கப்பாவிற்கு தெரிவித்தது. அதன் அடிப்படையில் ஆஞ்சநேய ரெட்டி ஜனவரி 18 ஆம் தேதி வேட்புமனுவை தாக்கல் செய்தார்.

ஆனால், பிறகு மாநில காங்கிரஸ் கமிட்டி ஒரு அறிக்கையை வெளியிட்டது. அந்தத் தொகுதிக்கு சீதப்பா காங்கிரஸ் வேட்பாளராக தேர்வு செய்திருப்பது உறுதி என்று தெரிவித்தது. சீதப்பா ஜனவரி 20ஆம் தேதி வேட்புமனு கொடுத்தார். வேட்புமனுவை திரும்பப்பெற ஜனவரி 25ஆம் தேதி கடைசி நாள். இருவரில் யாரொருவரும் வேட்புமனுவைத் திரும்பப் பெறவில்லை. சீதப்பாவின் சுயநலமற்ற வாழ்க்கை, சமூக சேவை, சுதந்திரப் போராட்டப் பின்னணி தெரிந்திருந்த கம்யூனிஸ்ட் கட்சி

அவருக்கு ஆதரவு தெரிவித்தது. அந்தத் தொகுதியில் வேறு யாரும் வேட்புமனு தாக்கல் செய்யவில்லை.

மாநில காங்கிரஸ் கமிட்டி செய்தியின் அடிப்படையில் தேர்தல் அதிகாரி சீதப்பாவிற்கு காங்கிரஸ் தேர்தல் சின்னமான ஜோடி எருது சின்னத்தை ஒதுக்கியது. ஆஞ்சநேய ரெட்டி சுதந்திர வேட்பாளர் என்று யானைச் சின்னம் கொடுத்தார்கள். ஆஞ்சநேய ரெட்டிதான் அதிகாரபூர்வ வேட்பாளர் என்று தேர்தல் அதிகாரிகளுக்கு அகில இந்திய காங்கிரஸ் கமிட்டியிடமிருந்து தந்தி வந்தது. ஆனால் அப்போதே சின்னங்களைப் பகிர்ந்துகொடுக்கும் வேலை முடிந்திருந்தது.

'கிடி' வாரப்பத்திரிகையில் வெளியான கேலிச்சித்திரம், 1962

7.2.1962 'கிடி' வாரப்பத்திரிகையின் ஆசிரியரான சேஷப்பா வெளியிட்ட கேலிச்சித்திரம் 'ஶ்ரீ ராமர்' ஆன நேரு தன் முன் பக்தியுடன் மண்டியிட்டு உட்கார்ந்திருக்கும் 'ஆஞ்சநேய' ரான ஆஞ்சநேய ரெட்டியின் தலைமீது காங்கிரஸ் டிக்கட் என்ற கிரீடத்தை வைக்கிறார். கயிற்றால் கட்டுண்ட சீதப்பா வெளியேறுகிறார். மேலும் அவருக்கு ஆதரவாக நின்ற மாநில காங்கிரஸ் கமிட்டி தலைவரான எஸ்.நிஜாலிங்கப்பா வருத்தத்துடன் இதைப் பார்த்துக்கொண்டிருப்பார்.

பிப்ரவரி 15 அன்று அகில இந்திய காங்கிரசின் பிரதான காரியதரிசி வெளியிட்ட மற்றொரு அறிக்கையில் ஆஞ்சநேய ரெட்டிதான் அதிகாரபூர்வமான வேட்பாளர், சீதப்பா போட்டியிலிருந்து விலகி ஆஞ்சநேய ரெட்டிக்கு ஆதரவு அளிக்கவேண்டுமென்று சொன்னார். ஆனால் சீதப்பா ஏ.ஐ.சி.சி அறிவிப்பை கருத்தில் கொள்ளாமல் தான்தான் காங்கிரஸ் வேட்பாளர் என்று முடிவு செய்து பிரச்சாரத்தைத் தொடங்கினார். ஏ.ஐ.சி.சி. அவரை பிப்ரவரி 20 அன்று காங்கிரஸ் கட்சியிலிருந்து விலக்கியது.

தேர்தலில் இருவரும் ஒருவருக்கொருவர் போட்டியாக நின்றார்கள். காங்கிரஸின் அதிகாரபூர்வமான ஜோடி எருது சின்னத்தை வைத்திருந்த சீதப்பா, சுதந்திர வேட்பாளர், யானைச் சின்ன வேட்பாளரும் காங்கிரஸின் அதிகாரபூர்வ வேட்பாளருமானவர் ஆஞ்சநேய ரெட்டி.

‘எலக்சன் வாய்ஸ்’ பத்திரிகையில் வெளியான கேலிச்சித்திரம் 1962

பெங்களூரிலிருந்து குருபசப்ப செட்டி ஆசிரியராக அச்சிட்டு வெளியிடும் ‘எலக்சன் வாய்ஸ்’ *(Election Voice)* வாரப் பத்திரிகை 18.2.1962 இல் சிந்தாமணி தேர்தல் தொகுதியின் சிறப்பு இதழில் தனது அறிக்கையுடன் கேலிச்சித்திரம் ஒன்றையும் வெளியிட்டது. ஒருபக்கம் சீதப்பா தனக்கு ஆதரவாக இருந்த வருவாய்த்துறை அமைச்சர் எம்வி.கிருஷ்ணப்பாவையும், எம். பி.சி.சி தலைவரான நிஜாலிங்கப்பாவையும் மணமகன்களாக

உட்காரவைத்து மற்றொரு பக்கம் பிரதமர் நேருவையும், மத்திய அமைச்சரும், கோலார் பாராளுமன்ற உறுப்பினரும் ஆன கே.சி. ரெட்டியை ஆதரவாளர்களாகப் பெற்ற ஆஞ்சநேய ரெட்டியையும் உட்கார வைத்தார். அவர்களுக்குக் கீழே அவர்களுடைய ஆதரவாளர்களான எம்.பி.சி.சி காங்கிரஸ், ஏ.சி.சி.சி காங்கிரஸ் என்று எழுதினார். ஓட்டுப்போடும் மக்களை மணப்பெண்ணாக்கி மாலையுடன், அவள் யாருக்கு ஓட்டுப்போடுவது என்று யோசிப்பதுபோல நிறுத்தி, ‘சிந்தாமணித் தொகுதி மணமகன் தேர்வு’ என்று தலையங்கம் எழுதினார்.

22.2.1962 ‘பிரஜாவாணி’, ‘டெக்கன் ஹெரால்ட்’ கள் இந்த தனித்துவமான, எதிர்மறைப் போட்டியைக் குறித்த தலையங்கம் எழுதின. அநேகமாக காங்கிரஸ் கட்சியின் பாராளுமன்ற வரலாற்றிலேயே அபூர்வமானது என்று தோன்றிய இந்த அதிசய நிகழ்ச்சி சிந்தாமணித் தொகுதியில் நடந்து நாட்டின் ஆர்வத்தைக் கவர்ந்தது; கர்நாடக மக்கள் கண்களை அந்தப்பக்கம் திரும்பவைத்தது. ஒரு தொகுதிக்கு இரண்டு காங்கிரஸ் வேட்பாளர்கள் மனுதாக்கல் செய்ததுவும், இருவரும் ‘அதிகாரபூர்வமான’ வேட்பாளர்கள் என்று வாதித்து பரஸ்பரம் போட்டியில் நின்றதுவும் விசித்திரமான செயல்...’ என்று பிரஜாவாணி எழுதினால் டெக்கன் ஹெரால்ட், *‘Suspension by AICC of Mr Seethappa, a candidate for the Chintamani seat in the Mysore Assembly, has created an intriguing situation in which public interest is centered (Since the Election Commission has allotted the party symbol to Mr Seethappa, he is official candidate)’* என்று எழுதியது. தேர்தல் நாளான 25.2.1962 இல் ‘சண்டே ஸ்டாண்டர்ட்’ *(Sunday Standard)* நாளிதழில் ஒரு சிறப்புச் செய்தி வெளியானது. அதன் தலையங்கம், *‘Today’s Poll at Chintamani: Congress Fight Own Symbol’* என்றிருந்தது. அந்தச் செய்தி பன்னாட்டு அளவில் பரவி ‘த நியூயார்க் டைம்ஸ்’ இல் *‘Indian Congress Divides for the first time’* என்று வெளியானது. அதில் பிரதமர் நேரு தன்னுடைய காங்கிரஸ் சின்னமான நுகத்தடி சுமந்த ஜோடி எருது சீதப்பாவிற்கு கிடைத்ததுவும் மனுத்தாக்கல் விண்ணப்பத்தில் காங்கிரஸ் வேட்பாளர் என்றே இருப்பதாலும் *‘Those are not the true bullocks’* (அவை உண்மையான எருதுகள் அல்ல) என்றது.

ஆஞ்சநேய ரெட்டி ஆட்கள் வெளியிட்ட துண்டுப்பிரசுரத்திலும் கேலிச்சித்திரத்தைப் பயன்படுத்திக்கொண்டார்கள். சிந்தாமணி தொகுதி ஆந்திராவின் எல்லைப் பகுதியாக இருந்ததால் அதிகமான மக்கள் தெலுங்கு பேசினார்கள். ஆனால் லிபி கன்னடமாகவே இருந்தது. அப்படியொரு துண்டுப்பிரசுரத்தில் 'ஏனுகதோ நேருகாரி காங்கிரஸ் விஜயோத்சவம்' என்று தெலுங்கை கன்னட லிபியில் எழுதியது கேலிச்சித்திரத்தில் நேரு ஆஞ்சநேய ரெட்டியின் தேர்தல் சின்னமான யானை மீது அமர்ந்து ஓட்டப்பந்தயத்தில் முந்தியிருந்தால் பின்னால் மக்கள் விளையாட்டுக் குதிரை மீது கம்யூனிஸ்ட் மற்றும் மற்ற கட்சிகள் தோற்றுப் பின்தங்கியிருந்தன. இந்தக் கேலிச்சித்திரத்தை சங்கர் பிள்ளை வரைந்து வேறு எங்கோ வெளியான அவருடைய கேலிச்சித்திரம் தங்கள் சூழ்நிலைக்குப் பொருந்துவதால் அதன் மீது தெலுங்கில் எழுதி தங்கள் துண்டுப்பிரசுரத்தில் பயன்படுத்திக்கொண்டார்கள். ஆஞ்சநேய ரெட்டி சீதப்பாவை விடவும் 4733 ஓட்டுகள் வித்தியாசத்தில் வென்றார். அந்தத் தேர்தலில் ஆஞ்சநேய ரெட்டி பண பலத்தை பயன்படுத்தியதாகவும், தேர்தல் பிரசாரத்தின் போது சீதப்பாவின் ஆட்கள் மீது வன்முறை செய்ததாகவும் குற்றச்சாட்டுகள் இருந்தன. காந்தியின் தொண்டரான சீதப்பா தோல்வியையும் புன்னைகையுடன் ஏற்றுக்கொண்டார்.

துண்டுப் பிரசுரத்தில் சங்கரின் கேலிச்சித்திரம் ஒன்றை மாற்றி பயன்படுத்தியது

அன்றிலிருந்து தேர்தல் அமைப்பின் பதிவுகளில் 1962 சிந்தாமணித் தொகுதியின் சட்டமன்றத் தேர்தல் போட்டியாளர்களில் சீதப்பா காங்கிரஸ் கட்சி வேட்பாளர் என்றும், ஆஞ்சநேய ரெட்டி சுதந்திர வேட்பாளர் என்றும் தாக்கல் பதிவாகியுள்ளது. தேர்தல் முடிந்து ஓரிரு ஆண்டுகளுக்குப் பிறகு சீதப்பாவின் காங்கிரஸ் மீதான விசுவாசம் நேர்மையால் ஏ.ஐ.சி.சி. எந்த தண்டனையோ அல்லது அபராதமோ விதிக்காமல் அவரைக் காங்கிரசிலிருந்து விலக்கியதை ரத்து செய்து மீண்டும் சேர்த்துக்கொண்டது.

2. கிரேக்க குயவக் கலையில் ஆதிகாலக் கேலிச்சித்திரங்கள்

பழமையான நாகரிகங்கள் விட்டுச்செல்லும் அடையாளங்களில் சட்டி பானைகள் தொல்பொருள் ஆராய்ச்சியாளர்களுக்கு மிகவும் முக்கியம். அவற்றை ஆராய்வதின் வழியாக அந்த நாகரிகத்தின் சமூக வாழ்க்கை, உணவு, பழக்க வழக்கங்கள், கலாச்சார சடங்குகள் போன்றவற்றைப் பற்றி அறியமுடியும். அந்த சட்டி, பானைகளின் அமைப்பு – ஓவியங்கள் ஆராய்ச்சியாளர்களுக்கு மானுடக் கலை வரலாற்றைப் பற்றிய ஆராய்ச்சிகளை செய்ய சாத்தியப்படுகிறது. அந்தக் கலையின் ஆய்வின் வழியாக அன்றைய சமூக நீதி நியமனங்களைப் பற்றியும், கட்டுப்பாடுகளைப் பற்றியும், பழக்க வழக்கங்களைப் பற்றியும், ஆண் – பெண்களுக்கு இடையே அன்று இருந்த உறவுகளைப் பற்றியும், அவர்களுடைய தினசரி வாழ்க்கையைப் பற்றியும் அறிய முடியும்.

அப்படிப்பட்ட ஆராய்ச்சியில் முக்கியமானது கிரேக்க நாகரிகத்தின் சட்டி, பானைகள் மீது இருக்கும் ஓவியக் கலையின் ஆய்வு. மைசீனியன் (Mycenaean) நாகரிகம் சுமார் கி.மு. 1200இல் முடிந்த தருணத்தில் கி,மு. 323 (சுமார் 2500 லிருந்து 3200 ஆண்டுகளுக்கு முன்பு) சாம்ராட் அலெக்சாண்டரின் மரணம் வரையிலான காலத்தை புராதன கிரேக்க நாகரிகம் என்று அடையாளம் காண்கிறார்கள். கிரீசின் புராதன கிளாசிகல் (Classical) ஹெலினிஸ்டிக் (Hellenistic) காலங்கள் வைபவமான நாகரிகக் காலங்களாக இருந்தன என்று வரலாற்று அறிஞர்கள் கூறுகிறார்கள். கிரேக்கர்களின் சிந்தனை, கருத்துக்கள், கலையின் உச்சநிலை இவற்றால் இன்று நாம் அதை 'மேற்கத்திய நாகரிகம்' என்று அடையாளப்படுத்த முடிகிறது. புராதன கிரேக்க மொழி,

அறிவியல், கட்டிடக் கலை, சமூக ஆட்சி அடையாளங்களின் தாக்கம் இன்றும் நம் நாகரிகத்தில் தங்கிவிட்டன. நவீன கிரேக்க நாடு தனக்கென எல்லையை உடைய நாடாக இருந்தாலும் அந்தப் பழமையான நாகரிகத்தின் எல்லை மெடிட்டரேனியன் *(Mediterranean)* முழுதும் விரிந்து – ஆசியா மைனர், மத்திய கிழக்கு, எகிப்து உட்கொண்டு இந்தியாவின் மேற்குப் பகுதிவரை பரவியுள்ளது.

அங்கோரா, ஹைத்ரியா, ஐனகொயி, ஒல்பே, பெலிகே, பெல் கிரேட்டர், கைலிக்ஸ், காந்தரோஸ், லெகிதோஸ், பைக்ஸிஸ், சைக்டர் – கிரேக்க மண்பாண்டங்களின் அடிப்படையின் மீது பலவகை வடிவம் மற்றும் பெயர்கள் கொண்டவை

கிரேக்க குயவக் கலை

கிரேக்கர்கள் மண் பானை சட்டிகளைத் தானியம், உணவு, நீர், வைன் போன்றவற்றைச் சேகரிக்க, எடுத்துச் செல்ல, குடிக்க மேலும் பல தினசரி வேலைகளுக்கும் பயன்படுத்தினார்கள். சட்டி, பானைகள் அவர்களுக்கு எளிதாகக் கிடைத்த, தினமும் பயன்படும் பொருட்களாக இருந்தன. களிமண்ணால் அவற்றைத் தயார் செய்து, சுட்டு பயன்படுத்தும் திறனில் சிறந்தவர்களாக இருந்தார்கள். அவை அவர்களுடைய ஓவியக் கலையின் வெளிப்பாட்டு ஊடகமாகவும் இருந்தது. அவற்றைப் பயன்படுத்தும் நோக்கத்தின் அடிப்படையில் அவை பலவகையான வடிவங்களுடன் வகைவகையான

பெயர்களையும் பெற்றிருந்தது. உணவு தானியங்கள், வைன் சேகரிக்கும், எடுத்துச்செல்லும் ஆங்கோர (Angora) பிதோஸ் (Pythos) பெலிகே (Pelike) ஹைட்ரியா (Hydria) பிஸ்சிஸ்(Piscis); அவர்களுடைய கருத்தரங்குகளில் (Symposia) அல்லது வைன் அருந்தும் விருந்துகளில் வைனுக்குத் தண்ணீர் கலக்கப் பயன்படுத்தும் கிரேட்டர் (Crater), டைனோஸ் (Dinos), குடிக்கும் குவளைகள் என்றால் கைலிக்ஸ் (Kylyx) காந்தரோஸ் (Kantharos), பியாலே (Pyle) ஸ்கைரோஸ் (Skyros) போன்றவை தைலம், வாசனைத் திரவங்களுக்கும், அழகு சாதனங்களுக்கும் பெரிய கொள்கலன் லெகிதோஸ் (Lekythos) அதே சிறியவை அம்பலோஸ் (Ampelos) அலபஸ்ட்ரான் (Alabastron).

மைசீனியன் (Mycenaean) பண்பாட்டிலிருந்து வளர்ச்சி அடைந்தவை கிரேக்க மண்பாண்டங்கள் தயாரிக்கும் கலை. தொடக்கத்தில் - சுமார் கி.மு. 1000 – 700 வரை அவர்கள் சட்டி பானைகள் மீது வடிவியல் (Geometry) ரேகைகளின் ஓவியங்களை இயற்றினார்கள். அவற்றில் வட்ட, அரைவட்ட வடிவக் கோடுகள் அதிகமாக இருந்தன. மெல்ல மனித, விலங்கு ஓவியங்களை வரையத் தொடங்கினார்கள். அவை அதிகமாகப் புராணக் கதைகளின் பாத்திரங்களாக இருந்து, சிறப்பாக ஹெராக்லஸ் (Heraclius) (ஹெர்க்யுலிஸ் – Hercules) சாகசக் கதைகளாக இருந்தன. அந்தக் காலச் சித்திரங்கள் அநேகமாக இரண்டு கோணங்களின் பக்கங்களை மட்டும் காட்சிப்படுத்தும் ஓவியங்களாக இருந்தன.

குயவன் சக்கரத்தின் மீது ஆக்ரோப்யாடிக்ஸ் செய்யும் சிறுமி, பெல் கிரேட்டர் மீதான ஓவியம்

கி.மு. 8 ஆம் நூற்றாண்டு முடிவிலிருந்து 7வது நூற்றாண்டின் தொடக்க காலம்வரை கிரேக்க மண்பாண்ட சித்திரக்காரகள் ஓவியங்கள் மீது வடிக்கும் செய்திகளிலும், விஷயங்களிலும் மாற்றங்கள் கண்டுவந்தன. இதை கொரிந்தியன் நடை (Corinthian) என்கிறார்கள். புராண, நாட்டுப்புறக் கதைகளின் புதுப்புது அரக்கர்களின், விலங்குகளின், வீரர்களின் ஓவியங்கள் அதிகத் தெளிவாகவும், நயமான வரி, வர்ணங்களுடனும் மூண்டு வந்தன. அந்தத் தருணத்தில் சித்திரம் வரையும் கலைஞர்கள் தங்கள் படைப்புக்குக் கீழே கையொப்பம் இடத்தொடங்கினார்கள். இன்று ஆராய்ச்சியாளர்களுக்கு அந்தக் கையொப்பங்கள் வழியாக ஓவியர்களை அடையாளம் கண்டுகொள்ள முடிகிறது. சுமார் கி.மு. 5ஆம் நூற்றாண்டு சமயத்தில் கிரேக்க கலைஞர்கள் இரண்டு கோணங்களின் பக்கங்கள் (Two Dimension) மட்டுமே தெரியும் ஓவியங்களிலிருந்து மூன்று கோணப் பக்கங்கள் (Three Dimension) தெரியும், ஒன்றன் பின்னால் மற்றொரு வடிவம் இருக்கும் ஓவியங்களை வடிக்கத் தொடங்கினார்கள். இதை அதேனியன் (Athenian) காலம் என்கிறார்கள். இந்தக் காலம் கிரேக்க குயவர்கள் கலையின் உச்ச காலம் என்று சொல்லலாம். அந்தக் காலத்து கிரேக்க மண்பாண்டங்கள் மீதான கலை மிகவும் சிறந்த தரத்தில் இருந்தது. அவர்கள் இயற்றிய விஷயங்களும் கூட அன்றைய கிரேக்க வாழ்க்கை மீது 'ஆதிகால கேலிச்சித்திரம்' என்று (Proto cartoons) சொல்லக்கூடிய கறுப்பு, சிகப்பு ஓவியங்கள் தெரியவருகின்றன.

ஆதிகால கேலிச்சித்திரங்கள்

கிரேக்க மண்பாண்டங்களின் ஆய்வு 17-18 ஆம் நூற்றாண்டிலிருந்து தொடங்கி போதுமான அளவுக்கு ஆராய்ச்சிகள் நடந்திருக்கின்றன. இன்று உலகம் முழுதும் ஆயிரக்கணக்கான மண்பாண்டங்கள் விநியோகமாகி அருங்காட்சியகங்களில் காணலாம். இன்னும் ஆராய்ச்சி செய்யாத மண்பாண்டக் குவியல்கள் இருக்கின்றன. கிரேக்க காட்சிக் கலையின் நையாண்டி, கிண்டல் ஆராய்ச்சியைக் கிரேக்க கலை ஓவியர்கள் தீவிரமாக எடுத்துக்கொள்ளவில்லை. ஏனென்றால் கிரேக்க உலகம் 'அழகியலு'க்கு அதிக மகத்துவம் அளித்தது. மேலும் கலை என்றால் அழகு மட்டும். அங்கே நையாண்டிக்கு வாய்ப்பில்லை என்பது அவர்களுடைய நம்பிக்கையாக இருந்தது. அதனால் அவர்கள் எண்ணத்தில்

சட்டி – பானைகள் மீது கேலி அல்லது நையாண்டிச் சித்திரங்கள் இருப்பது 'அழகுக் கலை'க்கு மதிப்பும் மரியாதையும் அல்ல. அந்தக் காரணத்திற்காக கிரேக்க கலையின் பகுதியாக கேலி, கிண்டல் சித்திரங்களை அவர்கள் கருத்தில் கொள்ளவில்லை. குயவர்களின் கலையில் நையாண்டி, கிண்டல் ஓவியங்களைப் பற்றிய ஆராய்ச்சி செய்திருக்கும் ஆக்ஸ்போர்ட் பல்கலைக் கழகத்தின் அலெக்சாண்டர் மிஷேல் அவருடைய (Alexander Mitchell) கணிப்பு:

கேலி, நையாண்டி என்பது ஒரு ஒப்பீட்டு விஷயம். அது குறிப்பிட்ட சமூகத்தின் காலம், சூழல், பண்பாடு மற்றும் அந்த சமூகத்தில் எது தவறு, தடை என்ற கருத்தை அடிப்படையாகக் கொண்டது. புராதன கிரேக்க சமூகத்தில் நையாண்டி விஷயமாக இருந்தது இப்போது நமக்கு நகைச்சுவை என்று தோன்றாமல் போகலாம். அதனால் கிரேக்க குயவர்களின் கலை ஓவியங்களின் கிண்டல் – நையாண்டிகளை அறிய ஆய்வாளர்கள் கிரேக்க இலக்கியத்தில் தஞ்சமடைகிறார்கள். அதிலும் சிறப்பாக அரிஸ்டோபேன்ஸ் (Aristophanes –Greek playwright – comedy writer- 446 BC – 386 BC) இன் ஓல்ட் காமிடி (Old Comedy). இவரை 'நகைச்சுவைத் தந்தை' என்கிறார்கள். அவர் இயற்றிய 40 நகைச்சுவை நாடகங்களில் 11 முழுமையாக கிடைக்கிறது. இந்த நாடகங்களை 'ஓல்ட் காமிடி' (புராதன நாடகம்) என்று தனிப்பட்ட வகையாக அடையாளம் காணப்பட்டிருக்கிறது. மற்ற எழுத்தாளர்களை விடவும் அரிஸ்டோபேன்ஸ் மிகத் துல்லியமாக புராதன ஏதென்ஸ் வாழ்க்கையைச் சொல்லியவன் என்கிறார்கள். அவற்றை ஆராய்வதிலிருந்து கி.மு. 5 ஆம் நூற்றாண்டில் கிரேக்கர் எதைக் கண்டு சிரித்தார்கள், அவர்களுக்கு நகைச்சுவை உணர்வை வரவழைத்த விஷயங்கள் எவை என்பதை அறியலாம்.

அன்று அநேக மண்பாண்ட ஓவியர்கள் எழுத்தறிவற்ற, கீழ்க்குடி மக்களாகவே இருந்தார்கள். அதனால் அவர்கள் வடித்த ஓவியங்கள் தாங்கள் பார்க்கும் தினசரி வாழ்க்கையின், சாதாரண மக்களின் நகைச்சுவை விஷயங்களாக இருக்கும். அம்மாதிரியான ஓவியங்களுக்கு அநேகமாக விவரங்கள், தலையங்கம் இல்லாமல் இருப்பதால் அவற்றின் பொருள் பல பகுப்பாய்வுக்கு உள்ளாகிறது. சட்டி – பானைகள் எல்லோர் வீட்டிலும் பயன்படுத்துவதால் அவற்றின் மீது வரைந்த

ஓவியங்கள் வெகு விரைவில் மக்களைச் சென்றடையும். அங்கோரா (Angora) ஹைட்ரியாகள் (Hydria) கிரேட்டர் (Crater) கைலிக்ஸ் (Kylix) மற்றும் குடிக்கும் குவளைகளான கந்தரோஸ் (Kanthoros) போன்றவை 'சிம்பொசியம்' (Symposium)களைச் சென்றடையும் என்பது ஓவியர்களுக்குத் தெரிந்திருந்தது. இன்று ஆங்கிலத்தில் சிம்போசியம் என்றால் கல்வி அமைப்புகள், ஆராய்ச்சி அமைப்புகள் நடத்தும் கருத்தரங்குகள் என்பதாகும். ஆனால் கிரேக்க சமூகத்தில் சிம்போசியங்களின் வடிவமைப்புக்கு பொருள் 'ஆண்களின் மதுபானக் கூட்டங்கள்' என்பதாகும். அங்கே ஆண்கள் அரசியல், கலை, தத்துவயியல், அறிவியல், நடைமுறை மற்றும் சமூக விஷயங்களை சர்ச்சை செய்தார்கள். அங்கே அவர்கள் குடித்து சங்கோசத்தை விலக்கி சுதந்திரமாக சர்ச்சை செய்யலாம் என்று ஊக்குவிக்கப்பட்டது. குடிகாரர்களுக்கு தங்கள் குவளை, மது கொள்கலன்களின் மீதிருந்த கேலிச்சித்திரங்கள் அல்லது ஆபாச ஓவியங்கள் மகிழ்ச்சி அளித்தன. அவற்றின் மீது குடிகாரர்களை, பெண்களை, கடவுளை கேலி செய்யும் சித்திரங்கள் இருந்தன. கிரேக்க புராணங்களில் 'டையோனிசஸ்' (Dionysus) மதுக் கடவுள், வீரனான ஹெர்க்யுலிஸ் (Hercules) போன்றோரைக் கேலி செய்யும் சித்திரங்களும் இருந்தன.

இலக்கியத்தில் முரண் அல்லது நையாண்டி ஆய்வுக்கு பல வகைகள் உண்டு. கிரேக்க மண்பாண்டங்கள் மீதிருந்த பல ஆயிரம் கேலிச்சித்திரங்களை ஆராய்ச்சி செய்த அறிஞர்கள் அவற்றை நான்கு முக்கிய பகுதிகளாகப் பிரித்திருக்கிறார்கள் – காட்சியின் இரட்டைப் பொருள் கேலி, சூழல் கிண்டல், கியாரிகேச்சர் அல்லது கேலிப் பட நையாண்டி. இரட்டைப் பொருள் என்றால் இரண்டு அல்லது அதற்கும் மேலான அர்த்தங்களைக் குறிக்கும். அதேபோல காட்சியின் இரட்டைப் பொருள் கிண்டல் என்றால் அதை இயற்றியவன் பார்வையாளர்கள் எதிர்பார்க்காத பல சித்திரங்களின் வழியாக இரட்டைப்பொருள் பொதித்து அவர்களைச் சிரிக்க வைப்பது. அரிஸ்டாட்டல் (Aristotle) சொன்னதுபோல 'நாம் எதிர்பார்க்காமல் இருப்பது எதிர்ப்படும்போது நையாண்டி பிறக்கிறது'. எடுத்துக்காட்டிற்கு கிரேக்க சட்டி/பானைகள் மீது எப்போதும் இருக்கும் ஓவியங்களில் சில பொருத்தமில்லாத, சீரற்ற மாற்றங்களை / பொருத்தங்களைச் சரிசெய்தால் பார்ப்பவர்களை அது உடனே சிரிக்க வைக்கும்.

கிரேக்க குயவக் கலைஞர்கள் வைன் குடிக்கும் ‘காந்தரோஸ்’ – என்ற வைன் குடிக்கும் குவளை மீது கண்களை வரைவார்கள். அவற்றின் தெளிவான நோக்கம் தெரியாமல் இருந்தாலும், குடிப்பவர்கள் அவற்றைத் தங்கள் உதடுகளில் வைக்கும்போது அந்தப் பாத்திரத்தில் இருக்கும் கண்கள் தங்களுடைய பெரிய கண்களாகத் தெரிந்து அது அவர்கள் முகத்தின் மீது முகமூடி வைப்பது போலத் தோன்றும். இரண்டு கண்களுக்கு இடையே பார்ப்பவர்கள் இயல்பாக மூக்கை எதிர்பார்ப்பார்கள். ஆனால் கலைஞர்கள் அந்தக் கண்களுக்கு இடையே வைன் நிறைந்த பையோ, நாயோ (கி.மு.530-520) அல்லது ஆண்குறியையோ (கி.மு.525-500) வடித்து பார்ப்பவர்களின் முகத்தில் சிரிப்பை வரவழைத்தார்கள்.

அரிஸ்டாட்டில் சொல்வதுபோல நாம் எதிர்பார்க்காமல் இருப்பது எதிர்ப்படும்போது கேலி உருவாகிறது

இந்த கிரேக்க கலைஞர்கள் தங்கள் புராதன தேவதைகளை நையாண்டி செய்வதில் எந்தத் தயக்கமும் காட்டவில்லை. அப்படி ஒரு பழமையான எடுத்துக்காட்டு கி.மு. 570-560களில் (சுமார் 2500 ஆண்டுகளுக்கு முன்பு) உருவாகிய பிராங்கோயிஸ் *(Francois)* கொள்கலன். அந்தச் சித்திரங்களை வடித்த கலைஞன் அதன் மீது தன் பெயரைக் கிலீடியஸ் *(Clytius)* என்று கையொப்பமிட்டிருக்கிறான். அதன் மீது இருக்கும் பல கதைகள் நையாண்டி நோக்கத்துடன் வடிவமைத்தவை. கிரேக்க கடவுளான ஹெபஸ்டஸ் *(Hephaestus – Greek God of Blacksmith)* பின்தங்கிய நிலை. ஹெபஸ்டஸ் கிரேக்க கொல்லர்,

கைவினைக் கலைஞர்களின் நெருப்புக் கடவுள். ஆனால் ஊனமுற்றவன். அவன் தாய் ஹெராவுக்கு *(Hera)* அவன் பிறந்தபோது அவன் ஊனத்தைக் கண்டு வெறுப்படைந்து அந்தக் குழந்தையை ஒலிம்போஸ் *(Olympus)* நகரத்திலிருந்து தூர எறிந்துவிடுகிறாள். ஆனால் அவனை யாரோ எடுத்து வளர்க்கிறார்கள். அவன் மிகப்பெரிய கைவினைப்பொருள் கலைஞனாகிறான். ஹெபெஸ்டஸ் தன் அம்மாவிற்கு ஒரு அழகான தங்க சிம்மாசனத்தைச் செய்து அனுப்புகிறான். ஆனால் அதன் வழியாக அவள் அவனைத் தூக்கி எறிந்ததற்காக அவளுக்குப் பாடம் கற்பிக்கும் நோக்கமும் இருக்கலாம். அவளுக்கு அந்த அழகான சிம்மாசனம் விருப்பமாகி அதில் அவள் அமர்கிறாள். ஆனால் அது மாய சிம்மாசனமாகி அவளுக்கு அதிலிருந்து எழ முடியாமல் போகிறது. மற்ற கடவுள்கள் முயற்சி செய்தாலும் அவளை அந்தச் சிம்மானத்திலிருந்து விடுவிக்க முடிவதில்லை. அவர்கள் எல்லாம் ஹெபஸ்டஸை அழைத்து அவன் அம்மாவை விடுவிக்குமாறு வேண்டுகிறார்கள். ஹெபஸ்டஸ் ஒத்துக்கொள்வதில்லை. முடிவில் குடிகாரர்களின் மதுக் கடவுளான டையோனிஸோஸ் சென்று ஹெபஸ்டஸுக்கு நன்றாகக் குடிக்கவைத்து அவன் பிடிவாதத்தை தளர்த்தி அழைத்து வருகிறான். அந்தக் காட்சி பிராங்கோயிஸ் கொள்கலன் மீது இருக்கிறது. பிறகு டையோனிஸோஸ் முன்னால் நடக்க பின்னால் ஹெபஸ்டஸ் கழுதை மீது அமர்ந்து வருவான். அவனுக்குப் பின்னால் ஒரு செட்டையர் *(Satire)* திராட்சைப் பழச்சாறுப் பையை சுமந்து வர, அவனுக்குப் பின்னால் மற்றொரு செட்டையர் இசை வாசித்துக்கொண்டு வருவான். முன்னால் அம்மா ஹெரா தன்னைப் பிடித்துவைத்திருக்கும் சிம்மாசனத்தின் மீது அமர்ந்திருக்கிறாள். இந்தச் சித்திரத்தில் ஹெபஸ்டஸ் ஒரு கடவுளாக இருந்தாலும் அவன் ஊனத்தின் நையாண்டி இருக்கிறது. சாதாரண மனிதர்களைப்போல கடவுள்களும் தனது தாயைப் பழி தீர்த்துக்கொள்ளும் நிகழ்வும், தேவதைகள் மனிதர்களைப்போல குடிகாரர்களாக ஊர்வலம் போவது வேடிக்கையாக இருக்கிறது. கழுதை மற்றும் பின்னால் இருக்கும் செட்டையர்களின் ஆணுறுப்புகள் விறைத்து நின்றிருக்கும். இந்த பிராங்கியோஸ் கொள்கலன் திராட்சைச் சாறில் தண்ணீரைக் கலக்கும் நோக்கத்துடன் பயன்படுத்தப்பட்டது என்பது தொல்பொருள் ஆராய்ச்சியாளர்களின் கருத்தாகும்.

மதுபானம் கிரேக்க சமுதாயத்தின் மிக முக்கியமான பாகமாக இருந்தது. திராட்சை விவசாயம் மிக முன்பிருந்தே கிரேக்கத்தில் இருந்து, அவர்கள் வைன் உற்பத்தியை ஒரு கலையாகவும், தொழிலாகவும் அமைத்துக்கொண்டார்கள். வைன் அவர்களுக்கு அருகில் உள்ள நாடுகளுடன் வியாபாரத் தொடர்பாகவும் இருந்தது. அவர்களுக்கு தினசரி புழங்கும் பொருளாகவும் இருந்தது. பணக்கார மேட்டுக்குடி மக்கள் தங்கள் வீடுகளில் 'சிம்போசியம்' ஏற்பாடு செய்து அங்கே மாலை நண்பர்களுடன் கலந்து தின்று, குடிப்பார்கள். குடித்து மயங்குவதன் வழியாக மதுக் கடவுளான டையனோஸிசுக்கு நெருங்கியவனாக ஆவோம் என்று நம்பினார்கள். அங்கே ஆண்களுக்கு இசை பாட, நாட்டியமாட, சில சமயம் புணர பெண்களையும் அழைப்பார்கள்.

தன் தாய் மீது ஹெபஸ்ட்டஸ் பழி – கி.மு. 570–560 பிராங்கோயிஸ் கொள்கலன்

அந்த சிம்போஸியம்களில் ஆண்கள் குடித்து போதையில் இரவு ஊர்த் தெருக்களில் தள்ளாடி, ரகளை செய்வார்கள். குடி அதிகமாகி வாந்தி எடுக்கும் ஓவியங்களையும் வரைந்திருக்கிறார்கள். அப்படியான சிம்போஸியம்களில் 'ஹெடேரா'க்ளையும் *(Heteira- who served as an artist, entertainer and talker aside from providing sexual service)* சிலர் அழைப்பார்கள். அவர்கள் அறிவுள்ள, விவாதங்களில் பங்கு பெறக்கூடிய விலைமாதுகள். அவர்களும் மதுபானக் கோஷ்டிகளில் பங்குபெறுவார்கள். கி.மு. 525-510 ஒரு

ஹைட்ரிய (*Hydria*) மீது இருந்த ஓவியம் இரு ஹெடேராக்கள் வைன் குடித்துக்கொண்டு சர்ச்சை செய்யும் ஓவியம் இருக்கிறது.

சிம்போசியாவில் குடி அதிகமாகி வாந்தி செய்வது

இத்துடன் சாதாரண மக்களுக்கும், தாங்களாகவே 'சிம்போஸியா' க்களை ஏற்பாடு செய்ய முடியாதவர்களுக்கும் ஊரில் பல கள்ளுக் கடைகள் இருந்தன. பெண்களும் தங்கள் வேலைக்காரப் பெண்களுடன் வைன் குடிக்கப் போவார்கள். அங்கே விலைமாதுகளும் வருவார்கள். இந்தக் குடியின் விளைவுகளின் பல சித்திரங்கள் நையாண்டியாக கிரேக்க மண்பாண்டங்கள் மீது மூண்டிருக்கின்றன. கி.மு.460-440 களில் ஸ்கைபோஸ் (*Skypos*) ஓவியம் ஒன்றின் மீது தன் வீட்டு எசமானிக்கு வீட்டுக் கிடங்கில் இருந்து சேவகிகள் வைன் எடுத்து வருவார்கள். பின்னால் சேவகி வைன் பையைச் சுமந்துவர அவளுடைய எசமானி தான் எடுத்துச் செல்லும் ஸ்கைபோஸில் வைன் குடித்துக்கொண்டே தன் கணவனின் சிம்போஸியத்திற்குக் கொண்டு செல்வாள். கி.மு. 460-430 இல் ஓவியப்படம் ஒன்றில் அதிகமாகக் குடித்த ஒருவன் தெருவில் மூத்திரம் கழிக்கிறான். அவனுடைய சேவகன் வைன் குடிக்கும் பாத்திரத்திலேயே மூத்திரத்தைப் பிடிக்கிறான்.

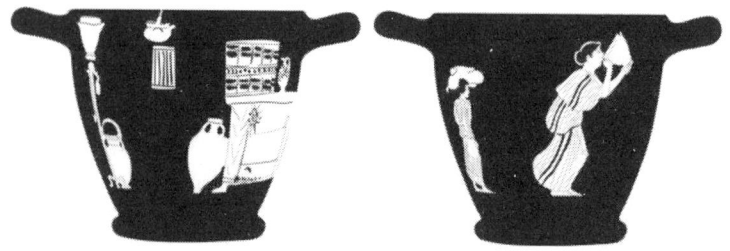

வைன் குடித்துக்கொண்டே தன் கணவனின் சிம்போசியத்திற்கு வைன் எடுத்துச் செல்லும் வீட்டு எசமானி– கி.மு.460–440 ஸ்கைபோஸ் மீதான ஓவியம்

இடது பக்க ஓவியம்: குடிகாரன் ஒருவன் தெருவில் மூத்திரம் அடிக்கிறான், அவனுடைய சேவகன் வைன் குடிக்கும் பாத்திரத்தில் மூத்திரத்தைப் பிடிக்கிறான். கி.மு. 460–430. வலது பக்க ஓவியம்: இரவு குடித்து வரும் குடிகாரக் கணவன் தடியால் வீட்டுக் கதவைத் தட்டுவது– கி.மு. 440– 420 ஓவியம்

கி.மு. 440-420 இல் ஒரு ஓவியத்தில் இரவு குடித்து வந்த கணவன் தன் தடியால் வீட்டுக் கதவைத் தட்ட, கதவுக்குப் பின்னால் விளக்குப் பிடித்து நின்றிருக்கும் பெண் தன் கையை வாயருகே கொண்டுவந்து அதிர்ந்து நின்றிருப்பாள். சில அறிஞர்கள் இந்த ஓவியத்தைக் குறித்து கதவைத் தட்டும் மனிதன் தன் வீட்டுக் கதவைத் தட்டவில்லை, ஏன் என்றால் அந்தக் காலத்தில் நல்ல குடும்பப் பெண்கள் வந்து வாசல் கதவைத் திறக்க மாட்டார்கள். பதிலுக்கு வேலையாட்களை அனுப்புவார்கள். அல்லது இங்கே

அவன் நன்றாகக் குடித்து ‘ஹடேரா’ ஒருத்தியின் வீட்டுக் கதவைத் தட்டுகிறான் என்கிறார்கள்.

பெண்களைப் பற்றி, அவளுடைய தினசரி வாழ்க்கையைப் பற்றி கிரேக்க சட்டி, பானைகளில் ஏராளமான சித்திரங்களை அன்றைய கைவினைக் கலைஞர்கள் வடிவமைத்திருக்கிறார்கள். ஓவியங்கள் கலையானாலும் அவர்களுக்கு அது வியாபாரமாக இருந்தது. விற்கக் கவர்ச்சியாக இருக்கவேண்டும். மண்பாண்டங்களின் மீது சித்திரங்கள் விற்பனையை முடிவுசெய்யுமே தவிர கலைஞனின் கருத்து முக்கியமாவதில்லை. பதிலுக்கு எந்த சித்திரம் வரைந்தாலும் விற்கும் என்பது முக்கியமாகிறது. ஆண் இலக்கியம், ஓவியங்களில் தன்னுடைய நையாண்டி, கேலிகளில் பெண்களைக் குறிவைப்பது கி.மு. 7ஆம் நூற்றாண்டிலிருந்தே தெரிய வருகிறது. அரிஸ்டோபேன்ஸ் உட்பட்ட கிரேக்க நாடகங்களில் பெண்ணை விபச்சாரியாக, திருட்டுத்தனமாக வைன் குடிப்பவளாக, சோம்பேறியாக, அதிக அளவு அக்கம்பக்கத்து பெண்களுடன் வெட்டிப்பேச்சுப் பேசுபவர்களாக சித்தரிக்கப் பட்டிருக்கிறது. மண்பாண்டங்களின் மீது பெண்களைக் குறித்த கேலிச்சித்திரங்கள், கிண்டல் சித்திரங்களைப் பற்றி போதுமான அளவில் ஆராய்ச்சிகள், சோதனைகள் நடத்தியிருக்கும் அலெக்ஸாண்ட்ரே மிஷேல் *(Alexandre Mitchell)* இதைப்பற்றி, நாகரிகம் தொடங்கியதிலிருந்தே பெண்களைப் பற்றி ஆணுக்கு இருக்கும் ஆதங்கத்தைப் பற்றி தனக்கே உரிய சிந்தனைகளை முன்வைத்திருக்கிறார். அவர் கூற்றுப்படி கிரேக்க மண்பாண்டங்கள் மீது பெண்ணைப் பற்றிய சித்திரங்கள் அவள் மீது தான் குறை சுமத்திய நான்கு விஷயங்களைப் பற்றிய கேலிச்சித்திரங்களை இயற்றியுள்ளார்கள். மிஷேல் சொல்வதுபோல ஆணுக்குப் பெண் மீது காமம், அவளுடைய சுயநல ஆதங்கம் பீதியூட்டும் விஷயமாக இருந்தது. அந்த ஆதங்கம், பயம் அந்தக் கேலிச்சித்திரங்களில் மூண்டு வந்துள்ளன என்கிறார்.

கி.மு. 500-400களில் குவளை மீது ஒரு சித்திரத்தில் இரு ‘மதிப்பிற்குரிய’ பெண்கள் ஒருவருக்கொருவர் முதுகைக் காட்டிக்கொண்டு தங்கள் தினசரி வாழ்க்கையில் தொடங்கியுள்ளார்கள். அநேகமாக மாவு பிசைந்து கொண்டிருக்கவேண்டும். அந்த இரு பெண்களுக்கு இடையே மேலே ஆண்குறியைப்போல முன்பகுதி உள்ள பறவை ஒன்று இருக்கும். அது அவர்கள் மனதில் உள்ள காம உணர்வுகளின் அறிகுறி என்கிறார்.

அரிஸ்டோபென்ஸ் உட்பட கிரேக்க நாடகங்களில் பெண்ணை விபச்சாரி, திருட்டுத்தனமாக வைன் அருந்துபவள், சோம்பேறி, வெட்டிப்பேச்சுப் பேசுபவள் என்று சித்தரிக்கப்பட்டிருக்கிறது. கிரேக்க குயவக் கலையில் பெண்ணைப் பற்றிய கேலிச்சித்திரம் பற்றி அலெக்ஸாண்ட்ரே மிஷேல் சொல்வதுபோல பெண்ணின் காமம், அவளுடைய தான்தோன்றித்தனம், ஆணின் ஆதங்கம், அச்சம் கருவாக இருந்தது. அவை இந்த ஓவியங்களில் மூண்டு வந்துள்ளன

மற்றொன்று கி.மு.510-470களில் பெலகே (Pelake) மீது இரண்டு ஓவியங்கள் இருக்கின்றன. ஒரு ஓவியத்தில் இருக்கும் பெண் தன் ஆடை, காலணிகளை எடுத்து பக்கத்து ஸ்டூல் மீது

வைத்திருக்கிறாள். மேலும் தலைமுடி நழுவி விழாமல் 'சக்கோஸ்' (Sakkos) வலையைக் கட்டிக்கொண்டு குளிக்க பக்கத்துப் பெரிய பாத்திரத்தில் இருந்து தண்ணீரை எடுக்கக் குனிகிறாள். அதன் அருகே அதேபோல ஆனால் பார்ப்பவர்களைக் குழப்பும் மற்றொரு ஓவியம் இருக்கிறது. அதில் இருக்கும் பெண் குளிக்க தண்ணீர் எடுக்கும் பெரிய பாத்திரத்திற்குப் பதிலாக அதே அளவான கூடைக்குள் செயற்கை ஆண்குறிகள் இருக்கின்றன. அந்த ஆண்குறிகள் உயிர்ப்புடன் இருப்பதைப்போல அவற்றுக்கு கண்கள் இருக்கின்றன. கி.மு. 440-420 களின் கட்டத்தில் பெலகே மீதான ஓவியம் - தன் கையில் இருக்கும் கூடையிலிருந்து தானியங்களைப் போடுகிறாள். ஆனால் கீழே கோழிகள் இல்லை. பதிலுக்கு ஆண்குறிகள் இருக்கின்றன. கி.மு.480 இன் மற்றொரு பெலகே மீது பெண் ஒருத்தி 'ஆண்குறி பட்சி'யை ஆசையுடன் தடவுகிறாள்.

காவல்காரனே தூங்கும் சித்திரம் ஒன்று மக்கள் விரும்பும் உருவகமும் கூட. பெண்ணைச் சோம்பேறி என்று காட்டும் ஒரு சித்திரத்தில் ஒருவன் மாமிசம் வெட்டி நாய் பூனைகளுக்குக் கிடைக்காமல் நீண்ட தடியின் மீது வைத்திருப்பான். அதைக் காவல் காக்கத் தன் மனைவியை அமர்த்தியிருக்கிறான். ஆனால் அவள் தன் கடமையை மறந்து தூங்குகிறாள். பூனையொன்று அந்த மாமிசத்தை எடுக்கத் தாவுகிறது.

காவல் காக்கும் பெண் தூங்கிக்கொண்டிருப்பது

கிரேக்க சமுதாயத்தில் அதிகமாக எல்லா பண்பாடுகளிலும் இருப்பதுபோலவே வீட்டிற்குத் தண்ணீர் எடுத்து வருபவள் பெண்ணாகத்தான் இருக்கிறாள். இந்தியாவின் 'ஊருக்கு வந்தவள் தண்ணீருக்கு வரமாட்டாளா?' என்ற பழமொழியைப்போல அந்தப் பெண்கள் கிரேக்கத்திலும் ஊருக்குள்ளே அல்லது வெளியே தண்ணீருக்குப் போகவேண்டி இருந்தது. சாதாரணமாக அங்கே பெண்கள் கூடி 'வெட்டிப் பேச்சு' பேசுவார்கள். அதுமட்டுமல்ல அவர்கள் அங்கே போன வேலையைக் கூட மறந்துவிடுவார்கள் என்பது ஆண்களின் கருத்தாக இருந்தது. அதையே கேலிச்சித்திர வடிவில் கி.மு. 500-480 களில் 'ஹைட்ரியா' (Hydria)களின் மீது காணலாம். அதில் இரு பெண்கள் தண்ணீருக்காக வந்திருக்கிறார்கள். சிங்கத்து வாய்க் குழாயிலிருந்து நீர் விழுகிறது. ஒரு பெண் தண்ணீர் நிரப்பிக்கொண்டு, நிறைந்த ஹைட்ரியாவை தன் தலை மீது சுமந்துகொண்டு புறப்படத் தயாராக இருக்க மற்றொரு பெண் பேசிக் கொண்டிருக்கிறாள். அந்தப் பெண்ணின் ஹைட்ரியா நிறைந்து நீர் வெளியே சிந்துகிறது. ஆனால் அவளுக்கு அதைப் பற்றிய கவனமே இல்லாமல் பேச்சில் லயித்திருப்பாள். மற்றொரு கி.மு. 510-490களில் ஒரு 'ஹைட்ரியா' மீதான ஓவியம் தண்ணீருக்கு வந்திருக்கும் பெண் சிங்கத்து வாய்க்குழாயிற்குக் கீழே தன் ஹைட்ரியாவில் நீர் நிரப்பிக்கொள்ள வைத்திருப்பாள்.

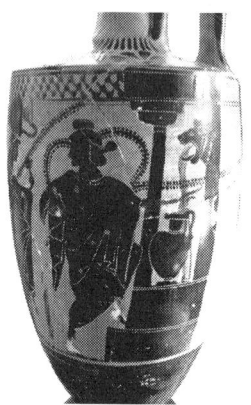

நிறைந்து வழியும் தண்ணீர் கவனமில்லாமல் பேச்சில் மூழ்கியிருக்கும் ஆண். இடது ஓவியம் – கி.மு. 500–480; பேச்சு சுவாரஸ்யத்தில் தண்ணீர் நிரப்ப ஹைட்ரியாவைச் சரியாக வைக்காத பெண் – வலது பக்க ஓவியம் கி.மு. 510–490

ஆனால் அதைச் சரியாக வைக்காமல் இருப்பதால் தண்ணீர் பாதி வெளியே வழிகிறது. அவளுக்கு அதைப்பற்றிய கவனமில்லாமல் மறுபக்கம் திரும்பிக்கொண்டு பேச்சில் மூழ்கி இருப்பாள். கிரேக்க சமுதாயத்தில் இதுபோல தண்ணீர் நிரப்பிக்கொள்ளும் இடங்களே அன்றைய பெண்களுக்கு ஒருவரையொருவர் சந்தித்துப் பேசும் இடமாகவும் இருந்தன. அதுதான் ஆண்களிடம் ஆதங்கத்தை உண்டாக்கும் விஷயமாக இருந்தது என்கிறார் அலெக்ஸாண்ட்ரே மிஷேல். அங்கே அந்தப் பெண்கள் தங்கள் மற்ற பெண்களின் நட்பின் வழியாக, அவர்கள் பேச்சின் வழியாக (அவர்கள் அவர் கணவர்களைப் பற்றிப் பேசலாம்) இயங்குவது அவனுக்குள் இனம் புரியாத பயத்தை ஏற்படுத்தியது. அதனால் ஆணுக்கு அத்தகைய சந்திப்புகளைக் கேலி செய்ய வேண்டியிருந்தது என்கிறார் மிஷேல். அதுபோன்ற பெண் சமூகக் கிளர்ச்சியாளர்களை அரிஸ்டோபென்ஸ் ‘லைசிஸ்டிரேட்டா’ *(Lysistrata)* நாடகத்தில் பார்க்கலாம்.

கிரேக்கக் குயவக் கலையின் அதிகமான சித்திரங்களில் தெரிய வருவது செட்டைர்கள் கிரேக்க கேலிச்சித்திரங்களில் மிகவும் விரும்பத்தக்க பாத்திரங்களாக பல இடங்களில் கண்டு வருவது. இவர்கள் ஆண்களாக இருந்து குதிரைக் காது, வால் உள்ளவர்கள். எப்போதும் காம எழுச்சியில் இருப்பார்கள். அவர்களுடைய ஆண்குறி எப்போதும் விறைத்தே இருக்கும். இவர்கள் மதுக்கடவுளான டையோனிசஸ் பின்னால் எப்போதும் இருக்கும் புராணப் பாத்திரங்களான குடிகாரர்களாகவும், களியாட்டக்காரர்களாகவும், காம உன்மத்தத்தில் பெண், ஆண் என்று பார்க்காமல் வன்முறைக்குத் தயாராக இருப்பவர்கள். மானிட சமுதாய நீதி, நியமனங்களை, தர்க்கங்களை எப்போதும் கிண்டல் செய்து பேசுபவர்கள். அவர்கள் நடத்தை பல கேலிச்சித்திரங்களுக்கு பொருளாக இருந்திருக்கிறது. இவர்கள் அதி உன்னத இசைக் கலைஞர்களாக, தங்கள் இசையால் எப்பேர்ப்பட்டவர்களையும் மயக்கும் திறமை உள்ளவர்கள். கி.மு. 520-490 களில் சட்டி மீதனா சித்திரம் ஒன்றில் செட்டைர் ஒருவன் குழலைப்போல கிரேக்க இசைக்கருவியான அவுலோஸ் *(Aulos)* வாசிப்பான். ஆனால் அவுலோஸ் பையைத் தன் ஆண்குறியில் தொங்கவிட்டிருப்பான். இந்த ஓவியத்தை வரைந்த ஓவியன் எபிக்டேடஸ் *(Epictetus)* என்று கையொப்பமிட்டிருக்கிறான். கி.மு.490-470 களில் சட்டி மீதான சித்திரம் ஒன்றில் செட்டைர் தன் ஆண்குறி மீது ஒரு ‘கந்தரோஸ்’

(வைன் குடிக்கும் குவளை) வைத்திருப்பான். கி.மு. 520-505 களின் சித்திரமொன்றில் செட்டைர் ‘ஆங்கோரா’ (Angora) என்ற வைன் சேகரிக்கும் பாத்திரம் ஒன்றைப் புணர்கிறான்.)

கிரேக்க நாடகங்களில் வரும் செட்டைர் பத்திரம். கிரேக்க குயவக் கலையில் காணும் மிக புகழடைந்த பாத்திரங்கள்

செட்டைர் (Satyr) என்பது கிரேக்கச் சொல். செட்டைரோஸ் லிருந்து வந்தது. அதற்கும் ஆங்கிலச் சொல் செட்டைர் (Satire) க்கும் தொடர்பு இல்லை என்கிறார்கள் மொழியியல் அறிஞர்கள். அவர்களுடைய பங்கு கிரேக்க இலக்கியத்திலும் இருக்கிறது. பல செட்டைர் நாடகங்களும் இருக்கின்றன.

கி.மு. 460-450 களின் சித்திரம் ஒன்றில் செட்டைர் ஒரு கிரேக்க பெரும் பலசாலிக் கடவுளான ‘ஹெராக்லஸ்’ (Heraclius)சை பின்பற்றுகிறான். (அதே ஹெராக்லஸ் ரோமில் ஹெர்க்யுலஸ் (Hercules) ஹெஸ்பிரிட்ஸ் (Hesperides) தோட்டத்துத் தங்க ஆப்பிள்களைப் பாதுகாக்கும் இராட்சசப் பாம்பைத் தாக்குகிறான். அந்தக் காட்சியைப் பின்பற்றுவதுபோல செட்டைர் பாம்பைத் தாக்குகிறான். ஆனால் மரத்தின் மீது தங்க ஆப்பிள்களுக்கு பதிலாக மதுப் புட்டிகள் இருக்கின்றன. அந்தப் படத்தைப் பார்த்தவுடன் பார்ப்பவர்களுக்கு அது ஹெராக்லஸ் சாகசக் கதை என்பது

தெரியும். அதன் கிண்டல் என்றும் புரியும். செட்டைர்களுக்கு தங்க ஆப்பிள்கள் மீது ஆசையில்லை. அதனால் அதற்கு பதிலாக மதுப் புட்டிகளைக் கலைஞன் வரைந்திருக்கிறான்.

ஹெராக்லெஸ் அனுசரிக்கும் செட்டைர்
கி.மு. 460–450

கிரேக்க புராணத்தில் மெனேலஸ் *(Menelaus)* என்பவன் ஸ்பார்டா *(Sparta)*வின் அரசன், அவன் மனைவி ஹெலன் *(Helen)*. டிராயின் *(Troy)* பாரிஸ் *(Paris)* என்ற அரசகுமாரன் அங்கே வந்து அவளைக் காதலித்து அவள் அவனுடன் திருட்டுத்தனமாக ஓடிப்போவதுபோல செய்கிறான். மெனேலஸ் தன் மனைவி ஹெலனைத் திருப்பி அனுப்புமாறு கேட்க, டிராயிக்கு சமாதானம் பேசப் போகிறான். அங்கே ஹெலனைப் பார்த்து அவளைப் பிடிக்க மெனேலஸ் வாளைக் கீழே போட்டுவிட்டு ஓடுகிறான். ஆனால் ஹெலன் அவனிடமிருந்து தூர விலகி ஓடுகிறாள். இது அன்று எல்லா கிரேக்கர்களுக்கும் தெரிந்த புராணக் கதை. அதையே கி.மு. 440-430 களில் 'கிரேட்டர்' ஒன்றின் மீது ஒரு செட்டைர் மெனேலஸின் வாளுக்குப் பதிலாக தான் வைன் குடிக்கும் கொம்பைக் கீழே வீசிப் போட்டுவிட்டு ஹெலனுக்குப் பதிலாக 'மீனாட்' *(Maenad)* பெண்களின் பின்னால் ஓடுகிறான். அவன் மெனேலஸ்ஸைப் பின்பற்றுகிறான் என்று தெரிய அவன் கையில் மெனேலஸ் வைத்திருந்த சிறுத்தைத் தோலும் இருக்கிறது.

இந்த மீனாட்ஸ் பெண்களும் கூட கிரேக்கக் கலையில் அதிகமாகத் தென்படுகிறார்கள். அவர்களுடைய மதுக் கடவுளான டையோனிசஸ் *(Dionysios)* அல்லது பியாகஸ்ஸை

(Bacchae) பின்பற்றுபவர்கள். அவர்கள் எப்போதும் போதையில் இருப்பதுபோல, 'பைத்தியக்கார்'கள் போல நடனமாடிக்கொண்டே இருப்பார்கள். மீனாட் என்ற சொல் கிரேக்க 'பைத்தியம்' அல்லது 'போதை ஏறிய' என்ற பொருள் தரும் 'மீனாட்ஸ்'-சிலிருந்து வந்தது. அதிகமான கேலிச்சித்திரங்களில் செட்டைர்கள் மற்றும் மீனாட்ஸ்களின் காதல் களியாட்டங்களின் சித்திரங்கள் இருக்கும்.

மேலெனியஸை அனுசரிக்கும் சடைர் கி.மு. 440-430

ஹெர்ம் என்பது (Herm) ஒரு சதுரமான தூண் மீதான கல் அமைப்பு. அதன் மேல் பகுதியில் முகத்தையும், நடுப்பகுதியில் ஆண்குறியையும் செதுக்குவார்கள். இதைப் புனிதமென்று எண்ணிய கிரேக்கர்கள் தெருச் சந்திப்புகளில், ஊர்க் கோடிகளில் நடுவார்கள். வழிப்போக்கர்கள் அதை வணங்குவார்கள். அவை ஆண்களுக்கு பாலியல் திறனையும், பெண்களுக்கு கருவுறுதலின் சின்னமாகவும் இருந்தது. பெர்லின் அருங்காட்சியகத்தில் பெலகே (Pelake) மீது ஹெர்மின் (Herm) சித்திரத்தில் இருக்கும் அதன் ஆண்குறியை நையாண்டி செய்கிறது. அதன் ஆண்குறி அதன் உடலின் பாதி அளவு நீண்டிருந்து அதன் மீது ஒரு பறவை அமர்ந்து ஹெர்ம் உதடுக்கு முத்தமிடும். தாங்கள் புனிதமென்று எண்ணும் தேவதைகளையும் கூட நையாண்டி செய்யும் கலைஞர்கள் – அவற்றை ஏற்றுக்கொள்ளும் – சகித்துக்கொள்ளும் சமூகத்தின் மனநிலை - கருத்து சுதந்திரம் குறிப்பிடத்தக்கது.

கேலிக்கு ஆளான ஹர்மிஸ் தேவதை

கிரேக்க குயவச் சித்திரக் கலை வியப்பூட்டும் வகையில் கி.மு. ஐந்தாம் நூற்றாண்டின் நடுப்பகுதியில் குறையத் தொடங்கியது. சுவர் போன்றவற்றின் மீது பெரும் சித்திரங்கள் வரையும் கலைஞர்களுடன் சட்டி, பானைகள் போன்ற சிறிய, வளைந்த மேற்பரப்பின் மீது ஓவியம் வரைபவர்கள் போட்டியிடுவது சிரமமாக இருந்திருக்கலாம். கி.மு 430க்குப் பிறகு சட்டி, பானைகள் மீதான சித்திரக்கலைக்கு ஆர்வமும், மதிப்பும் மெல்லக் குறையத் தொடங்கி கி.மு.320 சமயங்களில் ஏதென்ஸ் (Athens) முழுமையாக கண்மறைந்தது. கிரேக்க நாகரிகம் உச்சத்தில் இருந்தபோது அங்கே சாதாரண மக்களின் வாழ்க்கை, பண்பாட்டை அறிமுகப்படுத்தும் சித்திரங்களின் வழியாக - வாழ்க்கையின் மற்றொரு முகமான நையாண்டியை, கிண்டலை மன உல்லாசத்துடன் அறிமுகப்படுத்தும் கிரேக்க மண்பாண்டங்கள் இன்று உலகம் முழுதும் அருங்காட்சியகங்களில் இருக்கின்றன. அறிஞர்களுக்கு இன்றும் அந்த வகைப் பொருட்கள் தங்கள் அகழாய்வுகளில் கிடைத்துக்கொண்டே இருக்கின்றன.

3. ஸ்பானிஷ் ஃப்ளூ – ஆயிரம்நிழலில் கேலிச்சித்திரம்

இன்று கோவிட் அல்லது கொரோனா வைரஸ் உலகத்தையே உலுக்கியுள்ளது. மனித சமூகத்தின் நாகரிக சமுதாய, பொருளாதார அமைப்புகளின் திசையை மாற்றியுள்ளது. தான் அதி புத்திசாலி, இயற்கையையே வென்றவன், அறிவியல், தொழில்நுட்பத்துறையில் தன்னை மீறுபவர்கள் யாருமில்லை என்ற மானுட தற்பெருமைக்கு வலுவான வீழ்ச்சியை ஏற்படுத்தியுள்ளது. ஆனால் இதுபோன்ற நோயணுக்கள் லட்சக்கணக்கான மனிதர்களின் சாவை எதிர்நோக்கி வந்திருப்பது இது முதல் முறை அல்ல. மனிதன் தன் வரலாற்றைத் தாக்கல் செய்யத் தொடங்கியதிலிருந்து, என்றால் சுமார் 2000 ஆண்டுகளுக்குப் பின் இதுபோன்ற நோய்களுக்குப் பலியாகிக் கொண்டிருப்பது தெரியவந்துள்ளது.

6ஆம் நூற்றாண்டிலேயே இதுபோன்ற நோயொன்று வாட்டியது என்று ஆவணங்கள் சொல்கின்றன. அதை ‘ஜஸ்டினியன் பிளேக்’ *(Justinian plague)* என்றார்கள். அது ஆசியா, வடக்கு ஆப்பிரிக்கா, அரேபியா, ஐரோப்பாவில் பரவி 3 லிருந்து 5 கோடி மக்களை (அன்றைய மக்கள் தொகையில் பாதி) கொன்று குவித்தது.

ஐரோப்பாவை 1347இல் தாக்கிய ‘பிளாக் டெத்’ *(Black Death)* அல்லது மரணப் பிளேக் நோயிற்கு சுமார் 5கோடி மக்கள் உயிரிழந்தார்கள். 8 கோடி அளவிலான ஐரோப்பாவின் மக்கள் தொகை 3 கோடிக்கு இறங்கியது! இப்படியான ஒரு ‘நிகழ்வு’க்கு இத்தனை பெரிய எண்ணிக்கையில் மக்கள் உயிரிழந்தது மானுட வரலாற்றில் அதுவரை இருக்கவில்லை. இறந்தவர்களைப் புதைக்க வாழ்பவர்களின் எண்ணிக்கை போறவில்லையாம்! அப்படியொரு

தீவிரமான பிளேக் உண்டாகக் காரணம் என்னவென்று யாருக்கும் தெரியவில்லை. கடவுளின் சாபம் இதற்குக் காரணமென்று அந்த மத்திய காலத்து மக்கள் நம்பியிருந்தார்கள். ஆனால் அந்த பிளேக் சாதாரண மக்கள், அரசர்கள், மந்திரிகள், புரோகிதர்கள் என்ற பாகுபாடு காட்டாமல் எல்லோரையும் பலிவாங்கியது.

ஜெர்மன் பேசும் பகுதிகளில், ரைன் நதியின் பிரான்சில், ஸ்பெயினின் சில பகுதிகளில் அரசாங்கங்கள், பிஷப்கள், புனித ரோமன் துரைகள், இந்த நோயை யூதர்கள் உணவு, தண்ணீரில் விஷமாகக் கலந்து பரப்பி இருக்கிறார்கள் என்று குற்றம் சாட்டி ஆண், பெண், குழந்தைகள் என்று அவர்களை ஆயிரக்கணக்கில் கொன்று குவித்தார்கள்.

இந்த நோய் வந்தவர்களின் தொடைச் சந்துகளில், அக்குளில், கழுத்தில் கட்டிகள் உண்டாயின. உடம்பெல்லாம் கறுப்பு மச்சங்கள் ஏற்பட்டன. அப்படியான அறிகுறிகள் வந்த சில நாட்களிலேயே இறந்துபோவார்கள். ஆண்டவனிடம் பிரார்த்தனை, ஊர்வலம் செய்தார்கள். நோயாளிகளிடம் இருந்தால் தங்களுக்கும் ஒட்டிக்கொள்ளும் என்று மக்கள் தங்கள் அப்பா, அம்மா, சகோதர, சகோதரிகள், உறவுக்காரர்களை விட்டுவிட்டு வெகு தொலைவிற்கு ஓடிப்போனார்கள். அப்படியான ஒரு சூழ்நிலையில் இத்தாலியின் ஜேவான்னி போகாஷியோ *(Giovanni Boccaccio- 1313- 1375)* தன்னுடைய சிறந்த நூலான 'டெகமெரான்' *(The Decameron)* படைத்தது. இந்த நூலின் தொடக்கத்தில் ஃப்ளாரென்சில் *(Florence)* மக்கள் பிளேக் நோயால் இறக்கும்போது பத்து இளைஞர்களும், இளைஞிகளும் தூரமாகச் சென்று ஒவ்வொருவரும் ஒவ்வொரு கதையைச் சொன்னார்கள். அந்தத் தொகுப்புதான் 'டெகமெரான்'.

பிளேக்குக்கு யர்சீனியா பெஸ்டிஸ் *(Yersinia pestis- Bacteria)* என்ற நுண்ணுயிரி காரணமென்று 1894 இல் ஹாங்காங்கில் கண்டுபிடிக்கப்பட்டது. அதை எலிகள் மீதிருக்கும் உண்ணிகள் பரப்புகின்றன என்பதையும் விஞ்ஞானிகள் கண்டுபிடித்தார்கள் இன்றும் இந்த நோய் பரப்பும் நுண்ணுயிர் சுமார் 200 வகையான எலிகளில் வசிக்கின்றன. பிளேக் இன்றும் தாக்கலாம். ஆனால் இன்றைய நவீன ஆண்டிபையாடிக், *(Anti-Biotic)* நோய் எதிர்ப்பு சக்திவாய்ந்த மருந்துகளால் பிளேக்கை வெற்றிகரமாக குணப்படுத்த முடியும். ஆனால் சூட்சும உயிரினமான நோயணுக்கள்

மரபுமாற்றம் *(Mutation)* அடைந்து அப்படியான மருந்துகளுக்கு எதிர்ப்பு சக்தியை பெறுகின்றன. அது வேறு விஷயம். ஆனால் 14ஆம் நூற்றாண்டின் 'பிளாக் டெத்' அநேகமாக பூபோனிக் *(Bubonic)*, நியுமோனிக் *(Pneumonic)*, செப்டிசெமிக் *(Septicemic)* பிளேகால் *(Plague)* ஏற்பட்டிருக்கலாம் என்கிறார்கள். அந்த பிளாக் டெத் சமயத்தில் ஐரோப்பாவில் சாவின் தூதனுக்கு ஒரு உருவம் கொடுக்கப்பட்டது. ஒவ்வொரு மதம், பண்பாட்டிலும் சாவை பிரதிநிதிக்க மனித உருவம் கொடுத்திருக்கிறார்கள். அப்போது ஐரோப்பாவில் பிறந்தது 'கிரிம் ரீபர்'; *(Grim Reaper- Lord of Death)* கிரிம் என்றால் கடினமான, கருணையற்ற, கொடூரமான என்றும் ரீபர் என்றால் அறுவடை செய்பவன் என்று பொருள். கிரிம் ரீபர் எலும்புக்கூட்டைப்போல தேகம் கொண்டு, கறுப்பு நிற ஆடை அணிபவன். கையில் நீண்ட அரிவாள் பிடித்திருப்பான். கிரிம் ரீபர் ஆத்மாக்களை அறுவடை செய்பவன். அன்றிலிருந்து மேற்கத்தியப் பண்பாட்டில் சாவைக் குறிக்க கிரிம் ரீபர் ஓவியத்தைப் பயன்படுத்தினார்கள். ஐர்லாந்தில் 1918 நவம்பர் 2 ஐரிஷ் வீக்லி இன்டிபெண்டன்ட் *(Irish Weekly Independent)* பத்திரிகையில் வெளியான கார்டன் ப்ரூஸ்டர் *(Garden Brewster)* இன் கேலிச்சித்திரத்தில் அப்போது வதைத்துக்கொண்டிருந்த 'ஸ்பானிஷ் ஃப்ளூ *(Spanish Flu)* வை கிரிம் ரீபர் போலக் காட்டி அவன் ஊருக்குள் வரும் சத்ருவைப்போல 'த பாசிங் எனிமி' *(The Passing Enemy)* என்ற தலைப்பில் வெளியிட்டது. ஆத்மாக்களை அறுவடை செய்யும் அவன் அரிவாள் மீது 'இன்ஃப்ளுயென்சா' *(Influenza)* என்று எழுதியிருக்கும்.

தூதன் (ஐரிஷ் வீக்லி இண்டிபெண்டன்ட், கார்டன் ப்ரூஸ்டர் 1918

வரலாற்றின் எல்லா நினைவுகளையும் பத்திரிகையாளர்கள் தாக்கல் செய்வதுபோல கேலிச்சித்திரக்காரர்களும் அந்தக் காலத்து நிகழ்வுகளை தங்களுடைய பார்வையில் ஆவணமாக்கிச் செல்கிறார்கள். இன்று கொரோனா காணும் தருணத்தில் ஒவ்வொரு நாளும் உலகில் ஆயிரமாயிரம் கேலிச்சித்திரங்கள் சமூக ஊடகங்களில் காண்கின்றன. 1889இல் ருஷ்ய ஃப்ளூ தருணத்தில் கேலிச்சித்திரங்கள் தொடங்கின.

19ஆம் நூற்றாண்டின் கடைசிப் பகுதியில் (1889-90) ஏஷியாடிக் ஃப்ளூ (Asiatic Flu) அல்லது ருஷ்ய ஃப்ளூ (Russian Flu) உலகில் 10 இலட்சத்திற்கும் அதிகமான மக்களை பலி எடுத்துக்கொண்டது. அப்போதைய ருஷிய அரசின் புகாராவில் (Bukhara) தென்பட்ட இந்த ஃப்ளூ அப்போதைய இரயில் பாதைகள், கப்பல், படகு பயணங்களால் ஆறே நாட்களில் ஐரோப்பாவின் 19 நாடுகளுக்குப் பரவியது. அப்போது அது தொற்றால் பரவுகிறதா இல்லையா என்பதைப்பற்றி, மேலும் அதன் சிகிச்சையைப் பற்றி அரசியல், சமூக வட்டத்தில் பல சர்ச்சைகள் நடந்தன. 1890 ஜனவரி 12 இல் பிரான்சின் பேரிஸின் வினோதப் பத்திரிகை ‘ல கிரெலோ’ பத்திரிகையின் அட்டைப் படத்தில் பெபின் எட்வர்ட் கிலோமி (Pepin Edward Gilomi) யின் ‘எல்லோரும் இன்ஃப்ளூயெஞ்ஜாவால் அவதிப்படுகிறார்கள்’ என்ற தலைப்பில் மர அச்சினால் ஆன கேலிச்சித்திரம் ஒன்று வெளியானது. அதில் ஃப்ளூவால் அவதிப்படும் நோயாளி ஒருவனை மருத்துவர் பிடித்துக்கொண்டு தன் கையில் காகிதம் ஒன்றைப் பிடித்துக்கொண்டிருப்பார். அவர் முன்னால் சாவைக் குறிக்கும் மூன்று எலும்புக்கூடுகள் இசை வாசிக்கும் அதைச் சுற்றி அரசியல்வாதிகள், மருந்துக் கம்பெனிகள் தங்கள் மீது மருத்துகளின் பெயர்களை (கிவிநைன், ஆண்டி பைரிஸ்- Quinine – Anti pyris) எழுதிக்கொண்டு நாட்டியமாடுவார்கள்.

1891இல் பிரிட்டிஷ் பத்திரிகை ‘பஞ்ச்’ இல் ஜே. லீச் (J. Leech) ‘ருஷ்ய ஃப்ளூ’வால் அவதிப்படும் மிஸ்டர் பஞ்ச் நெருப்பிற்கு முன் அமர்ந்து கஞ்சி குடிக்கும் கேலிச்சித்திரம் வரைந்து ‘ஃப்ளூ வந்த முரண் வேடிக்கையல்ல’ என்ற தலைப்பைக் கொடுத்திருந்தார்.

எல்லோரும் இன்ஃப்ளுயெஞ்சாவால் துன்பப்படுகிறார்கள்.
'ல கிரெலோ' பெபின் எட்வர்ட் கிலோமி, 1890

நம் நினைவிற்கு மிகவும் அருகே இருப்பது என்றால் 1918 இல் உலகைத் தாக்கிய அதி தீவிர வைரஸ் நோய் 'ஸ்பானிஷ் ஃப்ளூ' அது 5கோடிக்கும் அதிக மக்களின் உயிரை எடுத்தது. இந்தியாவில் சுமார் 20 இலட்சம் மக்கள் அந்த ஃப்ளூவால் இறந்தார்கள்.

முதல் உலகப்போர் முடிவுறும் தருணமது. அந்த ஃப்ளூவால் உண்டான சாவு நோவுகளைப் பற்றி போர்க்கால தணிக்கையால் இங்கிலாந்திலும் ஐரோப்பாவிலும் அதிகமாகப் பத்திரிகைகளில் பிரசுரமாகவில்லை. ஆனால் போரில் நடுநிலைமை வகித்த ஸ்பெயின் ஃப்ளூவால் தன் நாட்டில் ஏற்பட்ட எல்லா சாவுகளைப் பற்றியும் பிரசுரித்தது. அதுமட்டுமல்ல ஸ்பெயின் அரசன் 13ஆம் அல்ஃபான்சோவின் (Alfanso- XIII) அமைச்சரைவையில் பலரை இந்த ஃப்ளூ தாக்கியிருந்தது. ஸ்பெயின் முதல் உலகப்போரில் நடுநிலைமை வகித்தாலும் அது ஜெர்மனியர்களின் சார்பாக

இருந்தது என்ற வதந்திகள் இருந்தன. பிரிட்டிஷ் மெடிகல் ஜர்னல் இந்த ஃப்ளூ ஸ்பெயினில் முதலில் தாக்கலானது என்று அறிக்கையை வெளியிட்டு இதை 'ஸ்பானிஷ் ஃப்ளூ' என்று அழைத்தது. (தற்போது அமெரிக்க ஜனாதிபதி கொரொனா வைரஸை 'சீன வைரஸ்' என்று அழைத்தார். அதை சீனா எதிர்த்தது)

ஃப்ளூ வேடிக்கை அல்ல
(பஞ்ச், சே லீச் 1891]

அதை நிராகரித்து ஸ்பெயின் எதிர்த்தது. ஜெர்மனியர்கள் அமெரிக்காவின் கிழக்குக் கடற்கரையில் தங்கள் சப்மெரின்களில் இந்த நோய்க் கிருமிகளை அமெரிக்காவிற்கு கொண்டுவந்து பரப்பினார்கள் என்று நியூயார்க் டைம்ஸ் அறிக்கை வெளியிட்டது. ஜெர்மனியின் பாயர் *(Boyar)* மருந்துக் கம்பெனி தான் ஆஸ்டிரிஸ் *(Astiris)* மாத்திரைகள் வழியாக இந்த ஃப்ளூவைப் பரப்புகிறது என்ற வதந்தி பரவியது.

ஜெர்மனியின் 'பியாசிலோ
மரைன் 1918

அந்த நேரத்தில் (அக்டோபர் 10, 1918) பிரெஜிலின் *(Brazil)* 'ஏ கியாரெடா' *(E Gredo)* பத்திரிகையில் வெளியான கட்டுரையில், 'ஸ்பானிஷ் ஃப்ளூவை ஜெர்மனியர்களே உண்டாக்கி தங்கள் நீர்மூழ்கிக் கப்பல்களில் நோயணுக்களை குப்பிகளில் நிறைத்து கடற்கரைகளில் வீசி எறிந்து அவற்றைத் திறப்பவர்களின் வழியாக நோயை எல்லாப் பக்கமும் பரப்பினார்கள். அதன் வழியாக

போரில் நடுநிலைமை வகித்தவர்கள் நோயால் அவதியுற்று அழிந்துபோகட்டும் என்ற நோக்கம் கொண்டது' என்ற தவறான செய்தியை வெளியிட்டது. அத்துடன் வெளியான 'பியாசிலோ மரைன்' *(Bacillo Marine)* என்ற கேலிச்சித்திரம் மரண தூதன் எலும்புக்கூட்டைப்போல சப்மெரினில் *(Submarine)* அமர்ந்து அதன் மீது எண் 13 (அவர்கள் நம்பிக்கையின் அடிப்படையில் அது அசுப எண்) இன் கீழ் ஸ்பானிஷ் ஃப்ளூ என்று எழுதி, அந்த தூதன் பின்னால் நோயணுக்கள் நிரப்பிய பெரிய சிரிஞ்ச் *(Syringe)* இருக்கும்.

இந்த 'ஸ்பானிஷ் ஃப்ளூ' முதல் முதலாக எங்கே தென்பட்டது என்பது உறுதியாகத் தெரியாது; ஆனால் ஸ்பெயினிலிருந்து மட்டுமல்ல என்கிறார்கள் விஞ்ஞானிகள். முதல் உலகப்போரில் சுகாதாரமில்லாமல் சிப்பாய்கள் பலர் நோய் வாய்ப்பட்டார்கள். சில ஆய்வுகள் சொல்வதுபோல கொரோனா வைரஸைப்போல இதுவும் கூட சீனாவின் பறவைகள் வழியாக மனிதர்களிடம் பரவி அங்கே இருந்து புலம் பெயர்ந்த தொழிலாளர்கள் வழியாக இது அமெரிக்காவின் உலகயுத்த சிப்பாய்களின் கேம்ப்களில் கான்ஸாசில் 1918 வசந்த காலத்தில் தென்பட்டு அங்கே இருந்து சிப்பாய்களின் படகு, இரயில் பயணங்களின் வழியாக ஐரோப்பா மற்றும் மற்ற நாடுகளுக்குப் பரவியது என்கிறார்கள்.

உலகத்தின் பல முக்கியமான புள்ளிகளையும் கூட இந்த ஃப்ளூ வாட்டியது. சிலர் அதற்கு பலியானார்கள். மற்றவர்கள் உயிர் தப்பினார்கள். உயிர் பிழைத்த முக்கியமானவர்களில் அமெக்காவின் ஜனாதிபதி வுட்ரோ வில்சன் *(Woodrow Wilson)* பிரிட்டிஷ் பிரதம மந்திரி டேவிட் லாயிட் ஜார்ஜ் *(David Loyd George)* (தற்செயலாக இன்றைய பிரிட்டிஷ் பிரதம மந்திரி போரிஸ் ஜான்சன் *(Boris Johnson)* கூட கொரோனா *(Corona)* நோயிற்கு ஆளாகி தப்பினார்) எழுத்தாளர் ஜான் ஸ்டீன்பெக், *(John Steinbeck)* நடிகை லிலியன் கிஷ் *(Lillian Gish)* வால்ட் டிஸ்னி *(Walt Disney)* போன்றோர். இந்தியாவில் மகாத்மா காந்தியையும் இந்த ஃப்ளூ தாக்கியது.

தொற்று நோய்களைப் பற்றி அதிகமாக அறிவை வளர்த்துக்கொண்ட காலமது. இடைக்காலத்து பிளாக் டெத் தருணத்தில் 19ஆம் நூற்றாண்டுவரை தொற்று நோய் பரவுவதை தெய்வ சாபமென்று நினைத்தார்கள்.

17ஆம் நூற்றாண்டிலேயே நுண்ணுயிரிகளை (Bacteria) கண்டுபிடித்திருந்தார்கள். 1850இல் பிரஞ்சு உயிரியலாளர் (Biologist) லூயி பாஸ்சர் (Louis Pasteur) நூண்ணுயிர் மற்றும் நோய்களுக்கு இடையேயான உறவைக் கண்டுபிடித்தார். சில ஆண்டுகளுக்குப் பிறகு ஜெர்மானிய நுண்ணுயிரியலாளர் (Micro Biologist) ராபர்ட் கோச் (Robert Koch) நவீன தொற்று நோய்களின் 'நுண்ணுயிர் கோட்பாடு' என்ற கருத்தை மக்கள் முன்வைத்து 20ஆம் நூற்றாண்டில் மக்கள் அந்தக் கோட்பாட்டை ஏற்றுக்கொண்டு தாங்கள் அனுபவித்த காலரா, டைபாயிட், காசநோய் போன்ற அனுபவங்களினால் தங்கள் வாழ்க்கையில் சுத்தம், சுகாதாரத்தை பழக்கப் படுத்திக்கொண்டார்கள். ருஷ்யா ஃப்ளூ சமயத்தில் டாக்டர் கோச் மாணவனாக இருந்த ரிச்சர்ட் பீபர் (Richard Pepper) இந்த ஃப்ளூவுக்குக் காரணமான நுண்ணுயிரைக் கண்டுபிடித்திருப்பதாக அறிவித்தார். ஆனால் அது நுண்ணுயிராக இருக்கவில்லை. மேலும் மக்களுக்கு வைரஸ் பற்றி அதிக விவரங்களும் இருக்கவில்லை.

ஓ, மகாத்மாவே நீ யார் என்று சொல்!
லூயிஸ் பாகேரியா 1918

நுண்ணுயிர்களை விடவும் வைரஸ் மிகவும் சிறிதாக இருந்து அப்போதைய நுண்ணோக்கி (Microscope) களில் அவை எளிதாகத் தெரியவில்லை. அவற்றைப் பார்க்காமல் விஞ்ஞானிகள் அவற்றின் வடிவம், செயல்களைப் பற்றி - அவை உயிரணுக்களா அல்லது நஞ்சு நிறைந்த இரசாயனங்களா என்பதைக் குறித்து சர்ச்சை செய்தார்கள்.

அப்படியாக அன்றைய கேலிச்சித்திரக்காரர்கள் ஃப்ளூ உண்டாக்கும் உயிரை புழுவைப்போலவோ அல்லது விவரிக்க முடியாத உயிரணுக்களைப்போலவோ சித்தரித்திருக்கிறார்கள். 1918 ஜூன் 7 ஆம் நாள் ஸ்பெயினின் 'எல் ஸோல்' (El Sol) பத்திரிகையில் வெளியான லூயிஸ் பாகேரியாவின் கேலிச்சித்திரம் விசித்திரமான வடிவம் கொண்ட நோய்க்கிருமிக்கு உயிரியல் அறிஞர்கள் கைகூப்பி வணங்கி 'ஓ மகாத்மாவே, நீ யார்

என்று சொல்!' என்கிறார்கள். அதே தருணத்தில் 'லண்டன் மருத்துவமனையொன்றில் இன்ப்ளூயென்ஜா பியாசிலஸ் *(Influenza Bacillus)* கண்டுபிடிக்கப்பட்டது' என்ற செய்தி பிரிட்டனில் வெளியானபோது 'பஞ்ச்' பத்திரிகையில் வெளியான கேலிச்சித்திரம் ஒன்றில் மருத்துவர்கள், ஆயாக்கள் மற்றும் பலர் அந்த 'பியாசிலஸ்' சை நோயாளிகளின் கட்டிலுக்குக் கீழே இருப்பதுபோலப் பார்த்தார்கள். சிலர் கைகளில் குச்சியைப் பிடித்துக்கொண்டு, தோள்களை மடக்கி அந்த 'பியாசிலஸ்' எலியோ, பெருச்சாளியோ என்பதைப்போல அது வெளியே வந்தால் அடிக்கக் காத்துக்கொண்டிருந்தார்கள். அந்தக் கேலிச்சித்திரத்தை இத்தாலியின் ட்யூரின் *(Turin)* இல் 'லா ஸ்டாம்பா' *(La Stampa)* பத்திரிகை வெளியிட்டது.

Quel che immagina un lettore.... fantasioso dopo aver letto in un giornale il seguente titolo: « Il bacillo dell'influenza è stato scoperto in un ospedale di Londra ».
(*Punch.* Londra).

லண்டன் மருத்துவமனையில் ஃப்ளூ பியாசிலஸ் கண்டுபிடிக்கப்பட்டுள்ளது

ஸ்பெயினில் புகழ்பெற்ற, மக்கள் விரும்பும் மனித பாத்திரம் டான் ஜ்வான் *(Don Juan)* என்பவன். அந்தப் பாத்திரம் முதல் முதலாக இயற்றியது 1630 இல் ஒரு நாடகத்தின் வழியாக. அவன் ஒரு பெண் பித்தன். கண்ட பெண்களுக்குப் பின்னால் அலைபவன். தன் சாகசத்தைப் பற்றி மேலும் மிகையாக எல்லோரிடமும் பெருமை பீற்றிக்கொள்பவன். அப்படியான ஆளுமையைக் கொண்டவனை மனயியலில் 'டான் ஜ்வானிசம்' *(Don Juanism)* என்பார்கள். டான் பெண்களை விரும்பி வீட்டு

மாடிகள், சுவர்களை எளிதாக ஏறி சாகசம் புரிபவன். மேலும் அவன் ஆளுமை வர்ணனைக்கு கிட்டாதது மற்றும் எதிர்பாராதது. 'ஸ்பானிஷ் ஃப்ளூ' தாக்கிய ஸ்பெயின் மக்களுக்கு அதற்குக் காரணம் ஒரு நோய்க் கிருமி என்றபோது அவர்களுக்கு நினைவிற்கு வந்தது டான் ஜ்வான்.

1918, ஜூன் மாதம் ஸ்பானிஷ் பத்திரிகையொன்று ஃப்ளூ பற்றி விவரம் கொடுத்து அதன் தொற்றுக்குக் காரணமாக இருப்பது பீபர் பியாசிலஸ் நோய்க் கிருமி (அப்போது ப்ளூவுக்குக் காரணம் வைரஸ், பேக்டீரியா அல்ல என்பது தெரிந்திருக்கவில்லை) மேலும் அது மிக சிறியதாக இருந்ததால் அதை நுண்ணோக்கியின் வழியாக மட்டுமே பார்க்கமுடியும் என்று செய்தி வெளியிட்டது. அப்போது ஜூன் 6, 1918 'எல் இம்பார்சியல்' *(El Imparcial)* பத்திரிகை சால்வடார் பார்ட்லோஜி *(Salvador Bartolozzi)* என்ற 'தற்பெருமைக்கார நுண்ணுயிர்' என்ற கேலிச்சித்திரத்தை வெளியிட்டது. அந்தச் சித்திரம் நோய்கிருமி டான் ஜ்வான் போல கோட்டுப் போட்டிருந்தது. அதன் கீழே ஒரு நாடகத்தில் அவன் சொல்வதுபோல, 'நான் அரண்மனைச் சுவர்களை ஏறினேன், வீடுகளுக்குள் இறங்கினேன்' என்ற வரி இருந்தது. அப்போது 'ஸ்பானிஷ் ஃப்ளூ' அரச வம்சத்தவர்கள், மந்திரிகள், சாதாரண மக்களுக்கு இடையே வேற்றுமை காட்டாமல் எல்லோரையும் தாக்கியது.

டான் ஜ்வான் போல இருக்கும் 'திமிர் பிடித்த நுண்ணணு – எல் இம்பார்ஷியல், 1918

மரண ஃப்ளூ ஏற்படுத்தும் நோய்க் கிருமியின் பால் பற்றி, என்றால் அது பெண்ணா, ஆணா என்பதைத் தீர்மானிப்பதற்கு ஸ்பெயின் நாட்டவர்களால் முடியவில்லை. அதனால் 1918 நவம்பர்

15 ‘எல்’ எஸ்க்வெல்லா டே ல டொராக்ஸா’ (El Eskewella De La Toraksha) பத்திரிகையில் வெளியான ‘அதிக மதிப்பிற்குரிய’ என்ற தலைப்பின் கீழ் ஒரு கேலிச்சித்திரத்தில் நோய்கிருமி மண்டை ஓடு உடல், பெண்ணின் முலை, வால், தாடியுடன் ஒரு கையில் மரண அரிவாள், மற்றொரு கையில் ‘ஃப்ளூ’ என்று எழுதிய பையைப் பிடித்திருக்கும். அதன் எதிரில் மருத்துவர் நின்றிருப்பார். மற்ற அரசு அதிகாரிகள், ‘நுண்ணுயிரே நாங்கள் உன்னை அடித்துத் துரத்தமாட்டோம். நீயாக விட்டுப்போய்விடுவாய்’ என்பார்கள். அதே பத்திரிகையின் 1919 பிப்ரவரி 28இல் வெளியான ‘த ஃப்ளூ’ தலைப்பின் கேலிச்சித்திரம் அதே நோய்க் கிருமி, குரங்கு முகம், றெக்கை, வால், பெண் முலை, ஆண்குறிகள் இருக்கும் உயிராக இருந்தது.

இடது ஓவியம் : மிகையான மதிப்பி எல் எஸ்க்வெல்லா டே ல டொராக்ஸா 1918.
வலது ஓவியம்: பெண்ணோ ...ஆணோ? எல் எஸ்க்வெல்லா டே ல டொராக்ஸா 1918

பிரிட்டன், ஐரோப்பியர்களை தாக்கிய இன்ஃப்ளூயென்சா காய்ச்சலை ‘ஸ்பானிஷ் ஃப்ளூ’ என்று அழைத்தபோது ஸ்பெயின் நாட்டவர்கள் எதிர்த்தார்கள் என்று அப்போதே சொல்லி இருந்தோம். ஏன் என்றால் ஸ்பெயினுக்கு வரும் முன்பே அந்தக் காய்ச்சல் பிரிட்டன், ஐரோப்பாகளில் அட்டகாசம் செய்திருந்தது. ஸ்பெயின் நாட்டவர்கள் இந்த ஃப்ளூ உண்டாக்கும் நோய்க் கிருமியை அப்போதே தங்கள் நாட்டின் பாராட்டுக்குரிய பாத்திரமான டான் ஜ்வானுடன் ஒப்பிட்டு வடிவங்களை அமைத்திருந்தார்கள். 1918 மார்ச் இல் டான் ஜ்வான் குறித்த ஹோசே செர்ரானோ (Jose Serrano) வடித்த ‘லா கியான்சியோன் டெல் ஒல்விடோ’ (La Cancion del Olvido) என்ற நாட்டிய /

இசை நாடகம் மாட்ரிட் (*Madrid*) இல் முதல் முறையாக அரங்கேற்றப்பட்டது. அது மிகவும் பாராட்டையும் பெற்றது. அதில் வரும் 'நேபல்ஸ் சோல்ஜர்' (*Naples Soldier*) என்ற பாட்டு அதிகமாக விரும்பப்பட்டு ஸ்பெயின் நாட்டவர்கள் அந்தப் பாட்டை முணுமுணுக்கத்தொடங்கினார்கள். அந்தப் பாட்டு அப்போது ஃப்ளூவைப்போலவே வாய் வழியாகப் பரவியதால் அவர்கள் அந்த ஃப்ளூவுக்கு 'நேபல்ஸ் சோல்ஜர்' என்றே பெயர் வைத்தார்கள். கேலிச்சித்திரக்காரக்கள் அதற்கு ஒரு வடிவத்தையும் கொடுத்தார்கள். அந்த ஓவியம் பத்திரிகைகளில் தலையங்கக் கேலிச் சித்திரங்களாகவும், விளம்பரங்ககளிலும், சுவரொட்டிகளிலும் பிரசுரமானது. அப்போது அந்த ஃப்ளூ காற்றில் பரவும் என்பது தெரிந்திருந்தது. *1918* ஜூன் *9* அன்று பிலாங்கோ வை நெக்ரோ (*Blanco Y Negro*) வெளியான மேனுயல் டோவர் சீல்ஸ் (*Manual Tower Seals*) என்பவரின் ஒரு கேலிச்சித்திரத்தில் தெருவோரத்தில் இரண்டு பிச்சைக்காரர்கள் கித்தார் வாசித்துக்கொண்டு நேபல்ஸ் சோல்ஜர் பாட்டைப் பாடிக்கொண்டிருப்பார்கள். அப்போது ஒரு கோட்டு, தொப்பி அணிந்த பணக்காரன் 'அந்தப் பாட்டைக் கேட்டால் நோய் பரவும்' என்று அவர்களிடமிருந்து விலகி ஓடுகிறான்.

நேபல்ஸ் சிப்பாய், பாட்டுக் கேட்டால் நோய் பரவும் – பியாங்கோ வை நெக்ரோ 1918

ÚLTIMA HORA
Sigue presentándose con carácter benigno. Faltan cementerios.

பைப் பிடித்துக்கொண்டு மயானத்தில் 'தற்போதைய செய்தி' வாசிக்கும் நேபல்ஸ் சிப்பாய் – எல் ஃபிகாரோ,1918

நேபலஸ் சிப்பாயுக்கு இராணுவ உடை, தொப்பி, பூட் அணியும் வடிவம் கொடுத்திருந்தார்கள். 1918, செப்டம்பர் 25 இல் 'எல் ஃபிகாரோ (El Figaro) பத்திரிகையில் வெளியான லோரெஞ்ஜோ ஆகுரே (Lorenzo Aguirre- 1884-1942)யின் 'தற்போதைய செய்தி' தலைப்பின் கேலிச்சித்திரத்தில் எலும்புக்கூடு தேகத்துடன், இராணுவ உடை அணிந்த நேபல்ஸ் சோல்ஜர் பைப் பிடித்துக்கொண்டு மயானத்தின் மீது ஓய்வாக அமர்ந்து பத்திரிகை படித்துக்கொண்டிருப்பான். அவன் வரவால் அப்போதே ஸ்பெயின் நகரங்கள் சுடுகாடாகியிருக்கும். அந்த நகரங்களின் பெயர்ப் பலகைகள் சமாதிக்கு அருகே தெரியும். அவன் தன்னால் எத்தனை மரணங்கள் நடந்திருக்கும் என்று வாசித்துக்கொண்டிருக்கலாம் என்பதைப்போல அந்தக் கேலிச்சித்திரம் இருக்கும்.

ஃப்ளூ காற்று, எச்சில், மூச்சு போன்றவற்றிலிருந்து பரவும் என்பது அப்போதே எல்லோருடைய அறிவுக்கும் வந்திருந்ததால் மாஸ்க் அல்லது முகக் கவசம் அணிவது பல நாடுகளில் கட்டாயமாக இருந்தது. 1918 அக்டோபர் 26 அன்று கெனடாவின் 'கியல்கரி ஹெரால்ட்' (Calgary Herald) பத்திரிகையில் வெளியான கேலிச்சித்திரம் மாஸ்க் அணிவதால் ஏற்படும் 'தீங்கு – சிரமம்'

களைப் பற்றி விவரமளித்திருந்தது. அதில் மாஸ்க் அணியும் காதலர்கள் முத்தம் கொடுக்கத் திண்டாடுவது, மதிப்பான பெண் பர்டி வீட்டிற்கு பால் கொடுக்க வரும் மாஸ்க் அணிந்தவனை தன் காதலன் என்று நினைத்துக்கொள்வது, வீட்டிற்கு வந்த புதிய சமையல்காரி மாஸ்க் அணிந்து வரும் வீட்டு எசமானனை திருடன் என்று நினைத்து உருளைக்கட்டையால் அடிப்பது போன்ற சித்திரங்களைப் பிரசுரித்தது.

மாஸ்க் அசௌகரியங்கள் – கியால்கரி ஹெரால்ட் 1918

அமெரிக்காவின் வடக்கு கரோலினா அரசாங்கம் சுகாதாரத் துண்டு பிரசுரத்தில் இரண்டு கேலிச்சித்திரங்களைப் பிரசுரித்தது. முதலாவது, 1000 வடக்கு கரோலினாக்காரர்கள் ஜெர்மனியர்களின் தோட்டாக்களுக்கு இறந்தார்கள் என்று இருந்தால் இரண்டாவதில் 13644 வடக்கு கரோலியனர்கள் 'எச்சில் தொற்று' நோயான இன்ஃப்ளுயெஞ்சாவுக்கு மடிந்தார்கள் என்று தெரிவித்து போரைவிடவும் நோய் எவ்வளவு கொடுமையானது என்ற செய்தியைக் கொடுக்க முயற்சித்தது.

இப்போது கொரோனாவை விலக்கிவைக்க சமுதாய இடைவெளி, தேக இடைவெளியைக் கடைப்பிடிப்பதுபோல வீட்டிலிருந்து வெளியே வராமல், பொதுக்கூட்டங்கள் நடக்காமல் இருக்க எடுக்கும் முடிவுகளைப்போல 1918இல் ஃப்ளு தாக்கத்தின் தருணத்திலும் எடுக்கப்பட்டது.

அருகே வந்து பேசாதே –
போஸ்டர் 1918

போரை விட ஃப்ளு அதிக
கொல்லும் – புலட்டின், 1918

1918 அக்டோபரில் இல்லினாய் (Illinois) மாநில சுகாதாரத் துறையின் சுவரொட்டிகளில் வெளியான கேலிச்சித்திரத்தில் 'என் முகத்திற்கு அருகே உன் முகத்தைக் கொண்டுவந்து பேசவேண்டாம், கைகுலுக்க வேண்டாம், இருமுவதை, தும்முவதை, துப்புவதை உன் கைக்குட்டையில் செய். உனக்கு சளிப் பிடித்திருந்தால் வீட்டிலேயே இரு, வெளியே வரவேண்டாம்' என்று ஒரு மனிதன் ஒரு பலகையில் எழுதி தன் கழுத்தில் தொங்கவிட்டுக்கொண்டிருப்பான்.

1918 அக்டோபரில் நியூயார்க் வொர்ல்ட் (Newyork World) பத்திரிகை மாரிஸ் கெடன் (Morris Ketan) வரைந்த 'ஹவ் டு கெட் அ சீட்' (இடம் பிடிப்பது எப்படி) என்ற கேலிச்சித்திரத்தில் ஒரு கிழவன் மெட்ரோ இரயிலில் பயணிக்கும்போது இடம் இல்லாமல் நின்றிருப்பான். அவன் வேகமாக தும்மியதும் எல்லோரும் 'அவனுக்கு ஸ்பானிஷ் ஃப்ளு இருக்கிறது' என்று சொல்லி உட்கார்ந்திருந்த இடத்தை விட்டு எழுந்து தூர விலகிப்போவார்கள். அங்கே அமர்ந்த கிழவன் 'இது எனக்கு ஒரு வரம், நான் வேண்டும்போது தும்மலாம்' என்பான்.

தும்மினால் இடம் கிடைக்கும் – நியூயார்க் வொர்ல்ட், 1918

இப்போதும் நம்மில் பலர் கொரோனா காய்ச்சலுக்கு கோ மூத்திரம் குடிப்பதாலும், வெங்காயம், பூண்டு உண்பாதாலும் குணப்படுத்தலாம் என்று நம்பி இருக்கிறார்கள். சிலர் பொது இடத்திலும் கோ மூத்திரம் குடித்தார்கள். 1918 ஃப்ளூ தருணத்தில் அதன் நோய்க் கிருமி கூட எது என்று சரியாகத் தெரிந்திருக்கவில்லை. அதனால் அதற்கான சிகிச்சை மிகவும் சிரமமாக இருந்தது. அப்போதும் சிலர் வெங்காயம், பூண்டு தின்றால் குணமாகும் என்று நம்பி இருந்தார்கள். பேருந்தில் பயணிக்கும் போது அவற்றை அதிகமாகத் தின்ற ஒரு மனிதனின் அருகில் அமர்ந்திருந்தவர் அவனிடமிருந்து வெளிப்படும் துர்நாற்றத்திற்கு தூரமாக விலகிப்போகும் கேலிச்சித்திரமொன்று 1918 நவம்பர் 10 சிகாகோ டிரிபியூனல் *(Chicago Trubunal)* பத்திரிகையில் ஃபிராங்க் கிங் *(Frank King)* வரைந்திருந்தார்.

இன்று அறிவியல் மிகவும் வளர்ச்சியடைந்திருக்கிறது. கொரோனா வைரஸுக்கு தடுப்பு ஊசி இன்றல்ல நாளை கண்டுபிடிக்கப்படும். அதுவரை நாம் 1918 ஃப்ளூ தருணத்தில் கடைப்பிடித்த சமூக இடைவெளி, சுகாதாரம் போன்றவற்றை அனுசரிக்க வேண்டும். அப்போது ஃப்ளூவுக்கு இலட்சக்கணக்கான மக்கள் பலியாகி இருந்தார்கள். அதற்கு ஏற்ற சிகிச்சை இல்லாமல் மருத்துவ உலகம் தத்தளித்திருந்தது. பல மருத்துவ சிகிச்சைகளைப் பற்றி

பத்திரிகைகளில் செய்திகள் பிரசுரிக்கப்பட்டன. அவற்றைப் பற்றி மருத்துவர்களுக்கு ஒருமித்த கருத்து இருக்கவில்லை. 1918 அக்டோபர் 5 இல் பிரெஜிலின் 'பான் பான்' பத்திரிகையில் வெளியான கேலிச்சித்திரத்தில் ஒரு மனிதன் மருத்துவரைப் பார்த்து 'பாருங்க டாக்டர், ஸ்பானிஷ் ஃப்ளூ வராமல் தடுக்க எந்த வழிமுறைகளும் இல்லையா?' என்று கேட்பான். அதற்கு மருத்துவர், 'உறுதியாக இருக்கிறது. அதில் நல்ல விளைவுகளை ஏற்படுத்துவது, பத்திரிகைகளைப் படிக்காமல் இருப்பது' என்பார். இன்று நாமும் கொரொனாவைக் குறித்து 'வேடிக்கையான – பயங்கரமான' காட்சிகளைக் காட்டும் தொலைக்காட்சிகளைப் பார்ப்பது, புரளிகளைப் பரப்புவது, வாட்ஸப் செய்திகளைப் படிப்பது போன்றவற்றை நிறுத்தினால் கொரொனாவை விலக்கிவைக்கலாம்.

- Look, doctor, isn't there any means of prevention against the Spanish flu?
- But of course! There's a great one: just don't read the papers...
Fon-Fon, no. 40, Oct. 5, 1918, p. 32.

இடது ஓவியம்: ஃப்ளூ குணமாக வெங்காயம், பூண்டு தின்றிருக்கிறான் – சிகாகோ ட்ரிப்யூன் 1918. வலது ஓவியம்: ஃப்ளூ குணமடைய பத்திரிகை படிப்பதை நிறுத்து – பான் பான் 1918

(க்வாரன்டீன் (Quarantine) என்ற சொல் முதல் முதலாக 15ஆம் நூற்றாண்டின் தொடக்கத்தில் இத்தாலியின் வெனிஸ் நகரில் புழக்கத்திற்கு வந்தது. கிவாரண்டைன் என்றால் நோயுற்றவரை நாற்பது நாட்களுக்கு மற்றவர்களுக்கு அது பரவாமல் தனிமைப்படுத்தி வைப்பது என்பது பொருள்.)

4. காந்தியும் கேலிச்சித்திரமும்

2004இல் அப்போது அமெரிக்காவின் ஹிலரி கிளிண்டன் (Hillary Clinton) நன்கொடை வசூல் செய்யும் ஒரு நிகழ்ச்சியில் காந்தியைப் பற்றி வேடிக்கையாக பேசும்போது 'அவர் இங்கே செனட் லூயி (Saint Louis)யில் பெட்ரோல் பங்க் நடத்திக்கொண்டிருந்தார்' என்று சொன்னார். மக்கள் சிரிப்பு குறைந்த பிறகு 'இல்லை, மகாத்மா காந்தி 20 ஆம் நூற்றாண்டு கண்ட மாபெரும் தலைவன்' என்று தன் கிண்டலை இல்லாமல் செய்தார். ஆனால் காந்தி அப்போது இருந்திருந்தாலும், யாராவது அவரைக் கேலி, கிண்டல் அல்லது வேடிக்கை செய்திருந்தாலும் அவர் கோபித்துக் கொண்டிருக்கமாட்டார் என்பதை வரலாறு சொல்கிறது. இந்தத் தருணத்தில் காந்தி சொல்லி இருக்கும் 'என் அனுமதி இல்லாமல் யாரும் என்னை அவமானம் செய்ய முடியாது' என்ற வார்த்தை மேலும் 1928இல் சொன்ன 'என்னிடம் நகைச்சுவை இல்லை என்றால் நான் எப்போதோ தற்கொலை செய்துகொண்டிருப்பேன்' என்ற பேச்சுக்கள் அவருடைய ஆளுமையை அறிமுகம் செய்வதில் மிகவும் முக்கியப் பங்கை வகிக்கிறது.

மகாத்மா காந்தி என்றவுடன் அவருடைய கம்பீரமான முகம், ஒத்துழையாமையையும், அகிம்சையையும் ஆயுதமாகக் கொண்ட வாழ்க்கைப் போராட்டம் நினைவிற்கு வந்து காந்தியின் இயல்பு அதுதான் என்பதைப் பலர் அறிவார்கள். ஆனால் காந்தியின் வேடிக்கையான மனோபாவம், எல்லோரையும் சிரிக்கவைத்துச் சிரிக்கும் பேச்சுத் திறன் இவை அவருடைய சுதந்திரப் போராட்டச் சிரமங்களை எதிர்க்க உதவியது என்கிறார்கள், அவரை அருகிலிருந்து பார்த்தவர்கள். தனது இளமையில் தென் ஆப்பிரிக்காவுக்கு வக்கீலாகப் போய் அங்கே

சமூக உரிமைகளுக்காகப் போராடும்போதே அவருடைய நகைச்சுவை மனநிலையைப் பார்த்தவர்கள் இருக்கிறார்கள். தென் ஆப்பிரிக்காவில் கிருஸ்துவ முறையில் திருமணம் செய்துகொள்ளாதவர்கள் கணவன் மனைவியே அல்ல என்ற சட்டம் வந்தபோது காந்தி தன் மனைவி கஸ்தூரிபாவிடம், 'இத்தனை நாள் நீ என் மனைவியாக இருந்தாய், இப்போது என் வெப்பாட்டி' என்று கிண்டல் செய்திருந்தார். ஒருமுறை பத்திரிகை நிருபர் ஒருவர் 'நீங்கள் எதற்காக எப்போதும் இரயிலில் மூன்றாம் வகுப்பில் பயணம் செய்கிறீர்கள்?' என்று கேட்டதற்கு 'என்ன செய்ய? நான்காம் வகுப்பு இல்லையே?' என்று கேட்டார். ஒருமுறை அவர் தன்னை, 'நான் அகிம்சைப் படையின் கமாண்டர்' என்று சொல்லியிருந்தார்.

காந்தியை அருகிலிருந்து பார்த்தவர்கள், அவருடன் பழகியவர்கள் அவருடைய நகைச்சுவை உணர்வை அறிந்தவர்கள். எந்த கம்பீரமான சர்ச்சை நடக்கும் சபையில் பங்கேற்றாலும் வெளியே வரும்போது சிரித்த முகத்துடன் இருப்பார். வெளியே காத்திருக்கும் நிருபர்களிடம் வேடிக்கையாகப் பேசுவார். காந்தியின் நகைச்சுவை மகிழ்ச்சிகரமான, உற்சாகமான ஒன்று என்று சரோஜினி நாயுடு அதில் நேரடியான நையாண்டி இருந்தாலும் மற்றவரை மனம் வருந்தச் செய்யும் எண்ணம் இருப்பதில்லை என்று கூறியிருக்கிறார்.

காந்தியின் நையாண்டி குணத்தைப் பற்றி ஒருமுறை ரவீந்திரநாத தாகூர் 'அவர் ஒரு சுதந்திர ஆன்மா, அவர் கழுத்தை நெறித்தால், அவர் அழமாட்டார் என்ற நம்பிக்கை எனக்கு இருக்கிறது. அவர் தன் கழுத்தை நெறிப்பவனைப் பார்த்து சிரிக்கலாம். அவர் இறக்கும்போது சிரித்துக்கொண்டே இறப்பார்' என்று கூறியிருந்தார். காந்தியின் சிரிப்பு தெளிந்த நீரைப்போல சுத்தமானது. அவரிடம் அப்படி ஒரு அமைதி இருந்தது. அவர் ஆளுமை இயல்பானது. அவர் மனதில் குழப்பங்கள் கிடையாது.

கேலிச்சித்திரங்களில் காந்தி

அரசியல் கேலிச்சித்திரங்கள் தொடக்கத்திலிருந்து அரசியல் செய்திகளை விரைவாகவும், சுருக்கமாகவும், நேரடியாகவும் வாசிப்பவர்களிடம் சேர்க்கும் மிகவும் வலுவான ஆயுதமாக இருக்கிறது. காந்தி தனது சமூக, அரசியல் வாழ்க்கையை

தொடங்கியதிலிருந்து கேலிச்சித்திரத்திற்கு மிகவும் நல்ல பொருளாக இருந்தார். சுதந்திரத்திற்கு முன்பு காந்தியின் அகிம்சைப் போராட்டம், அவருடைய அரைகுறை ஆடை, அவருடைய சத்தியாகிரகம், ஒத்துழையாமைப் போராட்டம் போன்றவை கேலிச்சித்திர ஓவியர்களுக்கு நகைச்சுவைப் பொருளாக இருந்தன. தற்போதைய சில அரசியல்வாதிகள் கோபித்துக்கொள்வதுபோல தான் கேலிச்சித்திரத்திற்குப் பொருளான போதெல்லாம் காந்தி என்றும் பொறுமை இழக்கவோ, கோபிக்கவோ கிடையாது.

காந்திக்கும் – கேலிச்சித்திரத்திற்கும் உறவு தொடங்கியது 1893இல் அவர் தென்னாப்பிரிக்காவில் வசிக்கத் தொடங்கியபோது. தென் ஆப்பிரிக்காவில் 1903 இல் இருந்து 1914 வரை காந்தி 'இண்டியன் ஒபீனியன்' என்ற பன்மொழி நாளிதழை தொடங்கினார். காந்தி கேலிச்சித்திரங்களில் தானே பொருளாகும் முன்பு இண்டியன் ஒபீனியன் பத்திரிகையில் கேலிச்சித்திரங்களைப் பற்றி வியாக்கியானங்களைத் தொடங்கினார். அநேகமாக தென் ஆப்பிரிக்காவின் அந்தப் பத்திரிகையில் இந்தியாவுக்கு சம்பந்தப்பட்ட அரசியல் கேலிச்சித்திரங்களை விவரித்துச் சொல்லும் முதல் முயற்சி என்று அதைச் சொல்லலாம். அந்த முயற்சிக்குப் பின்னால் வாசிப்பாளர்கள் காலனி அரசியலை புரிந்துகொள்ள திறனும், பண்பாட்டு முதலீட்டின் தேவையும் இருக்கிறது என்று காந்தி கருதினார்.

இங்கிலாந்தில் பேரிஸ்டர் பதவியை முடித்துக்கொண்டு மும்பையில் வக்கீல் தொழிலில் தோல்வியடைந்த தருணத்தில் அவருக்குத் தென் ஆப்பிரிக்காவில் குஜராத் மூலத்து கட்சிக்காரர்களை பிரதிநிதிக்கும் வாய்ப்பு வந்து காந்தி தென் ஆப்பிரிக்காவுக்குப் புறப்பட்டார். அங்கே நதால் (Natal) நகரத்திற்கு வலசை வந்த இந்தியர்களுக்கும், வேலைக்கார ஐரோப்பியர்களுக்கும் இடையே கலவரம் இருந்தது. காந்தி தென் ஆப்பிராக்காவில் ஆங்கிலேயர்களின் ஆதிக்கத்திற்கு எதிராகவும், இந்தியாவிலிருந்து புலம் பெயர்ந்தவர்களின் சார்பாகவும், அவர்களின் உரிமைப் போராட்டங்களுக்கு துணையாகவும் நின்றார். போராட்டத்திற்குத் தேவையானது உடல் வலுவல்ல, பதிலுக்குத் தேவை மன உறுதி என்பதை அறிந்துகொண்ட

காந்தி மனதில் அகிம்சை, ஒத்துழையாமை என்ற போராட்ட ஆயுதங்களின் கற்பனை அப்போது துளிர்விடத்தொடங்கியது.

காந்தியின் அரசியல் செயல்பாடுகள் தொடங்கிய தருணத்தில் நாளிதழ்களின் கேலிச்சித்திரங்களிலும் காந்தி ஒரு தனிப்பட்ட வியாக்கியான காரியத் தந்திரத்தை கண்டுகொண்டார். கேலிச்சித்திரங்களில் உண்மை அடங்கியிருக்கும் என்று கருதிய அவர், அதைப் புரிந்துகொள்பவருக்கு மட்டுமே விளங்கும், அதனால் அதை அநேகமாக ஆங்கிலம் புரியாத தென் ஆப்பிரிக்காவுக்கு புலம் பெயர்ந்து வந்த இந்தியர்களுக்கு அந்த உண்மையில் இருக்கும் அரசியல் செய்தியை சேர்க்கும் செயலை நிர்வகிக்கவேண்டும் என்று முடிவு செய்தார்.

இந்தியன் நதால் காங்கிரஸ் தலைவரான எம்.எச். நஜர், அச்சகத்தின் முதலாளியான மதன்ஜித் மற்றும் காந்தியும் இணைந்து 1903 இல் 'இண்டியன் ஒபீனியன்' பத்திரிகையைத் தொடங்கினார்கள். மேலும் அது ஆங்கிலம், ஹிந்தி, குஜராத்தி மற்றும் தமிழ் மொழிகளின் நான்மொழி பத்திரிகையானது. மற்ற கட்டுரைகளுடன் காந்தி புலம் பெயர்ந்த இந்தியர்களுக்கு அரசியல் அறிவு கொடுப்பதற்காக முதல் முதலாக அந்தப் பத்திரிகையில் அரசியல் கேலிச்சித்திரங்களின் பகுப்பாய்வையும், வரையறைகளையும் கொடுக்கத் தொடங்கினார். 1907 இல் தன் வாசகர்களுக்கு எழுதிய குறிப்பு ஒன்றில், 'நாம் மொழிக்கு மதிப்புக் கொடுக்கும் முதல் காரியமாக உங்கள் தாய்மொழியை அதிகமாகப் பயன்படுத்துங்கள். முடிந்த அளவிற்கு அதில் வேறு மொழிகளின் வார்த்தைகளைத் தவிர்க்கவும்; அதுவும் நாட்டுப் பற்றுதான். இந்த அடுத்த சொற்களுக்கு குஜராத்தியில் இணையான சொற்கள் தெரியாததால் அவற்றை அப்படியே பயன்படுத்துகிறோம்; *Passive Resistance, Passive Resister, Cartoon, Civil Disobedience.* இந்தச் சொற்களுக்கு குஜராத்தியில் இணையான சொற்கள் யாருக்காவது தெரிந்திருந்தால் தெரிவிக்கவும். அவற்றைப் பிரசுரிக்கும்போது அந்தச் சொற்களை குறிப்பிட்டவரின் பெயரையும் வெளியிடப்படும்' என்று எழுதினார். என்றால் 'கார்ட்டூன்' என்பது சத்தியாகிரகம், ஒத்துழையாமையின் ஆயுதம் என்பது அவருக்கு புரிந்திருக்கிறது. இண்டியன் ஒபீனியன் பத்திரிகையில் கேலிச்சித்திரங்களின் சொற்களுக்கு பொருளைக் கொடுத்தால் மட்டும் போதாது என்று அவற்றைப் பற்றி நீண்ட

விளக்கத்தையும் தரத் தொடங்கினார். அப்படி ஒரு விளக்கத்தின் சுருக்கமான வடிவம் இங்கே இருக்கிறது:

'த நியூ ஏஜ்' (The New Age) என்ற ஆங்கிலப் பத்திரிகை அந்த விஷயத்தைக் குறித்து ஒரு கேலிச்சித்திரம் ஒன்றை வெளியிட்டிருக்கிறது. அதை நாங்கள் இந்த இதழில் மறு அச்சு செய்கிறோம். அதில் ஒரு படை முன்னால் நடக்க அதற்குப் பின்னால் ஒரு பயங்கர உருவத்தின் சேனாதிபதியின் உருவம் ஒன்றும் கூடவே நடக்கிறது. அந்த பயங்கரமான உருவம் துப்பாக்கியொன்றை ஏந்தி அது புகை கக்குகிறது. அதன் தலை மீது ஒரு பீரங்கி இருக்கிறது. அது அணிந்திருக்கும் பதக்கத்தின் மீது மண்டையோடு ஓவியம் இருக்கிறது. கையில் இரத்தம் கசியும் வாள் இருக்கிறது..... இந்த ஓவியத்தை 'நாகரிகத்தின் முன்னணி' என்று அழைக்கப்பட்டிருக்கிறது. இந்த விவரங்களைப் படிப்பவர்கள் யாராக இருந்தாலும் அவர்கள் கவலைப்படாமல் இருக்க முடியாது. மேற்கத்திய நாகரிகம் கொடுமையானது என்பதும், அந்தக் கேலிச்சித்திரத்தில் இருக்கும் மனிதனின் முகம் அவனைவிடக் கொடூரம் என்பதும் நம் அறிவுக்கு வராமல் போகாது.... அந்த கேலிச்சித்திரம் நம் வாசகரின் கவனத்தை ஈர்த்து அவர்களுக்கு சத்தியாகிரகம் என்ற தெய்வீக ஒளியை அறிமுகம் செய்ய விரும்புகிறோம். நாகரிகத்தின் பொருளைக் கொடுக்கும் மேலிருக்கும் ஓவியத்தைப் பாருங்கள், செல்வம் மற்றும் உலக சுகங்களை அடையும் பேராசையால் நின்றிருக்கும் பசித்த ஓநாய்களைப்போல பயங்கரமான உருவம். மற்றொரு பக்கம் பாருங்கள், சத்தியாகிரகம் செய்யும் ஒருவன் சத்தியத்திற்கு விசுவாசமாக, ஆன்மிகமே தன் வடிவமாக கடவுள் கட்டளையை பணிவுடன் கடைப்பிடிக்க கொடுமைக்காரர்கள் அடிக்கும் வலிக்கு மன உறுதியை இழக்காமல், நெஞ்சை நிமிர்த்தி, புன்னகை மாறாமல், ஒரு சொட்டு கண்ணீரும் சிந்தாமல் நின்றிருக்கிறான். இந்த இரண்டு ஓவியங்களில் வாசகர்களைக் கவருவது எது? சத்தியாகிரகம் செய்பவனின் ஓவியம் மனித குலத்தின் மனதைத் தட்டுகிறது. மேலும் அவன் துன்பம் அதிகமாக அதன் விளைவும் அதிக தீவிரமாகும் என்பதில் எங்களுக்கு எந்த சந்தேகமும் இல்லை. இந்தக் கேலிச்சித்திரத்தைப் பார்ப்பவர்கள் யாராகவே இருக்கட்டும், அவர் மனதில் சத்தியாகிரகம் மட்டுமே மானுட சுதந்திரத்தையும் பலத்தையும் கொடுக்கும் என்ற எண்ணத்தை ஏற்படுத்தாமல் இருக்க முடியாது அல்லவா?'

அந்த பத்திரிகையில் சத்யாகிரகியின் படம் இல்லை என்றாலும், அதைக் கற்பித்துக்கொள்ளும் பொறுப்பை வாசகனுக்கு விடுகிறார். இங்கே காந்தி மற்றொரு செயலை அனுசரிக்கிறார். ஆங்கிலத்தில் அப்படியான கேலிச்சித்திர வியாக்கியானத்தை சுருக்கமாகக் கொடுத்திருந்தால் குஜராத்தி மொழியில் அவற்றின் விவரம் நீளமாகவும் தூண்டுதல் அளிக்கக்கூடியதாகவும் இருக்கும். ஆங்கிலத்தில் படிக்கும் பிரிட்டீஷார்களுக்கு மற்ற மொழிகளில் என்ன இருக்கிறது என்று தெரிவதில்லை. கேலிச்சித்திரத்தின் வழியாக வாசிப்பவர்கள் வெள்ளையர்களின் மனதிற்குள் எட்டிப்பார்க்கும்படி குறிப்பிடுகிறார். காந்தி இந்த வியாக்கியானத்தின் வழியாக கேலிச்சித்திரம் என்பது ஒரு அரசியல் செயல் மேலும் வாசிப்பவர்கள் அதை கவனிக்க வேண்டும் என்பதை குறிப்பிடுவதுபோல நவீன நாகரிகத்திற்கு எதிராக சத்தியாகிரகத்தை தன் வழியில் மேற்குக்கு எதிராக கிழக்கை நிறுத்தும் முயற்சியைச் செய்கிறார்.

இப்படியான செயலை அவர் ஆங்கில விவரங்களில் செய்வதில்லை. இது தென் ஆப்பிரிக்காவில் புலம் பெயர்ந்தவர்கள், பழங்குடிகள் இருவரையும் கண்காணிக்கும் ஆங்கிலேயர்களை வழி தவறச் செய்யும் செயலாகவும் இருந்தது. ஆங்கிலப் பத்திரிகைகளில் வெளியாகும் கேலிச்சித்திரங்களை மறுஅச்சு செய்து விவரங்களுடன் இந்தியப் பத்திரிகைகளிலும், 'ஹிந்தி பஞ்ச்' பத்திரிகையிலும் வெளியாகும் கேலிச்சித்திரங்களை சேர்த்தே பிரசுரித்து விவரமளிப்பார். தன் பொதுக்கூட்டங்களிலும் தான் விவரமளித்த கேலிச்சித்திரங்களை பற்றிப் பேசுவார்.

அந்தத் தருணத்தில்தான் முதல் முதலாக காந்தி கேலிச்சித்திரங்களின் பொருளாக ஆகத்தொடங்கினார். அவருடைய சத்தியாகிரக, ஒத்துழையாமை போராட்டங்கள் மிகவும் பிரபலமான ஆயுதமானது. அவருடைய இந்த எதிர்ப்பு வழிகளை கேலிச்சித்திரங்களின் பொருளாகத் தொடங்கின. 1906 இல் தென் ஆப்பிரிக்காவில் டிரான்ஸ்வால் *(Transvaal – is a historical geographical term associated with land north of the Vall river in South Africa)* பகுதியை தன் சுயாட்சியின் காலனியாக ஆக்கிக்கொண்டது. அந்த அரசாங்கத்தின் தலைவர்களான ஜெனரல் போதா, *(General Louis Botha)* ஜெனரல் ஸ்மட்ஸ் *(General Jan Smuts)*.

Passive resistance in Transvaal

அங்கே இந்தியர்களையும் மற்ற கிழக்கு நாட்டவரையும் வராமல் தடுக்கும் சட்டத்தைக் கொண்டுவர முயன்ற போது காந்தி சத்தியாகிரகம் செய்து எதிர்த்தார். அந்த எதிர்ப்பை இங்கிலாந்தின் 'சண்டே டைம்ஸ்' (Sunday Times) ஒரு கேலிச்சித்திரமாகப் பிரசுரித்தது. இந்திய சமூகம் யானையைப்போல இருந்து யானைப் பாகனாக காந்தி இருந்தார். ஜெனரல் ஸ்மட்ஸ் 'நுழைவு நிர்ப்பந்தம்' சட்டமாக இருப்பதால் ஸ்டீம் ரோலர் (Steam Roller) கொண்டு இந்திய சமுதாயத்தை தரைமட்டமாக்கப் புறப்பட்ட ஓவியமாக இருந்தது. அந்த ஓவியத்தில் பின்னாலிருந்து ரோலர் இடிக்க, 'கிச்சுக்கிச்சு மூட்டவேண்டாம் ஜான்' என்று யானை ஸ்மட்ஸுக்கு சொல்கிறது. அதே கேலிச்சித்திரத்தை காந்தி 'இந்தியன் ஒபினியன்' (Indian Opinion) இல் தன் விவரத்துடன் அச்சிட்டிருந்தார். சண்டே டைம்ஸ் (Sunday Times) பத்திரிகையின் ஆசிரியர் இந்தியருக்கு எதிராக இருந்தாலும் கூட அவருடைய கேலிச்சித்திரக்காரர் தங்கள் போராட்டத்திற்கு அற்புதமாக ஆதரவு அளிக்கிறார்' என்று தன் விவரத்தில் எழுதியிருந்தார்.

தென் ஆப்பிரிக்காவில் காந்தி 1893இல் இருந்து 1914 வரை நடத்திய போராட்டங்களின் காலத்தில் அவரைப் பற்றி பல கேலிச்சித்திரங்கள் வெளிவந்தன.

என்னைக் கைது செய்யுங்கள்.
டிரான்ஸ்வால் பெரும் உருவனாகளுக்கு
முன் நெஞ்சை நிமிர்த்தி நிற்கும் காந்தி

டிரான்ஸ்வால் வலசை நிர்ப்பந்தச் சட்டத்தின் விளைவாக பல இந்திய மற்றும் ஆசியாவின் சிறு வியாபாரிகள் மிகவும் நட்டமடைந்தார்கள். அப்போது காந்தியின் சத்தியாகிரகப் போராட்டப் பகுதியாக அந்த சிறு வணிகர்கள் அனுமதி இல்லாமல் தெரு ஓரங்களில் பொருட்களை விற்கத் தொடங்கினார்கள். அப்போது பிரிட்டனின் 'த ஸ்டார்' (The Star) பத்திரிகையில் வெளியான கேலிச்சித்திரத்தில் பெரும் உருவமாக நின்றிருக்கும் ஜெனரல் போத், மற்ற போயர் (Boyar) தலைவர்களுக்கு முன்னால் குள்ளமான காந்தி நெஞ்சை நிமிர்த்தி நின்றுகொண்டு சிறு வணிகர்களை கைது செய்வதற்கு பதிலாக என்னை கைது செய்யுங்கள் என்று சொல்கிறார்.

என் மார்பில்
தோட்டாவைப் பாய்ச்சு
– ரியாண்ட் டெய்லி
மெயில் 1909

1907 தென் ஆப்பிரிக்காவின் 'ர்யாண்ட் டெய்லி மெயில்' *(Ryand Daily Mail)* இல் வெளியான கேலிச்சித்திரம் காந்தியின் ஆளுமையை வெளிப்படுத்தும் மார்மிகமான சித்திரமாக இருந்து அதில் ஏஷியாடிக் உச்ச கட்டளை துப்பாக்கி ஏந்தி இருக்கும் அரசாங்கத்திற்கு மிகத் தாழ்மையுடன் நின்றிருக்கும் காந்தி கண்ணை மூடிக்கொண்டு தோட்டாவை என் மீது பாய்ச்சு என்று சொல்வதுபோல நெஞ்சின் மீது கைவைத்திருப்பார். ஆனால் துப்பாக்கியை சுடப் புறப்பட்ட அரசாங்கம் குழப்பமடைந்து துப்பாக்கி தரையைப் பார்க்க நின்றிருக்கும்.

இந்தியாவில் காந்தியின் சுதந்திரப் போராட்டம் தொடங்கிய பிறகும் காந்தியைப் பற்றி நூற்றுக்கணக்கான கேலிச்சித்திரங்கள் வெளிவந்தன. காந்தி 1931 இல் பிரிட்டனில் இரண்டாவது வட்டமேசை கூட்டத்திற்குப் போனார். அப்போது காந்தி 'மகாத்மா'வாக உலகப் புகழ் அடைந்திருந்தார். லண்டனில் அப்போது சார்ல்ஸ் சாப்லின் *(Charles Chaplin)* புகழ்வாய்ந்த கேலிச்சித்திரக்காரரான டேவிட் லோ *(David Low)* வை சந்தித்தார். காந்தி டேவிட் லோவின் கேலிச்சித்திரங்களுக்கு மிகவும் தேர்ந்த பொருளாக இருந்தார். காந்தியை பேட்டி காண இந்தியாவுக்கும் வந்திருந்தார். ஒருமுறை பேட்டி கண்டு முடித்த பிறகு காந்தி தன் ஆட்டிற்கு தீவனம் போடும்போது வேடிக்கையாக 'என் ஆட்டை பேட்டி எடுப்பீர்களா லோ?' என்று கேட்டார்.

காந்தி ஆட்டுப்பால் குடிப்பது இங்கிலாந்திலும் செய்தியானது. காந்தியின் இந்தப் பழக்கத்தை கிண்டல் செய்பவர்கள் பலபேர் இருந்தார்கள். வட்ட மேசை கூட்டத்திற்கு காந்தி புறப்படத் தயாரானபோது லண்டனின் 'டெய்லி மெயில்' *(Daily Mail)* இன் ஃபாய் *(Fay)* என்ற கேலிச்சித்திரக்காரர் ஆடுகள் தங்களை லண்டனுக்கு அழைத்துச் செல்ல நச்சரிப்பதைப்போல கேலிச்சித்திரம் வெளியிட்டார்.

அந்த கேலிச்சித்திர தலைப்பு கவிதை வடிவில் இருந்து அதில் பழைய இங்கிலாந்தைப் பார்க்க ஆர்வத்துடன் இருக்கும் ஆடுகளை ஏமாற்றிவிடாதீர்கள், நீங்கள் வர முடியாவிட்டாலும் உங்கள் ஆடுகளை அனுப்பி வையுங்கள், நாங்கள் வரவேற்கிறோம் என்று இருந்தது.

காந்தி மற்றும் ஆடுகள்- டெய்லி மெயில்- 1930

கோவணம் மட்டுமே சொத்து. சுங்க அதிகாரிகள் காந்தியின் பொருட்களை பரிசோதிப்பது –லைஃப் -1930

அதே போல அவர் உடுத்தும் ஆடையும் கேலிச்சித்திரக்காரர்களுக்குப் பொருளானது. அவர் இங்கிலாந்திற்குப் புறப்படும் தருணத்தில் அமெரிக்காவின் 'லைஃப்' (Life) பத்திரிகையில் வெளியான சித்திரம் ஒன்றில் சுங்க அதிகாரிகள் காந்தியின் பெரிய பெட்டியை பரிசோதனைக்காகத் திறக்கும் போது அதில் கோவணம் மட்டும் இருப்பதைப் பார்த்து குழம்பிப்போகிறார்கள்.

உண்மையாகவும் சில நாட்களுக்கு முன் ஃபிரான்ஸ் இன் மார்சைல் (Marseille) இல் சுங்க அதிகாரிகள் பெட்டியில் என்ன இருக்கிறது தெரிவியுங்கள் என்று கேட்டபோது 'நான் ஒரு ஏழை ஊர்சுற்றி. என் சொத்து ஆறு ராட்டை, சிறைச்சாலையின் சில பாத்திரங்கள், ஒரு கியான் ஆட்டுப்பால், ஆறு நூற்ற கோவணங்கள், துண்டுகள், கொஞ்சம் கௌரவம் - அவை எல்லாம் ஒன்றும் பெரும் விலை உயர்ந்தவை அல்ல விடுங்கள்' என்று கூறியிருந்தார்!

காந்தி வட்ட மேசை மாநாட்டிற்குப் போகும்போது பத்திரிகையாளர் ஒருவர், 'காந்தீஜி, இந்த அரைகுறை ஆடை உடுத்திக்கொண்டே நீங்கள் அரசன் ஜார்ஜை சந்திக்கப் போகிறீர்களா?' என்று கேட்டபோது, 'என் ஆடையைப் பற்றிக் கவலைப்பட வேண்டாம். அரசரிடம் எங்கள் இருவருக்கும் போதுமான அளவுக்கு ஆடைகள் இருக்கின்றன' என்று கூறினாராம். கிங் ஜார்ஜ் மற்றும் அரைகுறை ஆடை உடுத்திய காந்தியின் சந்திப்பு கேலிச்சித்திரக்காரர்களுக்கு ஆர்வமான செய்தியாக இருந்தது. மேலும் அதைக் குறித்து அப்போது இங்கிலாந்தில் பல கேலிச்சித்திரங்கள் வெளியாயின.

அரைகுறை ஆடையில் காந்தி மற்றும் கிங் ஜார்ஜ் சந்திப்பு

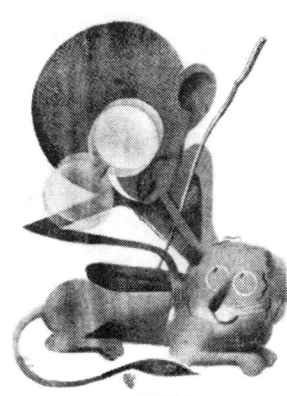

SALTING THE TAIL

காந்தி 1930இல் தண்டி யாத்திரை புறப்பட்டு உப்புச் சத்தியாகிரகத்தின் வழியாக பெரிய போராட்டம் செய்து வெற்றி அடைந்த செய்தி கேலிச்சித்திரர்களுக்கு பண்டிகையானது. காந்தி உப்புச் சத்தியாகிரகம் பற்றிய கேலிச்சித்திரங்கள் போதுமான அளவிற்கு வெளிவந்தன.

பிரிட்டீஷ் சிங்கத்து வாலுக்கு உப்புத் தடவும் காந்தி

அதிலும் பிரிட்டிஷ் சிங்கத்தின் வாலுக்கு உப்புத் தடவும் கேலிச்சித்திரங்கள் அமெரிக்காவின் 'சன்' *(Sun)* பத்திரிகையிலும், லண்டனின் 'டெய்லி எக்ஸ்ப்ரெஸ்ஸ் *(Daily Express)* மற்றும் 'கிராஃபிக்ஸ்' *(Graphics)* போன்ற பத்திரிகைகளில் வெளிவந்தன.

AMERICAN CARTOONISTS ATTACK INDIA'S GREATEST MAN

They portray Gandhi as either fool or traitor

In India last week Mohandas Gandhi was a British prisoner. So were hundreds of his followers in the Indian National Congress party. Thousands of other followers, having heard Gandhi's call for non-violent resistance against the British, proceeded to go violent until the British firmly put them down. As uneasy calm hung over the country as the Japs switched generals around and began to talk about invading India.

In the U. S. meanwhile, the newspaper cartoonists went to work on Gandhi who, for all his faults, is India's greatest man today just as Franklin D. Roosevelt who also has his faults, is America's greatest man today. But to the cartoonists, Gandhi was just a funny little crackpot, bald as a beanpole, who didn't know enough to come in out of the rain. They treated Gandhi as if he didn't realize which side was fighting for democracy in this war, as if he didn't know that the Japanese were at India's door. In the cartoons Gandhi was either a fool or a traitor.

This point of view emerged partly because the cartoonists tried to make India's complex problems just as simple as American apple pie and partly because, like most Americans, the cartoonists mistook the Indians for a low, uncivilized people who do not know what is good for them. Gandhi's decision might well prove to be terribly wrong. But in all the cartoons there was nothing to suggest that the U. S. itself might have some moral responsibility for India's present state and might have some clear duty to try sympathetically to repair the awful breach in the democratic front.

"THE STRONG MAN OF INDIA" WAS DRAWN BY "DING" DARLING FOR N. Y. HERALD TRIBUNE

"SLIGHT FALLACY IN THE GANDHI PLAN"—KRAMER, NEWARK EVENING NEWS

32

இரண்டாம் உலகப்போர் தருணத்தில் அமெரிக்காவின் கேலிச்சித்திரக்காரர்கள் காந்தியை ஒரு முட்டாள், துரோகி என்று சித்தரித்திருப்பது – லைஃப் 1942

இரண்டாம் உலகப்போரின் சமயத்தில் 1942 ஆகஸ்ட் 24 அன்று 'லைஃப்' பத்திரிகை *'American Cartoonist attack India's Greatest Man'* (அமெரிக்காவின் கேலிச்சித்திரக்காரர்கள் இந்தியாவின் பெரிய மனிதனைத் தாக்குகிறார்கள்) என்ற ஒரு பக்கக் கட்டுரையும், காந்தியின் கேலிச்சித்திரமும் வெளியானது. அமெரிக்காவின் கேலிச் சித்திரக்காரர்கள் காந்தியை ஒரு

முட்டாளாகவும், துரோகியாகவும் சித்தரிக்கிறார்கள் என்று அந்தக் கட்டுரையில் எழுதியிருந்தார்கள். காந்தி இந்தியர்களுக்கும், மற்றவர்களுக்கும் 'மகாத்மா' வாக இருந்தாலும் அமெரிக்கக் கேலிச்சித்திரக்காரர்கள் அறிவு கெட்ட, மொட்டைத் தலையான, மழை வந்துகொண்டிருந்தாலும் ஒதுங்க வேண்டுமென்று தெரியாத முட்டாள் மனிதன் என்று எண்ணினார்கள் என்றது அந்தக் கட்டுரை.

ஜப்பானியர்கள் இந்தியாவின் மீது படை எடுக்கத் தயாரானபோது அந்த போரில் யாருக்கு ஆதரவு அளிக்கவேண்டும் என்று காந்திக்குப் புரியவில்லை என்று கூறி இருந்தார்கள். அந்தக் கட்டுரை சொல்வதுபோல அமெரிக்கக் கேலிச்சித்திரக்காரர்களுக்கு இந்தியாவின் பிரச்சினைகளின் சிக்கல்களின் அறிவிருக்கவில்லை. அதிக கேலிச் சித்திரக்காரர்களும் கூட இந்தியர்களை 'அநாகரிகர்கள், பண்பாடில்லாத மக்கள்' அவர்களுக்கு எது நல்லது அதை அறிந்துகொள்ளும் சாமர்த்தியம் கிடையாது என்று எண்ணினார்கள். இந்தியாவின் தற்போதைய நிலைமைக்கு அமெரிக்காவும் கொஞ்சம் தார்மீகப் பொறுப்பை ஏற்க வேண்டுமென்ற குறிப்பு அந்தக் கேலிச்சித்திரங்களில் இல்லை என்ற அம்சம் அந்தக் கட்டுரையில் இருந்தது.

Evening Standard — INDIAN CUP FINAL — London

டேவிட் லோவின் கேலிச்சித்திரம். சைமன் கமிஷனுக்கு காந்தியின் வேண்டுகோள்கள் – ஈவனிங் ஸ்டாண்டர்ட்–1927

Kladderadatsch **GANDHI** *Berlin*

ஐரோப்பிய மற்றும் அமெரிக்கப் பத்திரிகைகள் காந்தியின் ஒத்துழையாமைப் போராட்டத்தையும், சத்தியாகிரகத்தையும் மிகவும் அக்கறையுடன் விவரமாக செய்திகளை வெளியிட்டன. அங்குள்ள கேலிச்சித்திரக்காரர்கள் இந்தியா சுதந்திரத்தை ஆதரித்தார்கள். ஜெர்மனியில் பர்லினில் இருக்கும் ‘கிளடராட்யாச்’ பத்திரிகையில் வெளியான இந்தக் கேலிச்சித்திரத்தில் காந்தி யானை மீது அமர்ந்திருக்க கீழே ஆங்கிலேயர்களின் கொடுமையால் அழிக்க முயன்றாலும் இந்தியாவை சுதந்திரப்பதையில் எடுத்துச் சென்றுகொண்டிருக்கிறார்.

ஜெக்கஸ்லோவகியா பிராகில் ‘பிராகர் பிரேஸ்’ இன் கேலிச்சித்திரக்காரர் 1930இல் காந்தியின் தண்டி யாத்திரை பார்த்தது

Prager Presse *Prague*

GANDHI GOES TO "WAR"

காந்தியை லார்ட் வில்லிங்டன் ஏரவாடா சிறைச்சாலையில் அடைத்துவிட்டுத் திரும்பிப் பார்க்கும் போது கைதாக ஆர்வத்துடன் காத்திருக்கும் ஆயிரக்கணக்கான காந்திகளைப் பார்த்து அதிர்ச்சியடைகிறார்.– சங்கர் கேலிச்சித்திரம்

THE UNWILLING POLICEMAN

தண்டி சத்தியாகிரகத்தை அடக்க ஆங்கில அரசு கடுமையான நடவடிக்கைகளை கையாண்டது. காந்தி அவற்றை தியாகம், அகிம்சையால் எதிர்த்தார். லார்ட் இர்வின் முடிவில் காந்தியை கைது செய்யவேண்டியதானது. 'பல வாரங்களின் நிரந்தர முயற்சிக்குப் பிறகு காந்தி கடைசியாக தன்னைக் கைது செய்ய லார்ட் இர்வினை சம்மதிக்க வைப்பதில் வெற்றிகண்டார்' – டேவிட் லோ – கேலிச்சித்திரம்.

இந்தியா – பாகிஸ்தான் பிரிவினையை தடுக்க காந்தி எவ்வளவு முயற்சி செய்தாலும் முடியவில்லை. இந்தியா என்ற இரயில் தண்டவாளத்தைத் தவறவிடுகிறது என்பதை எச்சரிக்க சிகப்புக் கொடியை ஏந்திய காந்தி – சங்கர் கேலிச்சித்திரம்.

காந்தியைப் பற்றிய கேலிச்சித்திரங்கள் பிரிட்டனின் சண்டே டைம்ஸ், த ஸ்டார், மார்னிங் போஸ்ட், காண்ட்ரிப்யூட்டர்ஸ் கிளப், ஈவனிங் ஸ்டாண்டர்ட் ஆஃப் லண்டன், டெய்லி எக்ஸ்ப்ரெஸ், கிராஃபிக்ஸ் (லண்டன்), ரிவ்யூ ஆஃப் ரிவ்யூஸ், தென் ஆப்பிரிக்காவின் ர்யாண்ட் டெய்லி மெயில், பிரிட்டிஷ் ஜர்னல் கியாரிகேசர், அமெரிக்காவின் சன் (பாட்லிமோர்), ஸ்பிரிங் ஃபீல்ட் லீடர், போஸ்ட் டிஸ்பாச் (செண்ட் லூயிஸ்) ஜெக்கஸ்லோவகியாவின் பிராகர் பிரஸ், இத்தாலியின் கெடன் மெஸ்சினோ (மிலான்), நியூஜிலாண்ட் ஆக்லெண்ட் ஸ்டார், இந்தியாவில் ஃப்ரீ பிரேஸ் ஜர்னல், இந்துஸ்தான் டைம்ஸ், த பயநீர், ஜன்மபூமி, லாகூரின் சிவில் மற்றும் மிலிடரி கெஜெட், டான் மற்றும் நூற்றுக்கணக்கான உள்ளூர் மொழிகளின் பத்திரிகைகளில் வெளிவந்துள்ளன. அவருடைய கேலிச்சித்திரங்களை வரைந்த இந்தியர்களில் முக்கியமானவர்கள் சங்கர், டி.ஆர்.மகாலிங்கம் (மாலி), அகமத், விக்ரம் வர்மா, பிரேஷ்வர், குட்டி, ரங்கா, ஆர்.கே.லட்சுமணன் போன்றவர்கள்.

இன்றைய நாட்களில் முகமத் நபிகளின் கேலிச்சித்திரங்களாக வடித்து முஸ்லீம்களை கோபத்திற்கு ஆளாக்கும் முயற்சிகள்

நடக்கின்றன. அப்படி ஒரு செயல் காந்தியின் காலத்தில் இந்தியாவில் நடந்தது. அதில் நபிகளின் கேலிச்சித்திரம் இல்லாவிட்டாலும் நபிகளை கேலி செய்திருந்தார்கள். 1923 இல் லாகூரில் புத்தகக் கடை வைத்திருந்த ராஜ்பால் 'ரங்கீலா ரசூல்' என்ற நூலை எழுதி வெளியிட்டார். அதில் நபிகளை கிண்டல் செய்திருந்தார். மேலும் அவர் அதை இஸ்லாமின் அறிஞர்களிடமிருந்தே பொருளை எடுத்து எழுதி வெளியிட்டிருப்பதாகச் சொன்னார். முஸ்லீம்கள் கோபமுற்றார்கள். அப்போது காந்தி தன் வாரப் பத்திரிகையான 'யங் இண்டியா' வில் 'ரங்கீலா ரசூல்' புத்தகம் உடனே விநியோகம் செய்வதிலிருந்து திரும்பப் பெறவேண்டும், அதை எழுதியவருக்கு சட்டப்படி தண்டனை அளிக்கவேண்டும்…. உணர்ச்சிகளைத் தூண்டுவதைத் தவிர்த்து, அப்படி நூல்களை எழுதி வெளியிடுவதற்குப் பின்னால் இருக்கும் எண்ணம் எதுவாக இருக்கும் என்று என்னை நானே பலமுறை கேட்டுக்கொண்டுள்ளேன். நபிகளை இகழ்வதிலாகட்டும், கிண்டல் செய்வதிலாகட்டும் முஸ்லீம்களை அவர்களின் அர்ப்பணிப்பிலிருந்து விலக்கி விடமுடியாது. மேலும் தன்னுடைய நம்பிக்கையை சந்தேகிக்கும் இந்துவுக்கும் அது எந்த நன்மையையும் செய்யாது. அந்த நூலுக்கு எந்த மதிப்பும் கிடையாது. அது செய்யக்கூடிய சேதம் அபாரம். மற்ற நம்பிக்கைகளைப் பற்றி சகிப்புத்தன்மை காட்டும் இலக்கியத்தை வெளியிட்டு பரப்பவேண்டும்' என்று எழுதினார். 1929 செப்டம்பர் 6 ஆம் நாள் இமாம் தின் என்பவன் ராஜ்பாலின் கடைக்குள் நுழைந்து கத்தியால் குத்தி கொன்றுவிட்டான். இமாம் தின் சட்டத்தின் கீழ் மரண தண்டனை அளிக்கப்பட்டது.

காந்தி 19ஆம் நூற்றாண்டின் கடைசியிலிருந்து சுதந்திரம் அடையும்வரையிலும், கொலையாளியின் தோட்டாவுக்குப் பலியாகும்வரை வரலாற்றின் மற்ற ஊடகங்களில் ஆவணப்படுத்தப் பட்டதுபோல உலகம் முழுவதும் கேலிச்சித்திரங்களிலும் தாக்கல் செய்யப்பட்டிருக்கிறார். இப்போதும் அவ்வப்போது நம் மனசாட்சியை எச்சரிக்கும் வகையில் கேலிச்சித்திரங்களில் தென்பட்டுக்கொண்டே இருக்கிறார். பாப்ரீ மசூதியை இடித்தபோது காந்தி ராம ஜன்ம பூமியிலிருந்து வெளியேறும் கேலிச்சித்திரம் வெளியானது.

– சுதா வார இதழ், 2017; ஓவிய உபயம்: நவஜீவன் டிரஸ்ட்

5. திப்பு சுல்தானும் மழையின் வரவும்

18ஆம் நூற்றாண்டில் திப்பு சுல்தான் மைசூர் மீதான பிரிட்டிஷ் கிழக்கிந்தியக் கம்பெனியின் தாக்குதலை வெற்றிகரமாக எதிர்த்திருந்தான். மைசூர் மீது மூன்று முறை படை எடுத்திருந்தாலும் அவர்கள் வெற்றியடையவில்லை. ஆனால் அவர்கள் 1799 இல் ஸ்ரீரங்கபட்டிணத்தைத் தாக்கித் திப்பு சுல்தானை கொன்று விட்டார்கள். 'மைசூர் புலி' என்று புகழ் பெற்றிருந்த திப்பு சுல்தானையும், அவன் புலியின் உருவகத்தையும் நாம் வெவ்வேறாகப் பார்க்க முடியாது. திப்பு புலியின் உருவகத்தை மிகைப்படுத்தி இருந்தான். அவனுடைய அரச முத்திரையில், நாணயங்களில், சுவர்கள் மீது, கொடிகளில், அவனுடைய பாக்கு டப்பாவின் மீதும் புலியின் ஓவியம் இருந்தது. புலி வரிக்கோடு வடிவங்கள் அமைந்த ஆடையை உடுத்துவான். தன்னுடைய படைக்கும் அதுபோலவே ஆடைகளை அளித்தான். அவனுடைய சில சிறிய பீரங்கிகளையும் கூட தாக்குதல் செய்யத் தயாராக இருக்கும் புலியைப்போல வடிவமைத்திருந்தான். அவனுடைய சிம்மாசனத்திற்கு புலிக் கால்கள், புலித் தலைகளைப் போல வடிவமிருந்தன. திப்பு சத்ருக்களுக்கு தன் வலுவைக் காட்ட ஒரு பலமான விளைவுகளை ஏற்படுத்தும் அடையாளமாகப் புலியைப் பயன்படுத்தினான். ஆங்கிலேயர்களுக்கு திப்பு சுல்தான் 'சிம்ம சொப்பன'மாக இருந்தான். ஆங்கிலேயர்களை எதிர்க்கும் வழிமுறைகள், ஆங்கிலேயர்கள் மீதான அவன் வெறுப்பு இங்கிலாந்தில் கட்டுக்கதைகளாயின.

திப்பு சுல்தான் தன் தலைநகர் ஸ்ரீரங்கபட்டிணத்தில் பல இடங்களில் கேலிச்சித்திரம் என்பதைப்போல பெரும் ஓவியங்களை வரைந்து வைத்திருந்தான் என்று குறிப்பிடப்பட்டுள்ளது. அவற்றில் ஐரோப்பியர்களை, அதிலும் சிறப்பாக ஆங்கிலேயர்களை

தாக்கும் புலி, யானைகளின் ஓவியங்கள் இருந்தன. திப்புவிற்கு ஆங்கிலேயர்கள் மீதான நையாண்டி எண்ணத்தின் உச்சமென்று அவன் செய்து வைத்திருந்த ஆங்கிலேயரைத் தாக்கும் புலியின் எந்திர பொம்மை. தற்போது லண்டன் விக்டோரியா மற்றும் ஆல்பர்ட் அருங்காட்சியகத்தில் இருக்கும் அந்த எந்திரப் புலியின் இடது பாகத்தில் இருக்கும் பிடியைத் திருகினால் புலி கர்ஜிப்பதுபோலவும், கீழே விழுந்த ஆங்கில அதிகாரி கதறுவது போலவும் ஒலி எழுப்பும். அந்தக் காலத்தில் திப்புவையும் சேர்த்து அதைப் பார்த்தவர்கள் எல்லோருக்கும் அது பொழுதுபோக்கு அம்சமாக இருந்தது என்பதில் சந்தேகமில்லை. 1799 இல் திப்புவைக் கொன்ற ஆங்கில அதிகாரி கிழக்கிந்திய சிப்பாய்களை லண்டனுக்கு அதை எடுத்து வரச்சொல்லி அங்கே காட்சிக்கு வைத்து அவர்களும் வேடிக்கை பார்க்கிறார்கள். திப்பு இறந்தபிறகு 1800இல் ஜேம்ஸ் சால்மண்ட் (James Salmond) என்பவர் எழுதிய 'அ ரீவ்யூ ஆஃப் த ஆரிஜன், ப்ராக்ரஸ் அண்ட் ரிசல்ட் ஆஃப் த லேட் டிசிசிவ் வார் இன் மைசூர் வித் நோட்ஸ்' (*A review of the Origin, Progress and Result of the late dicisive war in Mysore with notes*) புத்தகத்தின் அட்டைப் படத்தில் திப்புவின் எந்திரப் புலியின் ஓவியம் இருந்தது. எந்திரப் புலியின் முதல் முதல் ஓவியமும் இதுதான்.

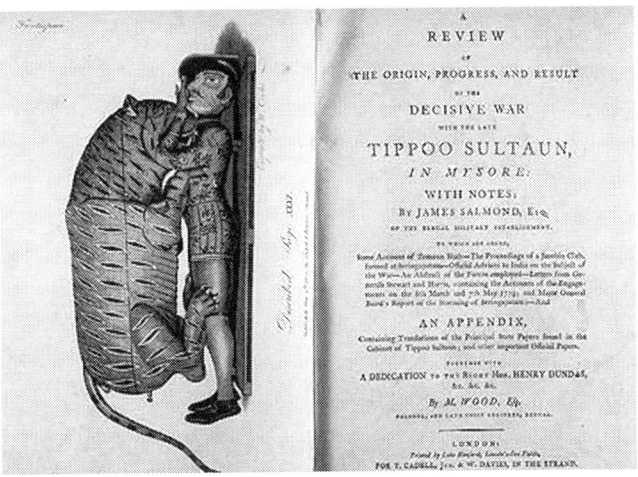

ஜேம்ஸ் சால்மண்ட் என்பவர் எழுதிய 'அ ரீவ்யூ ஆஃப் த ஆரிஜன், ப்ராக்ரஸ் அண்ட் ரிசல்ட் ஆஃப் த லேட் டிசிசிவ் வார் இன் மைசூர் வித் நோட்ஸ்' புத்தகத்தின் அட்டைப்படத்தில் வெளியான திப்புவின் எந்திரப் புலியின் கோட்டோவியம் –1800

திப்பு ஆங்கிலேயர்களை எதிர்த்த கட்டுக்கதைகளும் கூட திப்புவின் கேலிச்சித்திரத்தின் பொருளாகி ஊக்கமளித்தன. திப்பு உயிருடன் இருந்தபோதே 1791 இல் ஜேம்ஸ் கில்ரே *(James Gillray)* என்ற கேலிச்சித்திரக்காரர் இங்கிலாந்தின் ‘த கமிங் ஆன் ஆஃப் த மான்ஸூன் ஆர் த ரிட்ரீட் ஃப்ரம் செரிங்கபட்டணம்’ (மழையின் வரவு அல்லது ஸ்ரீரங்கபட்டிணத்திலிருந்து பின்வாங்கல்-*The coming on off the monsoon or the retreat from seringapattinam)* [ஆங்கிலேயர்கள் ஸ்ரீரங்கபட்டிணத்தை செரிங்கபட்டிணம் என்று அழைத்தார்கள்] என்ற கேலிச்சித்திரம் திப்புவைப் பற்றி எழுதிய உலகின் முதல் முதல் கேலிச்சித்திரம் என்று சொல்லலாம். அந்த ஓவியத்தின் இந்த வண்ணச் சித்திரத்தின் மூலப்பிரதி இப்போது லண்டனில் நேஷனல் போர்ட்ரைட் கியாலரி *(National Portrait Gallary)*யில் இருக்கிறது. அந்த கேலிச்சித்திரத்தில் சார்ல்ஸ் காரன்வாலிஸ் *(Charles Cornwallis)* திப்புவின் தாக்குதலுக்குப் பயந்து தன்னுடைய கோவேறு கழுதை மீது அமர்ந்து ஓடுகிறான். கோட்டைக்குப் பின்னால் எக்காளமாகச் சிரித்து நிற்கும் திப்பு வாளைப் பிடித்துக்கொண்டு ஓடும் கார்ன்வாலிஸின் மீதும் ஆங்கிலப் படைகள் மீதும் மிக வேகமாக மூத்திரம் அடிக்கிறான். *(Coming on off the mansoon!)*

‘த கமிங் ஆன் ஆஃப் த மான்ஸூன் ஆர் த ரிட்ரீட் ஃப்ரம் செரிங்கபட்டணம்’
ஜேம்ஸ் கில்ரே –1791

கார்ன்வாலிஸ் தொப்பி பறக்கிறது. வாள் கையிலிருந்து நழுவுகிறது. துப்பாக்கி கீழே விழுந்திருக்கிறது. பல ஆங்கில சிப்பாய்கள் தரையில் இறந்து கிடக்கிறார்கள். இதனால் ஆங்கிலேயர்களுக்கு திப்புவைக் கண்டால் எவ்வளவு அச்சம் என்று தெரிகிறது.

திப்புவைக் கொன்றது இங்கிலாந்தில் கேலிச்சித்திர விஷயமானது. ஆனால் அதில் கிண்டல் செய்திருப்பது திப்புவை அல்ல. ஆனால் அவனைக் கொன்ற ஆங்கிலேயர்களை. 1760லிருந்து 1790வரை ஆங்கிலேயர்கள் மைசூரை வசப்படுத்திக்கொள்ள முடியவில்லை. திப்பு ஆங்கிலேயர்களை தோற்கடிக்க ஃபிரஞ்ச்காரர்களின் உதவியை நாடுகிறான்.

திப்பு சுல்தான் மரணத்திற்குப் பிறகு அக்டோபர் 1799 வெளியான 'த டெத் ஆஃப் டிப்பு ஆர் பிஸீஜிங் த ஹேரம்– கேலிச்சித்திரம்

நெப்போலியன் எகிப்தின் மீது படை எடுத்தபோது அவன் இந்தியாவுக்கும் வந்துவிடலாம் என்ற அச்சம் ஆங்கிலேயர்களை வதைத்தது. அதற்கு முன்பே மைசூரை வசப்படுத்திக்கொள்ள பிரிட்டிஷ் கிழக்கிந்தியக் கம்பனி திட்டம் போட்டது. 25000 சிப்பாய்களுடன் மார்ச் 1799இல் ஸ்ரீரங்கபட்டிணத்தின் மீது

தாக்குதல் செய்தார்கள். ஒரு மாதத்திற்கும் அதிகமாக திப்புவின் கோட்டைக்குள் நுழைய முடியவில்லை. கடைசியாக 4, மே அன்று ஆங்கிலேயர்கள் உள்ளே நுழைவதில் வெற்றிகண்டார்கள். அவர்களுடன் வீராவேசத்துடன் போராடிய திப்பு மரணத்தைத் தழுவினான். அவன் சாவிற்குப் பிறகு நாற்பத்தி எட்டு மணி நேரம் ஆங்கிலேயர்கள் திப்புவின் அரண்மனையையும், நகரத்தையும் கொள்ளையடித்தார்கள். ஆயிரமாயிரம் மக்களைக் கொல்கிறார்கள். திப்புவின் இறப்பால் ஆங்கிலேய மக்கள் மகிழ்ச்சியால் ஆடினார்களாம். அப்போது அக்டோபர் 8, 1799இல் 'த டெத் ஆஃப் டிப்பு ஆர் பிஸீஜிங் த ஹேரம் (திப்புவின் மரணம் அல்லது அவன் அந்தப்புரத்தின் முற்றுகை – The Death of Tippu or Besieging the Heram) கேலிச்சித்திரம் இயற்றப்பட்டது.

அந்தக் கேலிச்சித்திரத்தில் திப்புவைக் கொன்ற பிறகு அவன் அந்தப்புரத்திற்குள் நுழைந்து திப்புவின் அரசிகளை மானபங்கப்படுத்தும் கேலிச்சித்திரங்கள் உண்டு. அதில் ஒரு பெண்ணை தூக்கிச் செல்லும் ஒருவன், 'Hurray my Honey, now for the Black Joke ('பிளாக் ஜோக்' என்பது அன்றைய ஆங்கிலத்தில் பெண் இனத்திற்கு வைத்த பட்டப் பெயர்) மற்றொருவன் 'Cheerup my girls, will supply his place well' என்பான். ஒரு பெண் ஒருவனைக் கீழே தள்ளி கழுத்தை நெறிப்பாள்.

ஆனால் ஆங்கில கம்பெனி ஆதிக்கம், படை எடுப்புகளை பிரிட்டனில் பலர் எதிர்த்தார்கள். 'த டெத் ஆஃப் டிப்பு ஆர் பிஸீஜிங் த ஹேரம்' கேலிச்சித்திரம் அப்படி ஒரு எதிர்ப்பின் வெளிப்பாடாக இருந்தது என்பவர்கள் இருக்கிறார்கள். 'இந்தியர்கள் அநாகரிகர்கள், அங்குள்ள ராஜா, மகாராஜாக்களின் ஆதிக்கத்திற்கு ஆளாகி இருப்பவர்கள். அங்குள்ள மக்களை பண்புள்ள, நாகரிக ஆங்கிலேயர்களான நாம் பாதுகாக்கிறோம்' என்ற சித்தரிப்பை பிரிட்டனுக்குக் கொடுத்த கிழக்கிந்தியக் கம்பெனியின் மற்றொரு முகத்தைக் காட்டும் முயற்சியாக இந்தக் கேலிச்சித்திரம் இருந்தது.

ஆனால் அந்தக் கேலிச்சித்திரத்தில் காட்டி இருக்கும் பெண்ணின் நிர்வாணம் ஆங்கிலேயர்களின் காலனிய ஆதிக்கத்தைக் காட்டும் நோக்கமாக இருக்கவில்லை. மாறாக அப்போதைய ஆங்கில 'பணிவான நாகரிக' மனதிற்கு கிச்சுக்கிச்சு மூட்டுவதாக மட்டுமே இருந்தது என்று கேம்ப்ரிட்ஜ் பல்கலைக்கழகத்தின்

பேராசிரியரும், ஓவியரும் தன் 2006 இல் 'City of Laughter: Sex and Satire in Eighteenth – century London' புத்தகத்தில் அந்தக் காலத்தின் கேலிச்சித்திரங்கள் மற்றும் ஆபாச இலக்கியம் இடையேயான தொடர்புகளை விவரமாகத் தெரிவித்திருக்கிறார்.

அந்த ஓவியம் வரைந்த கலைஞனுக்கு அன்றைய இந்திய சமுதாயப் பெண்களைப் பற்றிய கற்பனை இருக்கவில்லை என்று தெரிகிறது. அந்தக் கேலிச்சித்திரத்தில் பெண்கள் உடுத்தி இருக்கும் ஆடைகள் ஐரோப்பியப் பெண்களின் ஆடைகளைப்போல இருக்கின்றன. அந்தக் கேலிச்சித்திரம் வரைந்தவன் யார் என்பதைப் பற்றி இப்போதும் ஏக அபிப்பிராயங்கள் கிடையாது – சிலர் ரோலாண்ட்சன் (Rowlandson) என்றால் அந்த ஓவிய வடிவம் மற்றும் அதை வரைந்த தோரணை ஜான் காஸ் (John Kass) போல இருக்கிறது என்கிறார்கள்.

திப்பு சுல்தான் உருவாக்கிய புலியின் வடிவம் ஆங்கிலேயர்களுக்கு சவாலாக இருந்தது. ஆங்கிலேயர்களின் சின்னம் சிங்கமாக இருந்து, அவர்கள் புலியை சிங்கம் கொல்லும் ஓவியங்களை சாத்தியமான இடங்களில் பயன்படுத்தினார்கள். திப்புவைக் கொன்ற சிப்பாய்களை இங்கிலாந்தில் 'செரிங்கபட்டிண பதக்கம்' கொடுத்து கௌரவித்தார்கள். அந்தப் பதக்கத்தின் ஒரு பக்கம் புலியை சிங்கம் கொல்லும் ஓவியம் இருந்தது. திப்புவின் மரணத்திற்குப் பிறகும் புலியின் சின்னத்தின் மீதான அவர்கள் கோபம் குறையவில்லை. அதே வெறுப்புடன் இந்தியக் காடுகளில் புலிகளைக் கொன்று அவற்றின் மீது கால் வைத்து படம் எடுத்துக்கொண்டு திமிருடன் பெருமிதமடைந்தார்கள்.

1857 இல் சிப்பாய் கலவரத் தருணத்தில் ஆங்கில கேலிச்சித்திரங்களுக்கு என்றே ஒதுக்கப்பட்ட பத்திரிகை 'பஞ்ச்' 1857 ஆகஸ்ட் 22 இதழில் ஜான் டென்னியல் (John Tenniel) என்பவன் 'த பிரிட்டிஷ் லயன்ஸ் வெஞ்சன்ஸ் ஆன் த பெங்கால் டைகர்ஸ்' (The British Lions Vengence on the Bengal Tigers- வங்கப் புலிகள் மீது ஆங்கிலச் சிங்கங்களின் பழி) என்ற கேலிச்சித்திரம் வெளியானது. அதில் புலியொன்று குழந்தை மற்றும் பெண் ஒருத்தியை தாக்குகிறது, அந்த குழந்தை, பெண்ணைக் காப்பாற்றவா என்பதைப்போல ஒரு சிங்கம் புலி மீது பாய்கிறது. திப்புவின் எந்திரப் புலி ஆங்கிலேயர்களைத் தாக்கி கர்ஜித்தால் 'பஞ்ச்' இன் கேலிச்சித்திரம் அதற்கு எதிராக புலி மீது தாவிப் பாய்ந்து

பழி தீர்த்துக்கொள்வதுபோலத் தெரிகிறது. அதன் தலைப்பும் அதைத்தான் சொல்கிறது.

THE BRITISH LION'S VENGEANCE ON THE BENGAL TIGER.

'த பிரிட்டிஷ் லயன்ஸ் வெஞ்சன்ஸ் ஆன் த பெங்கால் டைகர்ஸ்'
பஞ்ச் ஜான் டென்னியல் – 1857 ஆகஸ்ட் 22

– பிரஜாவாணி; முக்தா சந்தா, 19.3.2017

6. டாக்டர் அம்பேத்கரும் கேலிச்சித்திரங்களும்

டாக்டர் பீமராவ் அம்பேத்கர் கேலிச்சித்திர ஓவியத்தின் பொருளாக இருக்கும் செய்தி 2012 வரை சர்ச்சைக்கு வரவில்லை. 'சங்கர்ஸ் வீக்லி' என்ற கேலிச்சித்திரப் பத்திரிகை ஆகஸ்ட் 1949இல் கேலிச்சித்திரம் ஒன்றை தன் இதழில் பிரசுரித்தது. அம்பேத்கர் தலைமையிலான குழு அரசியலமைப்புச் சட்டத்தை முழுமை செய்வதில் தாமதம் ஏற்பட்டதால் அன்றைய பிரபல கேலிச்சித்திரக்காரர் சங்கர் பிள்ளை வரைந்த கேலிச்சித்திரத்தில் அம்பேத்கர் மெல்லத் தவழும் நத்தை மீது அமர்ந்து கையில் சாட்டை பிடித்திருக்கிறார். பின்னால் நின்றிருக்கும் பிரதமர் நேரு தானும் ஒரு சாட்டையை பிடித்துக்கொண்டு வீசக் கையோங்குகிறார். சுற்றி நின்ற மக்கள் சிரிக்கிறார்கள்.

சர்ச்சையைக் கிளப்பிய கேலிச்சித்திரம் – சங்கர்ஸ் வீக்லி, ஆகஸ்ட் 1949

தேசியக் கல்வி ஆராய்ச்சி மற்றும் பயிற்சி அமைப்பு (N.C.E.R.T) வெளியிட்ட பாடப் புத்தகங்களின் பாடங்களில் கேலிச்சித்திரங்களைக் கற்பிக்க சாதகமாக பயன்படுத்திக்கொள்வது வழக்கம். 11ஆம் வகுப்புப் புத்தகத்தின் ஒரு பாடத்தில் சங்கரின் இந்தக் கேலிச்சித்திரத்தை மற்ற பல கேலிச்சித்திரங்களுடன் பயன்படுத்தி இருந்தார்கள். 2012வரைக்கும் அது சர்ச்சைக்குரிய விடயமாக இருக்கவில்லை. ஆனால் 2012 இல் தமிழ்நாட்டு சட்டமன்ற உறுப்பினரான திருமாவளவன் அந்தக் கேலிச்சித்திரத்தை பாடப் புத்தகத்தில் பயன்படுத்தி இருந்ததற்கு எதிர்ப்புத் தெரிவித்துப் போராடினார். அவர் கூறுவது போல அந்தக் கேலிச்சித்திரத்தில் சட்ட அமைப்பைத் தயார் செய்வதில் அம்பேத்கர் தாமதம் செய்வதால் பிரதமர் நேரு அம்பேத்கரை சாட்டையால் விளாசுகிறார். அது அம்பேத்கருக்கும் இந்திய தலித் சமுதாயத்திற்கும் இழைக்கும் அவமானம் என்றார். பல நாட்களுக்கு மக்களவையில் ஒரு கேலிச்சித்திரத்தைப் பற்றி சர்ச்சை, சச்சரவுகள் நடந்தன. பகுஜன சமாஜவாதி கட்சியின் மாயாவதியும் தனது குரலை இவர்களுடன் சேர்த்தார். (அத்தருணம் சுதீர் தைலாங் வரைந்த கேலிச்சித்திரம் ஒன்றில் 'பூலோகத்தில்' இருக்கும் அம்பேத்கர் மக்களவை உறுப்பினர்களின் சச்சரவுகளைப் பார்த்து மனம் வருந்தி சட்ட அமைப்பின் தனது தனிப் பிரதியை அந்த உறுப்பினருக்கு அளிக்கிறேன், அவர் இப்போதாவது இதைப் படிக்கட்டும் என்கிறார்) அந்தப் பாடப்புத்தக தொகுப்பாளரைத் தாக்கவும் செய்தார்கள். முடிவில் அந்தக் கேலிச்சித்திரத்தை விலக்கிவிட்டார்கள். தொகுப்பாளரும் ராஜினாமா செய்தார்.

1949 திலிருந்து 2012வரை அந்தக் கேலிச்சித்திரத்தைப் பார்த்தவர்கள் எல்லோரும் நேரு அம்பேத்கர் அமர்ந்திருக்கும் மெல்லத் தவழும் நத்தையை சாட்டையால் அடிக்கிறார் என்றே நம்பி இருந்தார்கள். சில நாட்களில் அந்தக் கேலிச்சித்திரத்தைப் பார்க்கும் பார்வையே மாறி விட்டது. உள்நாட்டிலும் வெளிநாட்டிலும் பல பத்திரிகைகள் அந்த விடயத்தைப் பற்றி சர்ச்சை செய்தன. இடதுசாரி சிந்தனையாளரான கே.என்.பணிக்கர், ராம் புனியாணி போன்றவர்கள் அந்தக் கேலிச்சித்திரத்தில் எந்தத் தவறும் கிடையாது, நேரு அடிப்பது நத்தையைத் தானே தவிர அம்பேத்கரை அல்ல என்று தங்களுடைய விளக்கங்களை அளித்தார்கள். இந்திய கேலிச்சித்திரப் 'பண்பாட்டை' விரிவாக ஆராய்ச்சி

செய்திருக்கும் ரிது கைரோலா கண்டூரி அந்தக் கேலிச்சித்திரத்தில் நேருவின் அவசரத்தையும், அம்பேத்கரின் பொறுமையையும் காட்டி இருக்கிறார். இன்றைய அரசியல் சூழ்நிலையில் இந்தியரான நாம் சிரிப்பதையே மறந்துவிட்டோம். மேலும் அரசியல்வாதிகளின், மக்களின் குறுகிய மனப்பான்மைகளுக்கு கேலிச்சித்திரக்காரர்கள் பலியாகிறார்கள் என்றும் சொன்னார். அந்தக் கேலிச்சித்திரம் வெளியான போது அம்பேத்கர் அதைக் குறித்து எந்த எதிர்ப்பையும் தெரிவிக்கவில்லை. அப்படி ஏதாவது அம்பேத்கரை அவமானம் செய்யும் கேலிச்சித்திரமாக இருந்தால், மிகவும் சுயமரியாதை கொண்ட அம்பேத்கர் அதை எதிர்த்திருப்பார், சும்மா இருந்திருக்கமாட்டார் என்றார்கள் சிலர். பல தலித் அமைப்புகள் அந்தக் கேலிச்சித்திரம் தடை செய்யப்பட்டதை வரவேற்றன. இன்னும் சிலர் கேலிச்சித்திரக்காரனின் அன்றைய நோக்கம் எதுவாகவே இருந்தாலும் அதைப் பாடப் புத்தகத்தில் சரியான பின்புலத்தை விவரிக்காமல் கேலிச்சித்திரத்தைப் பயன்படுத்தி அம்பேத்கரின் ஆளுமையை அவமானம் செய்துவிட்டார்கள் என்றார்கள்.

இந்தக் கட்டுரையின் நோக்கம் சங்கரின் அந்தக் கேலிச்சித்திரத்தை மறுபடியும் விமர்சனத்திற்கு உட்படுத்துவதல்ல. பதிலுக்கு, கேலிச்சித்திரங்களில் அம்பேத்கர் பொருளாக இருப்பதை அறிமுகப்படுத்துவதற்காக மட்டுமே. சுதந்திரத்திற்கு முன்பும், சுதந்திரத்திற்கு பின்பும் அம்பேத்கர் பல கேலிச்சித்திரங்களின் பொருளாக இருந்திருக்கிறார். அம்பேத்கரின் கேலிச்சித்திரங்களை அவர் வாழ்ந்த காலத்திலேயே சங்கர், என்வெர் அகமத், ஈரன், பிரேஷ்வர் போன்றவர்கள் இயற்றியுள்ளார்கள். இப்போதும் அம்பேத்கரின் கேலிச்சித்திரங்கள் வெளியாகின்றன. ஆனால் அம்பேத்கர் தன் கேலிச்சித்திரங்கள் வெளியான போது அவற்றை எப்படி ஏற்றுக்கொண்டார் என்பதைப் பற்றித் தெரியாது. அம்பேத்கர் சுயமரியாதைவாதி, மிகவும் பொறுமைசாலி என்பதைப் பற்றி மறு பேச்சில்லை. அவர் வாழ்க்கையில் அனுபவித்த அதிகமான அவமானம், வலி அவருடைய சுயமரியாதையை மேலும் உறுதியாக்கியது. ஆரோக்கியகரமான கேலிச்சித்திரங்களின் நோக்கம் யாரையும் அவமானிப்பது அல்ல என்பது அநேகமாக அவருக்குத் தெரிந்திருந்தது.

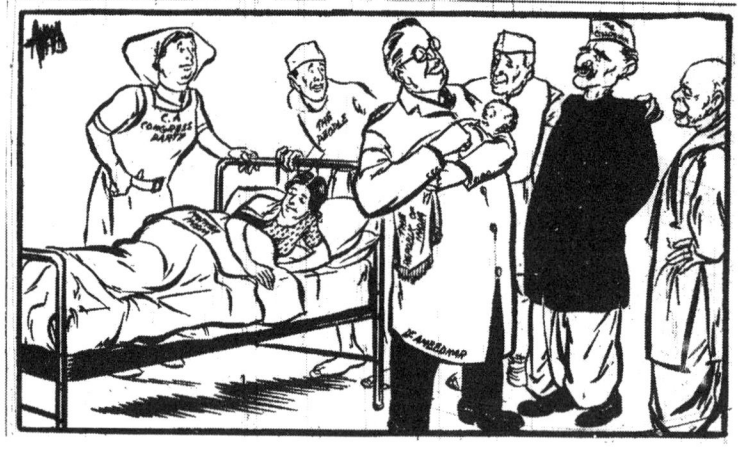

இந்தியக் குடியரசு பிறந்தது – இந்துஸ்தான் டைம்ஸ், என்வெர் அகமத், 1950

புகழ் பெற்ற கேலிச்சித்திரக்காரர் என்வெர் அகமத் (1909-1992) எழுதிய ஒரு கேலிச்சித்திரம் 24 ஜனவரி 1950 இந்துஸ்தான் டைம்ஸில் வெளியானது. அதில் பாரதமாதா இந்தியக் குடியரசு என்ற குழந்தைக்கு பிரசவம் பார்க்கும் மருத்துவராக அம்பேத்கர் அந்தச் சிசுவை அக்கறையுடன் கையில் ஏந்தி இருக்கிறார், பின்னால் பாராளுமன்ற உறுப்பினர்களான காங்கிரஸ் கட்சி ஆயாவாகவும், மக்கள் பிரதிநிதியாக ஒரு மனிதனும் இருக்க ஜவகர்லால் நேரு, பாபு இராஜேந்திர பிரசாத், வல்லபாய் படேல் எல்லோரும் குழந்தையை உற்சாகத்துடன் பார்க்கிறார்கள்.

சுதந்திரத்திற்குப் பின் டாக்டர் அம்பேத்கர் சட்ட அமைச்சரானார். சட்ட அமைப்பைத் தயார் செய்யும் செயலை வரைவுக் குழுவிற்கு அளித்தது. அந்தக் குழு அம்பேத்கரை குழுவின் தலைவராகத் தேர்ந்தெடுத்தது. அம்பேத்கர் அந்தக் காரியத்தை மிகவும் வெற்றிகரமாக செய்து முடித்ததால் அவரை 'அரசியலமைப்புச் சிற்பி' என்று அழைத்தார்கள். அதுபோலவே என்வெர் அகமதின் மற்றொரு 'டேகிங் ஷேப்' (Taking Shape) கேலிச்சித்திரத்தில் அம்பேத்கர் சட்ட அமைப்பு என்ற இரும்புக்கு வடிவம் கொடுக்கும் கொல்லனாக இருக்கிறார்.

அரசியலமைப்பு என்ற இரும்புக்கு வடிவமளிக்கும் கொல்லன்

ஆனால் ஈரன் என்ற கேலிச்சித்திரக்காரர் தீண்டாமை, வருணாசிரமத்திற்கு எதிராகப் போராடுவதையே வாழ்க்கையாக அமைத்துக்கொண்ட, இந்து மதத்தில் மேல் கீழ் என்றும் இருபதற்கு மனுஸ்மிரிதிதான் காரணம் என்றும் அதை எரித்த அம்பேத்கரை 1950 டிசம்பர் 'பில்ம் இண்டியா' இதழில் வெளியிட்ட கேலிச்சித்திரத்தில் 'நவீன மனு' என்று சித்தரித்திருந்தார். பிராமணரைப்போல பூணூல், பாதுகை அணிந்து, கக்கத்தில் 'சட்ட அமைப்பு' நூலையும், ஒரு கையில் தீர்த்தக் குவளையையும் அம்பேத்கர் பிடித்துக்கொண்டு பார்லிமெண்டுக்குள் நுழைகிறார்.

'நவீன மனு' அம்பேத்கர் – பில்ம் இண்டியா, ஆகஸ்ட் 1950

அவர் பின்னால் காரிலிருந்து இறங்கிவரும் குப்பை கூட்டுபவர்கள், தீண்டத்தகாதவர்கள், பெண்களின் வரிசை இருக்கிறது. அம்பேத்கர் காலில் விழுந்து பிராமணர்கள் வணங்குகிறார்கள். பார்லிமெண்ட் கட்டிடத்து வாசலில் பணியாட்கள் ஒருவருடன் ஒருவர் பேசிக்கொள்கிறார்கள்: ஒருவன் 'யாரது?' என்று கேட்க, மற்றொருவன் 'அம்பேத்கர், நம் புதுப் பிராமணர்' என்கிறான்.

1933 பிப்ரவரி 17 'இந்துஸ்தான் டைம்ஸ்' இதழில் வெளியான சங்கரின் 'வர்ணாசிரம' கேலிச்சித்திரம் இந்து மதம் என்ற தேவதைக்கு சனாதனவாதியான மதராசின் எம்.கே.ஆச்சாரியா கறுப்புத் தாரை பூச, மகாத்மா காந்தி ஒரு துணியால் அந்தத் தாரைத் துடைக்கும் முயற்சியில் இருப்பார். மேலும் அந்த இந்து மதத்திற்கு அடிப்படையாக இருக்கும் வர்ணாசிரமத்தையே அம்பேத்கர் இடித்துபோட முயற்சிக்கிறார். பிரிட்டீஷ் வைஸ்ராய் இந்தியர்களின் இந்த வேடிக்கையை பார்த்து பொழுதுபோக்குகிறார்.

டாக்டர் அம்பேத்கரின் பல கேலிச்சித்திரங்களில் அவருக்கு சமத்துவ நாகரிக சட்டத் தொகுப்பு தயார் செய்யும் பின்னணியாக இந்து தனிமனித சட்டத்தொகுப்பு வரைவு தயார் செய்யும் பொறுப்பை வகித்துக்கொடுத்தபோது வெளியானவை. அம்பேத்கர் தனது தலைமையில் குழு ஒன்றை அமைத்து அதன் உறுப்பினராக கே.வை. பண்டார்க்கார், ஜி.ஆர்.ராஜகோபால் மற்றும் எஸ்.வி.குப்தா போன்றவரை நியமனம் செய்தார்.

அந்தக் குழு சுதந்திரத்திற்கு முன் 1947இல் இருந்த வரைவுத் தொகுப்பில் சிறிய மாற்றங்களைச் செய்தது. ஆனால் அதை சட்டமன்றத்தில் மசோதாவாக சமர்ப்பிக்கும் முன்பே இந்து மதம் ஆபத்தில் இருக்கிறது என்று கூச்சல் எழுப்பினார்கள். சனாதன இந்து மதத்தை அம்பேத்கர் அழிக்க புறப்பட்டிருக்கிறார் என்று குற்றம் சாட்டினார்கள். 1949 பிப்ரவரி 26 நேஷனல் ஹெரால்ட் பத்திரிகையில் வெளியான பிரேஷ்வரின் கேலிச்சித்திரம் நோய்வாய்ப்பட்ட இந்து சமுதாயம் நோயாளியாக மருத்துவமனையில் இருக்க அந்த நோயாளிக்கு சிகிச்சை அளிக்க மருத்துவரான அம்பேத்கர் வந்திருக்க அந்த நோயாளி படுக்கை மீது நின்றுகொண்டு அம்பேத்கர் பக்கமாக இரண்டு கையையும் தூக்கி தன் பலத்தைக் காட்டி, உரக்க திட்டிக்கொண்டே 'கெட் அவுட்' என்கிறான்.

வருணாசிரமம்: துண்டு, தார் – பிரஷ் மற்றும் சுத்தியல் – இந்துஸ்தான் டைம்ஸ், சங்கர் பிள்ளை, 1933

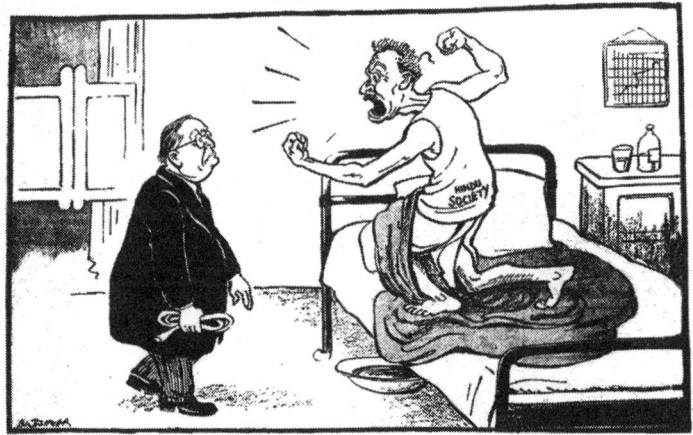

'கெட் அவுட்' – நேஷனல் ஹெரால்ட், பிரேஷ்வர், 1949

இப்படியான எதிர்ப்புக்களைக் கண்டுகொள்ளாமல், அம்பேத்கர் மற்றும் அவருடைய குழு வரைவு மசோதாவை நேருவின் மந்திரி சபைக்கு அளித்தது. அங்கே எதிர்ப்பில்லாமல் ஒப்புதலையையும் பெற்றது. இதனால் தைரியம் அடைந்த அம்பேத்கர் 5ஆம் பிப்ரவரி 1951 இல் மசோதாவை மக்களவையில் சமர்ப்பித்தார். ஆனால் அம்பேத்கருக்கு வியப்பளிப்பது போல அதற்கு முன்பு ஒப்புதல் அளித்த பல இந்து உறுப்பினர்கள் இப்போது எதிர்க்கத் தொடங்கினார்கள். உள்துறை அமைச்சரும், உபபிரதமரும் ஆன சர்தார் வல்லபாய் படேல், சுகாதார அமைச்சரும் இந்து மகாசபையைச் சேர்ந்தவருமான ஷியாம் பிரசாத் முகர்ஜி, பிறப்பிலேயே காங்கிரஸ்காரரான பண்டித் மதன் மோகன மாளவியா அந்த மசோதாவை எதிர்த்தார்கள். இந்துப் பண்பாட்டின் உன்னதமான அமைப்பையே அந்த மசோதா நாசம் செய்கிறது, பெண்களுக்கு விவாகரத்து உரிமை அளிப்பது இந்து மதத்தையும், திருமணப் புனிதத்தையும் நாசம் செய்யும் என்றார் முகர்ஜி. ‘சூத்திரர்களில் தொண்ணூறு சதவிகித மக்கள் பெண்களுக்கு விவாகரத்து உரிமையைக் கொடுத்திருக்கிறார்கள். அப்படி இருக்க நீங்கள் இந்து மதத்தைப் பற்றிப் பேசுகிறீர்கள் என்று முகர்ஜிக்கு அம்பேத்கர் சவால் விட்டார். ‘இந்து மதம் எதை அனுசரித்தாலும், அது சூத்திரர்கள் மற்றும் பெண்களின் அடிமைத்தனத்திற்காக தன் சமூக அமைப்பை (சதுர்வர்ண) விட்டுக்கொடுக்காது. சமூக முன்னேற்றத்திற்கும், அதைக் காப்பதற்கும் சட்டம் வரவேண்டும்’ என்ற அம்பேத்கர் அந்த மசோதாவில் பெண்களுக்கு சம உரிமையும், சொத்துரிமையும் அளிக்கச் செய்தார். ஆனாலும் இந்து மகாசபையின் பெண்களும் கூடச் சேர்ந்து அதை ஏகமனதுடன் எதிர்க்கத் தொடங்கினார்கள். இந்து மகாசபாவின் அகில இந்திய இந்து மகளிர் அமைப்பின் தலைவியாக இருந்த ஜானகிபாய் ஜோஷி ஜனாதிபதி இராஜேந்திர பிரசாத் அவர்களுக்கு 4 பிப்ரவரி 1950இல் கடிதம் ஒன்றை எழுதி இந்து திருமணச் சடங்கின் புனிதத்தை நாசம் செய்யக்கூடாதென்றும், பெண்களுக்கு சொத்துரிமை கொடுத்து பெண்கள் வழியாக சொத்து மற்றொரு வீட்டிற்குச் சேர வாய்ப்பளிக்கக் கூடாது என்றும் கோரினார். நஜீருத்தின் அகமத் போன்ற முஸ்லிம் சம்பிரதாயவாதிகளும் கூட அந்த எதிர்ப்பிற்கு தங்கள் குரலையும் சேர்த்து, சம்பிரதாயவாதத்தில் இந்து முஸ்லிம்களுக்கு இடையே எந்த பாகுபாடும் இல்லை என்பதைக் காட்டிக்கொடுத்தார்.

Sanatana Nritya

"The Hindu Code Bill now on the legislative anvil in the Indian Parliament is a direct negation of the *Dharma Shastras* and in contravention of the *Smritis* and the *Milatshara* and *Dayabhaga*," according to Sanatanists.

சனாதன நாட்டியம்: சங்கர் பிள்ளையின் கேலிச்சித்திரத்தில் சனாதனியொருவன் கைகட்டிக் கீழே விழுந்திருக்கும் பெண் ஒருத்தியின் முதுகின் மீது ஏறி நின்று நாட்டியம் ஆடுவது

அப்போது வெளியான சங்கரின் 'சனாதன நாட்டியம்' என்ற ஒரு கேலிச்சித்திரத்தில் தொப்பை வயிறுடன், பூணூல் போட்ட சனாதனி ஒருவன் கைகட்டிக் கீழே விழுந்து கிடக்கும் பெண் ஒருத்தியின் முதுகின் மீது நாட்டியமாடிக்கொண்டு, கொடுமையின் வடிவமாக கையில் தடி ஒன்றை ஏந்தி அம்பேத்கர் பக்கம் 'உன்னால் ஒன்றும் செய்ய முடியாது' என்பதைப்போல கைகாட்டிக்கொண்டிருப்பான். அம்பேத்கர் அருகில் சில பெண்கள் இயலாமையால் நின்றிருப்பார்கள். கீழே தலைப்பில் 'சனாதனிகளின் படி இந்து சட்ட மசோதா ஸ்மிருதிகளின், மிதமான எழுத்துக்களின் மற்றும் கருணை மனோநிலைக்கு எதிராக மத சாஸ்திரங்களையே நிராகரிக்கிறது' என்று இருந்தது. 'த ட்ரிப்யுனல்'இல் வெளியான பி.வர்மாவின் கேலிச்சித்திரத்தில் இந்து சட்ட மசோதாவைக் கையில் பிடித்திருக்கும் அம்பேத்கர் பெண்ணைக் காப்பாற்ற அவள் கையைப் பிடித்து மேலே தூக்குகிறார். சனாதனவாதிகள் அந்தப் பெண்ணின் முடி, ஆடையைப் பிடித்து கீழே இழுப்பார்கள். 'பெண்களுக்குச் சம

உரிமை' என்ற பேனரை அம்பேத்கர் மற்றும் பெண் ஒருத்தி ஏந்திப் போகும் சங்கரின் கேலிச்சித்திரத்தில் சனாதனவாதிகள் உடம்பைக் கீறிக்கொண்டு கதறுகிறார்கள்.

அம்பேத்கர் பெண்ணைக் காப்பாற்ற அவளை மேலே தூக்கினால், சனாதனி ஒருவன் அவளைக் கீழே இழுப்பது. (த ட்ரிப்யுனல், பி.வர்மா)

இந்து சட்ட மசோதா என்ற சிறுமியின் கையைப் பிடித்து நடக்கும் அம்பேதகர் (சங்கர்ஸ் வீக்லி, சங்கர்)

'பெண்களுக்குச் சம உரிமை' என்ற பேனரைப் பிடித்துக்கொண்டு அம்பேத்கரும், பெண்ணும் நடப்பது. (சங்கர்ஸ் வீக்லி, சங்கர்)

அதே சங்கரின் மற்றொரு இந்து சட்ட மசோதா என்ற சிறுமியின் கையைப் பிடித்து நடந்துகொண்டிருக்க எதிரில் ஒரு மூலையில் சனாதனவாதி கோடாலியைப் பிடித்து வெட்டக் காத்திருப்பான். அதற்கு மேலே பெண்கள் சனாதனவாதியின் தலை மீது போட கனமான ஒன்றைத் தயாராக வைத்திருப்பார்கள். பிரேஷ்வரின் இந்தக் கேலிச்சித்திரம் பெண்களுக்கு சம உரிமை கொடுத்த உடன் சிலர் எப்படி அதைத் தவறாகப் பயன்படுத்திக்கொள்வார்கள் என்று காட்டுவதுபோலான படம்.

ஒரு பெண் தன் வயதான தந்தையை மரத்தில் கட்டிப்போட்டு உடனே பாதிச் சொத்தைக் கொடுக்கவேண்டும் என்று வற்புறுத்துகிறாள். மற்றொருத்தி தன் கணவனை மரத்தில் கட்டிப்போட்டு உன்னை விவாகரத்துச் செய்கிறேன் என்று பயமுறுத்துகிறாள். மற்ற ஒருத்தியோ ஒரு மனிதனை எந்த வரதட்சணையும் இல்லாமல் என்னைத் திருமணம் செய்துகொள் என்கிறாள். அதே மரத்தின் மீது சட்ட நூல் பிடித்து உட்கார்ந்திருக்கும் அம்பேத்கர் அதிர்ச்சியால் வாயடைத்து போயிருப்பார்.

WITHOUT MALICE

Some Delhi girls have demonstrated in favour of the Hindu Code Bill.

பெண்களுக்குச் சம உரிமை அளித்தால் தவறாகப் பயன்படுத்திக் கொள்வார்களா?
(பிரேஷ்வர்)

மக்களவையில் போதுமான எதிர்ப்பு, சர்ச்சைகளுக்கு இடையே நேருவும் கூட அம்பேத்கருக்கு ஆதரவு அளிக்கவில்லை. ஜனாதிபதி இராஜேந்திர பிரசாத் மசோதாவை திரும்பப் பெறும்

எச்சரிக்கையைக் கொடுத்ததால் நேரு மசோதாவைக் கைவிட வேண்டுமென்று டாக்டர் அம்பேத்கரிடம் குறிப்பிட்டார். தான் அனுபவித்த அதிகமான மன வருத்தத்தால் டாக்டர் அம்பேத்கர் 27 செப்டம்பர் 1951இல் இராஜினாமா செய்தார். அப்போது இரண்டு கேலிச்சித்திரங்கள் வெளியாயின. 1951 அக்டோபர் 7இல் சங்கர்ஸ் வீக்லியில் வெளியான கேலிச்சித்திரம் சட்ட அமைச்சரகம் அம்பேத்கரின் மனைவியாகவும் இந்து சட்டம் சிறிய பிள்ளையாகவும் இருக்க, குடும்பத்தை விட்டு காட்டுக்குச் செல்லும் அம்பேத்கர் தடி, பிச்சைப் பாத்திரத்தை ஏந்தி புறப்படத் தயாராகும் முன்பு கடைசிப் பார்வையாக தன் மனைவி மற்றும் மகளின் பக்கம் திரும்பிப் பார்ப்பார். அந்தக் கேலிச்சித்திரம் யசோதரையை விட்டுச் செல்லும் கௌதமனையும் நினைவுபடுத்தும்.

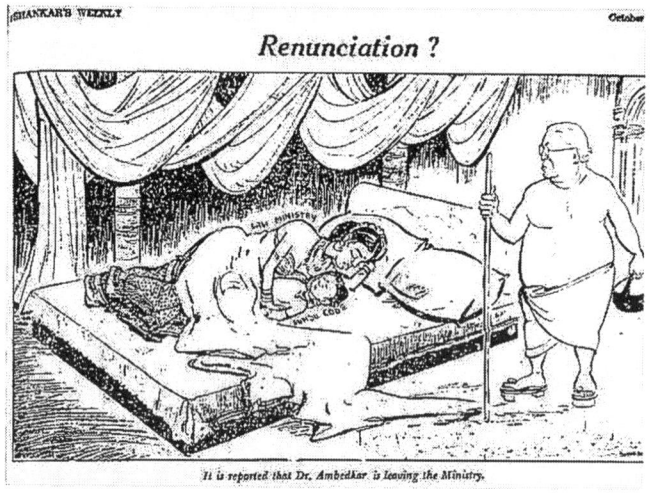

'பரித்தியாகம்' இந்து சட்ட மசோதாவைக் கைவிடச் சொல்லி பிரதமர் நேரு கூறியபோது மந்திரிப் பதவிக்கு இராஜினாமா அளித்த அம்பேத்கர். –(சங்கர்ஸ் வீக்லி, சங்கர் 1951)

உம்மென் என்பவர் 1951 செப்டம்பர் 30 'த லீடர்' என்ற இதழில் வெளியான 'இந்து சட்ட மசோதா கிடப்பில்' என்ற தலைப்புக் கேலிச்சித்திரத்தில் சனாதனவாதிகள் அம்பேத்கரின் வாய், கைகளைக் கயிற்றால் கட்டிப்போட்டு மகிழ்ச்சியுடன் சிரிக்கிறார்கள்.

இந்து சட்ட மசோதா கிடப்பில் –
(த லீடர், உம்மென், 1951)

1954வரை கிடப்பில் கிடந்த சீர்திருத்தங்கள் 1954-56 காலகட்டத்தில் மேலும் பல மாற்றங்கள் அடைந்து முன்வைக்கப்பட்டது. அதற்குப் பிறகும் திருத்தங்கள் நடைமுறையில் இருக்கின்றன. அவ்வப்போது இன்னும் திருத்தங்கள் நடந்துகொண்டே இருக்கின்றன. அம்பேத்கர் இலட்சக்கணக்கான தொண்டர்களுடன் பௌத்த மதத்திற்கு மதம் மாறி ஒரு அதிசயமான வரலாறை நிகழ்த்தி இருந்தார். அப்போது கேலிச்சித்திரக்காரர்கள் மகாராஷ்ட்ராவில் சிவ சேனையைத் தோற்றுவித்த பால் தாக்ரே 'மராட்டா' பத்திரிகையில் வரைந்த கேலிச்சித்திரம் கௌதம புத்தர் அம்பேத்கரைத் தழுவிக்கொள்ளும் ஓவியம், 'இரு மகான்களின் சித்தாந்த இணைதல்' என்ற தலைப்புடன் இருந்தது.

இரு மகான்களின் சித்தாந்த இணைதல் (மராட்டா, பால் தாக்ரே)

சம்வாதா – ஜூன் 2017; ஓவிய உபயம்: அவுட் லுக் பத்திரிகை/ உண்ணாமதி சியாம சுந்தர்/ வலைதளம்.

7. கேலிச்சித்திரங்களில் டார்வினும் பரிணாம வளர்ச்சியும்

சார்ல்ஸ் டார்வின் (Charles Darvin) 27, டிசம்பர் 1831இல் இங்கிலாந்தின் பிளைமௌத் துறைமுகத்திலிருந்து தன் பயணத்தைத் தொடங்கியபோது அவருக்கு வயது 22. 1831 லிருந்து 1836வரை தனது பயணம் வாழ்க்கையை மட்டுமல்ல உலகின் சாதாரண மனிதர்களின் சிந்தனைகளுக்கும், நூற்றாண்டுகளாக மனிதனை வாட்டிய தன் மூலத்தைப் பற்றிய உள்ளுணர்வுகளுக்கும் பரிகாரம் சொல்வார் என்று நினைக்கவில்லை. டார்வினின் சிந்தனைகள் அறிவியலையும், உலகத்தை மனிதன் பார்க்கும் பார்வையையும் நிரந்தரமாக மாற்றிவிட்டது. டார்வினின் உயிரினங்களின் வளர்ச்சிக் கோட்பாட்டை எளிமையாகச் சொல்வது என்றால் இன்று உலகில் இருக்கும் எல்லா வகையான உயிரினங்களும் படிப்படியாக பூர்வீக உயிரினங்களிலிருந்து வளர்ச்சி அடைந்தவை. அந்த மூதாதைய ஜீவிகள் மிகவும் முன்பு ஒன்றாக இருந்தன என்ற சாத்தியக்கூறுகள் உண்டு. அப்படி என்றால் நவீன மானுடனின், சிம்பாஞ்சியின் (Chimpanzee), மூதாதைய ஜீவன் ஒன்றே. இலட்சக்கணக்கான ஆண்டுகளுக்கு முன்பு அவை வெவ்வேறாக இருந்தன. அதேபோல நரவானர உயிர்கள் என்று அழைக்கப்படும் கொரில்லா, ஔரேங்கூடேன் (Orangutan – மனிதக் குரங்கு), போனோபோ (Bonobo- மற்றொரு வகை மனிதக் குரங்கு) போன்றவை, மற்றும் மனித, சிம்பாஞ்சிகளின் பூர்வீகர்கள் ஒருவரே! அப்படி மூதாதையர்களைப் பின்நோக்கித் தேடிக்கொண்டே போனால் நாய், பூனை, எருமை, பசு, புலி, சிங்கங்களுக்கும் ஒருவராகவே இருக்கும். தாவர இனங்களின் கதையும் அப்படித்தான் இருக்கும். இப்படி உயிரினங்களின் பல்வேறு வளர்ச்சியாலும்

இயற்கையின் தேர்வாலும் இன்று இந்த உலகில் இத்தனை உயிரனங்களின் பன்முகத்தன்மை இருக்கின்றன. இப்போதும் உயிரின வளர்ச்சிச் செயல் நடந்துகொண்டே இருக்கிறது. மனிதன் வளர்ச்சியடைகிறான். அது மிகவும் நிதானமான செயல். அதை உணர்வதற்கு நம் ஆயுள் மிகக் குறைவானது. டார்வின் தன் கொள்கைகளை 1859இல் தன்னுடைய 'ஆன் த ஆரிஜன் ஆஃப் ஸ்பீஷிஸ்' (On The Origin of Species – உயிரினங்களின் பல்வேறு தோற்றம்) நூலில் எழுதியுள்ளார்.

1870இன் போது டார்வின் மிகப் பெரிய அறிவியல் அறிஞராக இருந்தார். எந்த கல்வி ஊடகங்களும் இல்லாத 1859இல் வெளியான டார்வின் பரிணாம வளர்ச்சிக் கோட்பாடுகள் போல விரைவாக மற்ற எந்த அறிவியல் கோட்பாடுகளோ அல்லது சிந்தனைகளோ உலகம் முழுவதும் பரவவில்லை. லண்டனில் 'ஆன் த ஆரிஜன் ஆஃப் ஸ்பீஷிஸ்' வெளியான பத்து ஆண்டுகளில் இங்கிலாந்து, அமெரிக்காவில் பல வகையான பதினாறு பதிப்புகளும், ஜெர்மன், ஃபிரெஞ்சு, டச், இத்தாலியன், ருஷ்ய, ஸ்வீடிஷ் மொழிகளில் மொழிபெயர்ப்பு பதிப்புக்களும் வெளிவந்தன. இன்னும் பல விவரங்கள், குறிப்புக்கள், விமர்சன நூல்களும் வெளியாயின. பரிணாம வளர்ச்சியைக் குறித்து அறிவியல் அறிஞர்கள், அறிவு ஜீவிகள் மட்டுமல்ல சாதாரண மக்களும் கூட சர்ச்சை செய்யத் தொடங்கினர். டார்வினின் பரிணாம வளர்ச்சி குறைந்த காலத்திலேயே உலகம் முழுவதும் விரைவாகப் பரவிய செயலைப் பற்றி பல ஆய்வுகள் நடந்துள்ளன. ஆனாலும் அவை அறிவியல் பத்திரிகைகளில் தொழில் அமைப்புகளின் எல்லையைத் தாண்டி பத்தொன்பதாம் நூற்றாண்டின் மக்கள் மனதை சேர்ந்தடைந்த அறிவியல் பகுப்பாய்வு பரிதிக்குள் வராத இந்தச் செயலைப் பற்றி போதுமான ஆய்வுகள் நடக்கவில்லை என்கிறார் லண்டன் பல்கலைக்கழக கல்லூரியின் ஜானட் ப்ரௌன் (Janet Brown). அப்படியான ஆய்வு டார்வினின் பரிணாம வளர்ச்சியைப்போன்ற சிக்கலான அறிவியல் கருத்து எப்படி எளிதாக மக்கள் மனதைச் சேர்ந்தடைந்தது, மேலும் அதற்குச் சாதகமாக எப்படி வரலாற்று காலகட்டத்தில் அறிவியல் மற்றும் பண்பாடு எதிரும் புதிருமானது என்பதைப் பற்றி வெளிச்சமிடும் என்கிறார் அவர். ஏனென்றால் 19ஆம் நூற்றாண்டின் ஐரோப்பா, அமெரிக்கா மற்றும் மற்ற நாட்டின் மக்களும் கூட அறிவியல் தகவல் பெற்றுக்கொண்டது - பண்பாட்டின் பிரபல சாதனங்களாக

இருந்த வாரப்பத்திரிகைகளின், இதர பத்திரிகைகளின், சில சமயம் அருங்காட்சியகங்களின், கலைக் காட்சியகங்களின் வழியாகவே.

டார்வினின் வளர்ச்சிப் பரிணாமக் கோட்பாடு இதற்கு மாறுபட்டிருக்கவில்லை. டார்வினின் வளர்ச்சிப் பரிணாம கோட்பாடு வெளியான உடனே 'குரங்கிலிருந்து மனிதன்' வளர்ச்சி அடைந்திருக்கிறான். 'குரங்கு மற்றும் மனித' உறவுகள் என்று மட்டுமே சாதாரண மக்கள் எளிமையாக அந்தக் கோட்பாட்டைப் புரிந்து கொண்டார்கள். சிலர் திகைப்புற்றால், மற்ற சிலர் மனிதனைக் குரங்கு போன்ற விலங்கு நிலைக்கு இறக்கியதால் அந்தக் கோட்பாட்டைக் கடுமையாக எதிர்த்தார்கள். இதை வெற்றிகரமாகப் பயன்படுத்திக்கொண்டவர்கள் கேலிச்சித்திரக்காரர்கள். அந்தக் காலத்தில் டார்வின் அளவிற்கு கேலிச்சித்திரங்களில் கண்ட மற்றொரு அறிவியல் அறிஞன் கிடையாது. கேலிச்சித்திரங்கள் மக்கள் தொனியை பிரதிநிதிக்கிறது. சிக்கலான சிந்தனைகளை சரளமாக உருவகப்படுத்துகிறது. அந்தத் தருணத்தில் அப்போதே விக்டோரியன் இங்கிலாந்தின் கேலிச்சித்திரக்கார்கள் தங்கள் கேலிச்சித்திரங்கள் மற்றும் கேலிப் படங்களால் இரக்கமில்லாமல் அரசியல்வாதிகளையும், அரச குடும்பத்தாரையும், மற்ற பிரபல மனிதர்களையும் கிண்டல் செய்யும் கலையை வழக்கப்படுத்தி க்கொண்டிருந்தார்கள். அவர்களுடைய பகடிகள் 'விக்டோரியன் அறநெறி'யைத் தூக்கிப்பிடிப்பதாக இருந்தன. அதனால் அவர்களுக்கு மனிதனும் கூட ஒரு விலங்கு, அதிலும் குரங்குகள் அவன் உறவினர்கள், குரங்குகளின் மற்றும் மனிதர்களின் மூதாதையர்கள் ஒருவர்தான் என்ற டார்வினின் கோட்பாடு பிரிட்டனின் கேலிச்சித்திரக்காரர்களுக்கு திருவிழாவாக இருந்தது. தற்போது இந்தியா நோட்டை ரத்து செய்தது கேலிச்சித்திரக்காரர்களுக்கு 'அச்சே தின்' கொடுத்திருப்பதைப் போலவே அப்போது அப்படி இருந்திருக்கலாம். மனிதனுக்குள் ஒரு விலங்கு இருக்கிறது. உருவ மாற்றங்கள் வழியாக உயிர் வளர்ச்சி என்ற அன்றைய அரசியல், சமுதாய சர்ச்சைகளுக்கு கேலிச்சித்திரக்காரர்கள் நையாண்டி வடிவம் கொடுக்கத் தொடங்கினார்கள்.

'நான் ஒரு மானிடன் மற்றும் சகோதரனா? –பாங்க், 1861

1965லிருந்து 1882 காலகட்டத்தில் என்றால் டார்வினின் வாழ்க்கையின் கடைசி இருபத்தாண்டுகளின் கட்டத்தில் வெளிநாடுகளில் பிரசுரமானவற்றைத் தவிர்த்து பிரிட்டனில் டார்வின் மற்றும் பரிணாம வளர்ச்சியைக் குறித்து சுமார் முப்பது கேலிச்சித்திரங்கள் வெளிவந்தன. அநேகமாக அந்தத் தருணத்தில் எந்த அறிவியல் கருத்துப் பற்றியும் அவ்வளவாக கேலிச்சித்திரங்கள் வெளிவரவில்லை. டார்வினின் பரிணாம வளர்ச்சியைக் குறித்து 'பஞ்ச்' பத்திரிகை சிறப்பான ஆர்வம் காட்டியது. அறிவியல், அறிவியல் அறிஞர்களைப் பகடி செய்துகொண்டே 'குரங்கிலிருந்து மனிதன்' என்ற புரட்சிகர சிந்தனையைக் காலப்போக்கில் மக்கள் ஏற்கும்படியாக அநேகமாக 'பஞ்ச்' கேலிச்சித்திரக்காரர்கள் செய்திருந்தார்கள். டார்வினின் பரிணாம வளர்ச்சிக் கோட்பாட்டிலிருந்து ஊக்கமடைந்த 'பஞ்ச்' பத்திரிகை தன் 1861இன் கிருஸ்துமஸ் சிறப்பு இதழை கொரில்லாவுக்கு சமர்ப்பித்திருக்கிறது.

மேட்டுக்குடி மக்கள் விருந்துக்கு வரும் சூட் போட்ட கொரில்லா – பஞ்ச், 1861

'நான் ஒரு மானுடன் மற்றும் சகோதரனா?' என்று ஒரு கொரில்லா மே, 1861இன் 'பஞ்ச்' பத்திரிகையில் வெளியான கேலிச்சித்திரத்தில் கேட்கிறது. அப்போது பல மக்களின் கேள்வியும் அதுவாகத்தான் இருந்தது. மற்றொரு கேலிச்சித்திரத்தில் ஒரு கொரில்லா சூட் பூட் அணிந்துகொண்டு மேட்டுக்குடி மக்களின் ஒரு விருந்துக்கு வரும் கேலிச்சித்திரமும் வெளிவந்தது. 1863இல் சார்ல்ஸ் பெனட் (Charles Bennett) என்ற கேலிச்சித்திர ஓவியர் சுழல் மாதிரியான கேலிச்சித்திரம் ஒன்றை வெளியிட்டார்.

அதில் உயிரற்ற பொருட்களும் உயிருள்ள பொருட்களாக உருமாறி (வளர்ச்சி?) அடைந்திருப்பதைக் காட்டுகிறது. பரிணாம வளர்ச்சியை இதுபோல புரிந்துகொண்டு பல கேலிச்சித்திரங்கள் வெளியாயின. ஆனால் டார்வின் தனது 'ஆரிஜன் ஆஃப் ஸ்பீஷிஸ்' இல் உயிரின வளர்ச்சி ஒருமுகத்தன்மை அல்லது சுழல் மாதிரியானதல்ல என்று விவரிக்க மிகவும் முயற்சி செய்தார். பிரிட்டீஷ் பத்திரிகையான 'பன்' (Pun) டார்வினின் கேலிச்சித்திரங்களை வெளியிட்டது. விக்டோரியா ராணியின் மகள் இளவரசி லூயிஸ் (Louis) 1874 இல் திருமணம் செய்துகொண்டபோது, திருமண ஊர்வலத்தின் முக்கிய விருந்தாளிகளில் 'டார்வின் மற்றும் நம் பிரபல மூதாதையர்' – டார்வின் குரங்கின் கையைப்பிடித்துக்கொண்டு நடந்துவரும் கேலிச்சித்திரமாக இருந்தது அது. லண்டன் பதிப்பின் 'ஃபிகாரோ' (Figaro) பத்திரிகையில் ஒரு குரங்கைப்போலவே இருக்கும் 'பேராசிரியர் டார்வின்' குரங்கொன்றுக்கு கண்ணாடியைக் கொடுத்து தன் எதிர்காலத்தைப் பற்றி சிந்திக்கும்படி சொல்லும் கேலிச்சித்திரம் ஒன்றை வெளியிட்டது. 1872க்குப் பிறகு டார்வினை குரங்குபோலக் காட்டும் கேலிச்சித்திரங்கள் வெளியாயின.

இதனுடன் மொட்டைத் தலை, நீண்ட தாடி கொண்ட டார்வின் முகம் கேலிச்சித்திரக்காரர்களுக்கு சாதகமாக இருந்தது. அந்த எல்லாக் கேலிச்சித்திரங்களும் குரங்கிலிருந்துதான் மனிதன் வந்தான் என்ற செய்தியை பகடி செய்வதுபோல இருந்தன.

குரங்குபோல இருக்கும் பேராசிரியர் டார்வின் குரங்கொன்றுக்கு கண்ணாடி கொடுத்து தன் எதிர்காலத்தைப் பற்றி சிந்திக்கக் கூறும் கேலிச்சித்திரம். 'ஃபிகாரோ' 1874

டார்வின் தன் கடைசி நூலான மண்புழுக்களைப் பற்றிய 'வர்ம்ஸ்' (Worms) வெளியான உடன் எட்வர்ட் லின்லி ஸ்யாம்பர்ன்(Edward Linley Sambourne) 'மனிதன் வெறும் புழு' என்ற கேலிச்சித்திரம் வரைந்தான். அதை 'பஞ்ச்' பத்திரிகை 6, டிசம்பர் 1881 இல் வெளியிட்டது. 'பெரும் குழப்ப'த்திலிருந்து மண்புழு வளர்ச்சியடைந்து குரங்காக, பிறகு மனிதனாக முடிவில் டார்வினாக வளர்ச்சி அடைந்ததாக வரைந்திருந்தது.

டார்வின் மிகவும் கூச்ச குணம் கொண்டவராக இருந்தார். ஆனாலும் தன்னையும் தன் கோட்பாடுகளையும் பகடி செய்யும் கேலிச்சித்திரங்களுக்கு சலிப்படையவில்லை. பொறுமை இழக்கவில்லை. பதிலுக்கு அந்தப் பத்திரிகைகளை டார்வின் சேகரித்தார். ஒருமுறை 1872இல் நண்பரும் புவியியல் அறிஞருமான ஜேம்ஸ் ஹேக் (James Hague) உடன் பேசும்போது, ஓ, பஞ்சில் மற்றொன்று வெளியாகியுள்ளதா? நாளை அது எனக்குக் கிடைக்குமா. நான் அவற்றை சேகரிக்கிறேன்.

'என்னை ஹார்நெட் (Harnett) பத்திரிகையில் பார்த்தாயா?' என்று டார்வின் கேட்டார். ஹேக் இல்லை என்று சொன்னபோது டார்வின் அதை மகனிடம் அறையிலிருந்து எடுத்துவரச் சொல்லி அதைக் காண்பித்தார். அதில் டார்வின் தலையுடன் ஒரு கொரில்லா ஓவியம் இருந்தது. டார்வின் அதை மகிழ்ச்சியுடன் காட்டி, 'தலையை நன்றாக வரைந்திருக்கிறார்கள், ஆனால்

கொரில்லா அவ்வளவு நன்றாக இல்லை, மிகவும் பெரிய மார்பு, கொரில்லா அப்படி இருக்காது' என்றாராம். அதே 'ஹார்நெட்' பத்திரிகை 1871 மார்ச் இதழில் டார்வினை ஔரேங்கூடேன் போல வரைந்து '*Venerable Orang – Outang: A contribution to Unnatural History*' என்ற தலைப்பில் வெளியிட்டது.

உயிரற்ற பொருட்களும் உயிருள்ளவையாக உருமாறுகின்றன.
சார்ல்ஸ் பேனட், 1863

குரங்கு மற்றும் மரம் பரிணாம வளர்ச்சியை பிரதிநிதிக்கும் பொதுவான கேலிச்சித்திரங்களாயின. 30 நவம்பர் 1872 இன் 'பஞ்ச்' இல் வெளியான ஒரு கேலிச்சித்திரத்தில் மரத்தின் மீது குரங்கொன்று டார்வினின் 'ஆரிஜன் ஆஃப் ஸ்பீஷிஸ்' நூலைப் படிக்கிறது. குரங்கைப்போல முடி நிறைந்த டார்வின் மரத்தின் மீது அமர்ந்திருக்கும் பல கேலிச்சித்திரங்கள் வெளியாயின. இங்கே சிறப்பு என்னவென்றால் உயிர் வளர்ச்சி கோட்பாட்டிற்கு மேலும் பல அறிவியல் அறிஞர்களின் – அல்ஃப்ரெட் ரசெல் வாலேஸ் (*Alfred Russel Wallace*), ஹக்ஸ்லி (*Hucksley*), சார்ல்ஸ் லயெல் (*Charles Loyal*) ஹர்பர்ட் ஸ்பென்சர் (*Herbert Spencer*) போன்றவர்களின் பங்களிப்பு இருந்தாலும் கூட

உயிர் வளர்ச்சிக் கோட்பாடு முன்மொழிவுகளில் டார்வின் மிகவும் பிரபலமடைந்திருந்ததால் டார்வின் பெயரை மட்டுமே கேலிச்சித்திரக்காரர்கள் முன்வைத்தார்கள்.

மொட்டைத்தலை, நீண்ட தாடி, கொரில்லா உடம்புடன் டார்வின் முகம்– Harnett 1871

19ஆம் நூற்றாண்டின் இரண்டு மூன்று பத்தாண்டுகளில் கேலிப்பட ஓவியங்கள் (Caricatures) வரைவதுவும் கூட மிகவும் பிரபலமடைந்தது. அப்போதைய இலக்கியம், கலைஞர்கள், தத்துவவாதிகளுடன் டார்வினின் பல கேலிச்சித்திரங்களும் 'இல்லஸ்ட்ரேடட் லண்டன் நியூஸ்' (*Illustrated London News*) பத்திரிகையில் (1871) '*Representative Men of Literature, Science and Art*' நூலில் (1868), வேனிட்டி ஃபேர் (*Vanity Fair*) (1860) பத்திரிகையில் '*Cartoon Portraits of the Men of the Day*' நூல் (1873) வெளியாயின.

பிரிட்டனுக்கு வெளியே கேலிச்சித்திரக்காரர்களான ஆண்ட்ரே கில் (*Andre Gill – Original name - Louis-Andre Gosset*) –[லா சாரிவரி (*Le Charivari*)] வில் ஹெல்ம் புஷ் [*Will Helm Bush*) ப்ளஸண்ட் பிளட்டர் (*Pleasant Blotter*)] மற்றும் தாமஸ் நாஸ்ட் (*Thomas Nast*) ஹார்பர்ஸ் வீக்லி (*Harper's Weekly*) டார்வினின் கேலிச்சித்திரங்களை வரைந்தார்கள். அமெரிக்காவின் பத்திரிகைகள் டார்வினின் 'த டிசெண்ட் ஆஃப் மேன் (*The Decent of Man*) நூலின் விமர்சனம் செய்துகொண்டிருந்த நாட்களில் பிரபல கேலிச்சித்திரக்காரரான தாமஸ் நாஸ்ட் 19, ஆகஸ்ட் 1871 'ஹார்பர்ஸ் வீக்லி' யில் வெளியிட்ட ஒரு கேலிச்சித்திரத்தில் கண்ணீர் சிந்தும் கொரில்லா ஒன்று டார்வின் பக்கம் கை காட்டி, 'அவன் என் தலைமுறை மீது உரிமை கொண்டாடுகிறான்' அவன் என் வம்சம் என்று சொல்லிக்கொள்கிறான்' என்று கதறுவதுபோல இருந்தது. அதற்கு மற்றொரு மனிதன், 'டார்வின், நீ அதை இப்படி

அவமானப்படுத்தலாமா?' என்று கேட்பான். 'ஃபிகாரோ' (Figaro) பத்திரிகையின் கேலிச்சித்திரத்தில் குரங்கு போல இருக்கும் டார்வின் மரத்தின் மீது அமர்ந்துகொண்டு 'ஒரு டார்வின் கோட்பாடு' புத்தகம் படிக்க, 'லா பதி ல்யூன் (La Pati Lyun) இல் வெளியான கேலிச்சித்திரத்தில் அறிவியல் அல்லது ஞான மரத்தில் வாலுடன் குரங்கு டார்வின் ஊசலாடுகிறார்.

டார்வின் கோட்பாடுகளை நையாண்டி செய்யும் கேலிச்சித்திரங்களுக்கு எதிராக ஃபிரெஞ்சு கேலிச்சித்திரக்காரர் ஆண்ட்ரே கில் பேரிஸ் இன் ஆகஸ்ட் 1878 இல் அதே பத்திரிகையான லா பதி ல்யூன் பத்திரிகையில் கேலிச்சித்திரம் ஒன்றை வெளியிட்டார். அதில் டார்வினை சர்க்கஸ் குரங்குபோல சித்தரித்திருந்தாலும் அவன் 'அவநம்பிக்கை' 'மூட நம்பிக்கை' என்ற வட்டத்தைப் பிளந்து பறக்கிறான். அந்த வட்டத்தை அன்றைய ஃபிரான்சின் அறிவியல் ஆதரவாளரான எமிலி லிட்ரே (Emily Litre) பிடித்திருப்பார். அந்த கேலிச்சித்திரத்தின் செய்தி க்யாதலிக் மூட நம்பிக்கைகளை உடைப்பதாக இருந்தது.

'அவன் என் தலைமுறை மீது உரிமை கொண்டாடுகிறான். அவன் என் வம்சம் என்று சொல்கிறான். (ஹர்பர்ஸ் வீக்லி, தாமஸ் நியாஸ்ட் 1871)

அறிவியல் மரத்தில் தொங்கும் டார்வின் – லா பதி ல்யூன், அண்ட்ரே கில், 1878

மூட நம்பிக்கையைப் பிளக்கும் டார்வின் – ல பதி ல்யூன், அண்ட்ரே கில், 1878

ஆனால் முரண் என்னவென்றால் அறிவியல் மற்றும் தொழில்நுட்பக் கண்டுபிடிப்புகளில் பெரும் சாதனை படைத்திருக்கும் அமெரிக்கா டார்வினின் பரிணாம வளர்ச்சிக் கோட்பாட்டிற்கும், கிருஸ்துவ படைப்புவாதத்திற்கும் இடையே ஊசலாடுகிறது. இன்றும் பள்ளிகளில் பரிணாம வளர்ச்சிக் கோட்பாட்டை கற்பிக்கக்கூடாது என்று பெரிய போராட்டங்கள் நடக்கின்றன. எத்தனையோ முக்கிய சாதனை செய்திருக்கும் அறிவியலும் கூட படைப்புவாதத்தை ஆதரிக்கிறது.

என்ன ஆனாலும், பத்தொன்பதாம் நூற்றாண்டில் டார்வினின் உயிரின பரிணாம வளர்ச்சி கோட்பாடு மிகவும் பிரபலமானது. அன்றைய சமூகம் சிந்தனைகளை வடிவமைத்துக்கொள்வதில் இந்த கேலிச்சித்திரங்கள் மிகவும் முக்கியப் பங்கு வகித்தன என்பதில் மறுபேச்சுக்கு இடமில்லை. சிக்கலான அறிவியல் கருத்தான பரிணாம வளர்ச்சியின் அறிவியல் நூல்கள் மற்றும் பத்திரிகைகளின் கூடவே பிரபல நாளிதழ், வார இதழ் மற்றும் நகைச்சுவை, நையாண்டிகளுக்கென்றே இருக்கும் சிறப்புப் பத்திரிகைகளில் சாதாரண மக்கள் படிக்கும், படித்துப் பொழுதுபோக்கும் பத்திரிகைகளிலும் கேலிச்சித்திரங்கள் வெளியாகி மக்கள் சமூகத்தை எளிதாக போய்ச்சேர்ந்தன. இல்லாவிட்டால், அது அறிவியல் அறிஞர்களுக்கும், கற்றவர்களுக்கும் மட்டுமே

சர்ச்சைக்குரிய விடயமாக இருந்திருக்கும். அந்தக் கருத்துகள் சாதாரண மக்களைச் சென்றடைய வெகு காலம் தேவைப்படும். அறிவியல் பத்திரிகைகள் மற்றும் அறிவியல் நூல்கள், நூலகம் அல்லது பல்கலைக் கழகங்களில் மட்டுமே இருந்தன. ஆனால் பத்திரிகைகள் எல்லோர் வீட்டிலும் இருந்தன. அதனால் அந்தக் கேலிச்சித்திரங்கள் வெறும் நையாண்டி அல்லது நகைச்சுவை ஓவியங்கள் மட்டுமல்லாமல் அவை சமகால சிந்தனைகளுக்கு வடிவம் கொடுத்த ஊடகங்களும் ஆகும். டார்வின் மற்றும் அவனுடைய பரிணாம வளர்ச்சிக் கோட்பாடு இன்றும் கேலிச்சித்திரக்காரர்களின் பாராட்டுக்குரிய விடயமாக இருக்கிறது. இன்றும் அவன் அவ்வப்போது கேலிச்சித்திரங்களில் தென்பட்டுக்கொண்டே இருக்கிறான்.

– சம்வாத – அக்டோபர் 2017

8. பாபர் மசூதியின் சோகம் மற்றும் கேலிச்சித்திரம்

ஒரு நிழற்படத்தைப்போலவே கேலிச்சித்திரமும் கூட வாசிப்பவனுக்கு/பார்ப்பவனுக்கு தன்னிடமுள்ள தகவலை உடனே தெரிவிக்கிறது. கேலிச்சித்திரம் ஒரு காட்சிக் கருவூலமாக இருப்பதுமட்டுமல்ல ஒரு பண்பாட்டுக் கலைப்படைப்பாகவும் இருக்கிறது. ஒவ்வொரு அரசியல் கேலிச்சித்திரத்திற்கும் ஒரு வரலாற்றுப் பின்னணி இருந்து அதன் புரிதல் மற்றும் ஏற்பை அது உருவான பின்னணியில் அறியவேண்டும். கடந்த முன்னூறு ஆண்டுகளாக மேற்கத்திய நாடுகளிலும், இருபதாம் நூற்றாண்டிலிருந்து இந்தியாவிலும் கேலிச்சித்திரங்களை வரலாற்று ஆவணங்களாக பயன்படுத்தப்படுகின்றன. வரலாற்று நிகழ்வுகளை மிகக் கடுமையாக சித்தரிக்கக் கூடியவர்கள் கேலிச்சித்திரக்காரர்கள் மட்டுமே. அந்த வேலையை தற்போது அரசியல் கேலிச்சித்திரக்காரர்கள் தினமும் செய்கிறார்கள். நாட்டின் ஒவ்வொரு வரலாற்று, சமூக, அரசியல் மற்றும் வாழ்க்கையின் கணங்களைத் தங்கள் பார்வையில் ஆவணப்படுத்துகிறார்கள். கேலிச்சித்திரக்காரர்கள் பொழுது போக்குவது மட்டுமல்லாமல் கூடவே வரலாற்றை ஆவணப் படுத்துபவர்களாகவும், எதிர்ப்புகளை உருவாக்குபவர்களாகவும் இருக்கிறார்கள். சில கூட்டங்கள், அரசியல் கட்சிகள் சமூகத்தின் நலத்திற்குத் தீங்கிழைக்கும் பாதையில் நடக்கும்போது கேலிச்சித்திரக்காரர்கள் அதுபோலானவர்களின் செயலை நேரடியாகவோ அல்லது மறைமுகமாகவோ சமுதாயத்தின் முன் வைத்து மக்களை விழிப்படையச் செய்கிறார்கள். அரசியல்வாதிகளின் பலவீனங்களை, சந்தர்ப்பவாதிகளின் தந்திரங்களைப் பொதுவில் திறந்துவைக்கிறார்கள். அந்தக் காரணங்களுக்காவே கேலிச்சித்திரக்காரர்கள் அப்படியான அரசியல் தலைவர்களின் மற்றும் அரசாங்கத்தின் கோபத்திற்கு

ஆளாகிறார்கள். 1975-77 இல் இந்திய நெருக்கடி நிலையில் அன்றைய பிரதமர் இந்திரா காந்தி இதர செய்திப் பிரசுரங்களைத் தணிக்கை நிபந்தனைகளுக்கு உட்படுத்தினார். அந்தத் தருணத்தில் தங்களுடைய நிராகரிக்கப்பட்ட கேலிச்சித்திரங்களின் தொகுப்பொன்றை 'The Games of Emergency' (நெருக்கடி நிலைமையின் விளையாட்டுக்கள்) என்ற பெயரில் அபு ஆப்ரிகாம் வெளியிட்டார். தணிக்கைக் கட்டுப்பாடுகளுக்கு வெறுப்படைந்து சங்கர் பிள்ளை தனது 'சங்கர்ஸ் வீக்லி' பத்திரிகை பிரசுரிப்பதை நிறுத்தினார். மேற்கு வங்க முதலமைச்சர் மம்தா பேனர்ஜியின் கேலிச்சித்திரம் ஒன்றை வரைந்ததற்காக பேராசியர் ஒருவர் கைது செய்யப்பட்டார். பாராளுமன்றத்தை நையாண்டி செய்ததற்காக மற்றொரு கேலிச்சித்திரக்காரர் கைது செய்யப்பட்டார். இதுபோன்ற நிகழ்வுகள் இன்று இந்தியாவில் சாதாரணமாக நடக்கிறது.

நாட்டின் பிரிவினைக்குப் பின் நடந்த சோகம்

1947இல் நடந்த இந்தியத் துணைக்கண்டத்து மத அடிப்படையிலான பிரிவினை மற்றும் அதன் விளைவாக ஏற்பட்ட அபரிமிதமான சாவுகளும் காயங்களின் வலிகளும் ஒருநாளும் மங்காது. அந்த ஆறாத ரணத்தின் அருகிலேயே மற்றொரு காயத்தை ஏற்படுத்தியது 1992இல் பாபர் மசூதியை இடித்த அந்தக் கெட்ட நிகழ்வு. அந்த நிகழ்வு இந்திய அரசியலின் திசையை மாற்றியது. புராணம் – வரலாறு இரண்டையும் ஒருங்கிணைக்கும் முயற்சியில் அரசியல் கட்சிகள் மற்றும் பல மத அடிப்படை அமைப்புக்கள் இன்று ஒருவருக்கு ஒருவர் ஆதரவாக இருந்து வலுவாக நிலைத்து நிற்கின்றன. அதற்குத் தகுந்தாற்போல தேசிய – பன்னாட்டு சூழ்நிலைகளும் இருக்கின்றன.

உத்தரபிரதேசத்து அயோத்தியில் இருக்கும் 2.77 ஏக்கர் நிலம் தகராறில் இருந்தது. பாபர் இந்தியத் துணைக் கண்டத்தின் மீது படை எடுத்தபோது அவன் வெற்றியின் அடையாளமாக அவனுடைய தளபதி மீர் பாகி 1528இல் மசூதியை நிறுவினான். அது பாபர் மசூதி என்று அழைக்கப்பட்டு அன்றிலிருந்து முஸ்லிம்கள் அங்கே வழிபட்டார்கள். பாபரின் வெற்றிக்கு அடையாளமாக பாபர் மசூதி கட்டப்பட்டு இருக்கிறது என்று முரளிமனோகர் ஜோஷி சொன்னபோது 2001 'மிலி கெஜெட்'இல்

வெளியான இர்ஃபன் என்பவரின் கேலிச்சித்திரத்தில் அதை இடிக்கத் தூண்டியதற்காக குற்றம் சாட்டப்பட்ட ராமகிருஷ்ண அத்வானி மற்றும் முரளிமனோகர் ஜோஷி, அதை இடித்திருப்பது 'எங்கள் வெற்றியின் அடையாளம்' என்கிறார்கள். ஆனால் அந்த மசூதி, அங்கே இருந்த இராமர் கோயிலை இடித்துக் கட்டப்பட்டது என்று 1853இல் அவத்தின் நவாப் அலி ஷா ஆட்சியின் போது இந்துக்களின் கலவரம் நடந்திருந்தது. நிர்மோகிகள் என்ற ஒரு இந்து அமைப்பு பாபர் காலத்தில் கோயில் ஒன்றை இடித்து மசூதியைக் கட்டி இருக்கிறார்கள் என்று குற்றம் சாட்டியது.

எங்கள் வெற்றியின் அறிகுறி

அப்போதைய ஆங்கில அரசாங்கம் 1859இல் மசூதி இருக்கும் இடத்தின் வேலி போட்டு இரண்டாகப் பிரித்து உட்புறத்தை முஸ்லிம்களின் பயன்பாட்டிற்கும், வெளிப்புறத்தை இந்துக்களின் பயன்பாட்டிற்கும் கொடுத்தது. அநேகமாக அது அப்படியே தொடர்ந்திருந்தால் ஒரே இடத்தில், அக்கம் பக்கத்தில் இந்துக்கள் மற்றும் முஸ்லிம்கள் வழிபட வாய்ப்புள்ள மத ஒற்றுமை இடமாக இருந்திருக்கலாம்!

ஆனால் 1949இல் மசூதிக்குள் திடீரென்று இராமரின் சிலைகள் தென்பட்டன. அதை இந்துக்கள் அற்புதம் என்றார்கள். ஆனால் போலீஸ்காரர்கள், அதிகாரிகள், ஊரில் பிரபலமானவர்கள் மற்ற பலர் கூடி நடத்திய சதி என்று பிறகு நடத்திய தணிக்கையின்

முதல் அறிக்கை கூறியது. முஸ்லிம்கள் எதிர்த்தார்கள். இரண்டு மதத்தவரும் நீதிமன்றத்தில் சிவில் வழக்குத் தொடுத்தார்கள். அரசாங்கம் அதை சர்ச்சைக்குரிய இடம் என்று அறிவித்து மசூதிக்கு பூட்டுப் போட்டது. இரண்டு மதக்காரரர்களும் வழக்குகளைப் போட்டார்கள். 1950இல் கோபால் சிங் விஷாரதா மற்றும் மகாந்த பரமஹம்ச ராமச்சந்திர தாஸ் ஃபைஜாபாத் நீதிமன்றத்தில் வழக்குத் தொடுத்து, ஜன்மபூமியில் இருக்கும் இராமனின் விக்கிரகத்தை வழிபட அனுமதி கோரினார்கள். உட்புறம் போட்ட பூட்டு அப்படியே இருக்கவேண்டும் என்று சொல்லி நீதிமன்றம் அனுமதித்தது. 1959இல் நிர்மோகி அகாடா அமைப்பு மூன்றாவது வழக்குத் தொடுத்து இராம ஜன்மபூமியின் வாரிசுகள் என்று உரிமை கொண்டாடினார்கள். 1961இல் சன்னி சென்ட்ரல் போர்ட் ஆஃப் வக்ஃப் மசூதியில் விக்கிரகங்கள் வைத்திருப்பதை எதிர்த்து மசூதி மற்றும் அதைச் சுற்றி இருக்கும் இடம் ஒரு மயானம் என்றும் அது மசூதிக்குச் சேர்ந்தது என்றும் வழக்குத் தொடுத்தது.

1886 லிருந்து 1949 வரை ஃபைஜாபாதில் அமைதி நிலவி இருந்தது. நீதிமன்றத்திலாகட்டும் தெருக்களில் ஆகட்டும் எந்தவித போராட்டங்களும் நடக்கவில்லை. அதேபோல 1951லிருந்து 1986 வரையிலும் அயோத்தியைக் குறித்த எந்த விதமான முக்கிய நிகழ்வுகளும் நடக்கவில்லை. அகில இந்திய இந்து மகாசபை மற்றும் பாரதீய ஜனசங்கம் தொடக்கத்திலிருந்து அயோத்தியா, மதுரா, காசியை தங்கள் அஜெண்டாவில் சேர்த்திருந்தாலும் இராமர் மற்றும் இராம ஜன்மபூமியை தங்களை எதிர்காலத்தில் நிலைநிறுத்திக்கொள்ள மிகவும் வலுவாகப் பயன்படுத்திக்கொண்டது எண்பதாம் ஆண்டுகளில். 1984இல் நிறுவிய ஸ்ரீ ராம ஜன்மபூமி முக்தி யக்ன அமைப்பின் வழியாக விஷ்வ இந்து பரிஷத் இராம ஜன்மபூமியை விடுவிக்கும் இயக்கங்களைத் தொடங்கியது. அதன் தலைமையை பிஜேபியின் தலைவரான எல்.கே.அத்வானி ஏற்றுக்கொண்டார். 1986இல் மாவட்ட நீதிமன்றம் மசூதியில் இந்துக்கள் வழிபட வாய்ப்பளித்தது. இதை எதிர்த்த முஸ்லிம்கள் பாப்ரி மசூதி செயல் குழுவை அமைத்துக்கொண்டார்கள். 1989இல் விஷ்வ இந்து பரிஷத் பாபர் மசூதிக்கு அருகே இராமர் கோயில் நிறுவ அடிக்கல் நாட்டியது.

அரக்கன் முட்டைக்குக் காவு – இராஷ்ட்ரீய சகாரா, கோவிந்த், 1993

1989இல் நடந்த பொதுத் தேர்தலில் பிஜேபி ஆதரவால் வி.பி. சிங் பிரதமரானார். 1990 செப்டம்பரில் அத்வானி இராமர் கோயில் நிறுவ மக்களுக்கு விழிப்புணர்ச்சி அளிக்க குஜராத்தின் சோமநாத்திலிருந்து அயோத்தி வரை பத்தாயிரம் கி.மீ. தொலைவு ரத யாத்திரை தொடங்கினார். அந்த ரத யாத்திரை இந்திய அரசியலிலும், சமூக வாழ்க்கையிலும் ஆதங்கத்தை ஏற்படுத்தியது. குஜராத், கர்நாடகா, உத்தரப்பிரதேசம் போன்ற இடங்களில் மதக் கலவரங்கள் நடந்தன. 1993 பிப்ரவரி 2 அன்று, 'ராஷ்ட்ரீய சகாரா' பத்திரிகையில் வெளியான கோவிந்தின் கேலிச்சித்திரம் தேசம் என்ற தாங்கள் இட்ட முட்டைக்கு அத்வானி அக்கறையுடன் காவு கொடுக்கிறார். முட்டை உடைந்து குஞ்சின் சிறிய சிறகு மட்டும் அவருக்குத் தெரிகிறது. ஆனால் பின்னால் அதன் பெரிய கால் வெளியே வருவது அவருக்குத் தெரிவதில்லை. அவருடைய ரத யாத்திரையின் விளைவாக 1989 இல் 85 ஆக இருந்த பிஜேபி பாராளுமன்ற உறுப்பினர்களின் எண்ணிக்கை 1991 தேர்தலில் 120 ஆக உயர்ந்தது. அது மட்டுமல்லாமல், உத்திரப்பிரதேசத்தில் பிஜேபி அரசாங்கம் அதிகாரத்திற்கு வந்தது. 1992 டிசம்பர் 9 அன்று இந்திப் பத்திரிகை 'ஜனசத்தா'வில் வெளியான இராஜேந்திரனின் கேலிச்சித்திரத்தில் கட்டிடம் ஒன்றின் மீது இந்து ஓட்டு வங்கி என்று எழுதியிருந்தது.

இந்து ஓட்டு வங்கியின் முறைகேடு – ஜனசத்தா, இராஜேந்திரன், 1992

'அந்த வங்கியிலும் (இந்து ஓட்டு வங்கி) பெரும் முறைகேடு நடந்திருந்தது மற்றும் அதில் பெரிய மனிதர்கள் ஈடுபட்டிருந்தார்கள்' என்று பேசிக்கொள்கிறார்கள். அக்டோபர் 23 அன்று பிகாரின் சமஷ்டிபூரில் பிகார் முதலமைச்சர் லாலு பிரசாத் யாதவ் அத்வானியின் ரத யாத்திரையை தடுத்து நிறுத்தி அவரைக் கைது செய்தார். பிஜேபி மத்திய அரசாங்கத்தில் வி.பி சிங்குக்குக் கொடுத்த ஆதரவை திரும்பப் பெற்றுக்கொண்டது. பிறகு நவம்பர் 9 அன்று மத்திய அரசாங்கம் பதவி இழந்து கலைக்கப்பட்டது.

உத்திரபிரதேசத்தில் பிஜேபி அரசாங்கம் அதிகாரத்திற்கு வந்த பிறகு இராம ஜன்மபூமி கோயில் இயக்கங்கள் மிகவும் பிரபலமடைந்தன. மேலும் கரசேவகர்கள் (தொண்டர்கள்) அயோத்திக்குள் பெரும் எண்ணிக்கையில் நுழையத் தொடங்கினார்கள். 1992இல் அத்வானி, முரளிமனோகர் ஜோஷி போன்றவர்கள் மசூதியை இடிக்க எப்படிக் காரணமானார்களோ அதேபோல பிரதமராக இருந்த பி.வி.நரசிம்ம ராவும் காரணமானவர். அக்டோபர் 1992இல் இந்துத்துவவாதிகள் மசூதியை இடிக்கப்போவதாக அறிவித்திருந்தாலும் மத்திய அரசாங்கம் எந்த ஒரு நடவடிக்கையையும் எடுக்கவில்லை. 1992 நவம்பர் 7 இன் 'இண்டியன் எக்ஸ்ப்ரெஸ்' பத்திரிகையில் வெளியான ரங்காவின் கேலிச்சித்திரம் விஷ்வ இந்து பரிஷத் டிசம்பர் 6 அன்று கரசேவை நடத்துவதாக அறிவித்தாலும்

‘யாருக்காக இந்த மணி ஒலிக்கிறது?’ *(For whom the bell tolls...)* என்று யோசித்துள்ளார். நரசிம்ம ராவின் இந்தத் தோரணையைப் பற்றி பல கேலிச்சித்திரங்கள் வெளிவந்தன.

யாருக்காக இந்த மணி ஒலிக்கிறது? (இண்டியன் எக்ஸ்ப்ரெஸ்– ரங்கா, 1992)

எசமானே, நீ சொல்வதுபோல – ராஷ்ட்ரீய சகாரா, கோவிந்த், 1992

‘ராஷ்ட்ரீய சகாரா’ பத்திரிகையில் 1992 டிசம்பர் 5 அன்று வெளியான கோவிந்தராவின் கேலிச்சித்திரத்தில் பி.வி.நரசிம்ம ராவுக்கு முடி திருத்தும் போது அத்வானி ‘எசமானே, நீங்கள் சொன்னது போல உங்கள் தலையின் பின் பகுதி முடியை லேசாக வெட்டி இருக்கிறேன்’ என்கிறார். நரசிம்ம ராவின் பின் தலையில் ‘இராம்’ என்ற எழுத்துக்களை அப்படியே மிச்சம் வைத்திருப்பார். நரசிம்ம ராவை 1973 லிருந்து அவர் ஆந்திர பிரதேசத்து முதலமைச்சராக இருந்ததிலிருந்து அவருக்கு

நெருக்கமாக இருந்து, அவர் பிரதமரான பிறகு அவருடைய ஊடக ஆலோசகராக இருந்த பி.வி.ஆர்.கே.பிரசாத் கூற்றின்படி நரசிம்ம ராவும் கூட அயோத்தியில் இராமர் கோயில் நிறுவும் எண்ணம் கொண்டிருந்தார். அதை இராஜேந்திர புரி 1992 டிசம்பர் 10 'த ஸ்டேட்ஸ்மன்' பத்திரிகையில் வெளியான கேலிச்சித்திரத்தில் அற்புதமாக சித்தரித்திருக்கிறார்.

அயோத்தியப் பெரும் போட்டி – த ஸ்டேஸ்ட்ஸ்மன், ராஜேந்திரபுரி, 1992

மேற்பார்வைக்கு நரசிம்மராவ் மற்றும் அத்வானி அயோத்தியைப் பற்றி எதிரிகளைப்போல சண்டைப் போட்டுக்கொண்டாலும், மேசைக்குக் கீழே நண்பர்களைப்போல கைகுலுக்கிக் கொள்கிறார்கள். பி.வி.நரசிம்ம ராவின் இந்த பாசங்கு குறித்து பல கேலிச்சித்திரங்கள் வெளிவந்தன. புரியின் 'த ஸ்டேட்ஸ்மன்' 1993 ஜனவரி 23 இன் கேலிச்சித்திரத்தில் இந்து ராஷ்ட்ரம் என்ற பெண்ணுக்கு வயப்பட்ட நரசிம்ம ராவின் காதலை 'இரகசிய விருப்பம்' – பேசிக் இன்ஸ்டிங்ட்' *(Basic Instinct)* என்று அழைத்தார். இந்துக்கள் மீது பி.ஜே.பி க்கு மட்டுமல்ல, காங்கிரசுக்கும் அக்கறை இருக்கிறது என்பதைப்போல இருந்தது அவருடைய நடவடிக்கை. அவர் நடுநிலையிலிருந்து மசூதியை இடிக்க வழி செய்ததால் இந்தியாவின் பெரும்பான்மையான இந்துக்களின் ஓட்டு காங்கிரசுக்கு விழும் என்று நம்பி இருந்தார் என்று அவருடைய மந்திரிசபையின் உறுப்பினரான அர்ஜுன் சிங் தன்னுடைய சுயவரலாறில் சொல்லி இருக்கிறார். மசூதியை இடிக்க விஷ்வ இந்து பரிஷத் மற்றும் பி.ஜே.பி திட்டம்

போடுகிறது என்று பிரதமர் நரசிம்ம ராவுக்கு பலமுறை எச்சரித்துக் கடிதம் எழுதி இருந்தாராம் அர்ஜுன் சிங்.

இரகசிய விருப்பம் – Basic Instinct – த ஸ்டேட்ஸ்மன், ராஜேந்திரபுரி, 1993.

காட் அண்ட் பௌல்ட் (Caught அண்ட் Bowled) – டெக்கன் ஹெரால்ட்– பி.வி. ராமமூர்த்தி, 1993.

நன்றாக நிறுவ வலுவான அடித்தளம் தேவை, ராஷ்ட்ரீய சகாரா, கோவிந்த், 1992

மசூதி இடிக்கும் நேரத்தில் நரசிம்ம ராவ் யாருடைய தொடர்புக்கும் அகப்படாமல் இருந்தார் என்கிறார்கள். அதற்காக 1993 பிப்ரவரி 5 இன் 'டெக்கன் ஹெரால்ட்' இல் வெளியான பி.வி.ராமமூர்த்தியின் கேலிச்சித்திரத்தில் நரசிம்ம ராவின் பேட்டிங் (Bating) கூட்டாளி அர்ஜுன் சிங் தானே பந்தை கேச் (Catch) பிடித்து அவரை அவுட் (Out) செய்கிறார். 1992 டிசம்பர் 23 'ராஷ்ட்ரீய சகாரா' பத்திரிகையில் கோவிந்தின் கேலிசித்திரத்தில் பிரதமர் நரசிம்ம ராவ் 6 டிசம்பர் மதியம் 3 மணிக்கு தன் அருகிலேயே தொலைபேசி அடித்துக்கொண்டிருந்தாலும் அதை கண்டுகொள்ளாமல், காலை நீட்டிப் படுத்துக்கொண்டு 'மசூதியின் ஒரு குவிமாடத்தை மட்டும் இடித்திருக்கிறார்கள், மறுநிர்மாணம் எளிது' என்ற ரேடியோ செய்தியைக் கேட்டுக்கொண்டு, 'இல்லை சவான், நன்றாக நிறுவ வலுவான அடித்தளம் தேவை' என்கிறார்.

1992 டிசம்பர் 6 அன்று சுமார் 1,50,000 வி.எச்.பி தொண்டர்கள் அயோத்தியில் கூடி இருந்தார்கள். அத்வானி, முரளிமனோகர் ஜோஷி, உமா பாரதி உடன் பல பி.ஜே.பி தலைவர்கள் பெரும் கூட்டத்தை நோக்கி உணர்ச்சிகரமான உரைகளை நிகழ்த்தினார்கள். சில செய்திகள் சொல்வதுபோல எல்லாம் முன்பே திட்டமிடப்பட்டிருந்தது. அந்தப் பெரும் கூட்டம் மசூதியைத் தாக்கி அதைத் தரைமட்டமாக்கியிருந்தது. இருந்த அரைகுறை போலீஸ் அவர்களைக் கட்டுப்படுத்த முடியாமல் பின்வாங்கினார்கள். நாடு முழுவதும் மதக் கலவரங்கள் நடந்தன. அந்தக் கலவரங்களில் 2000க்கும் அதிமான மக்கள் இறந்தார்கள். அதில் அதிகமாக முஸ்லிம்கள் உயிர் நீத்தார்கள்.

பி.வி.நரசிம்மராவின் அரசாங்கம் அந்த நிகழ்வைக் கண்டித்தது. ஓய்வு பெற்ற நீதிபதி மன்மோகன் சிங் லிபர்கான் தலைமையில் விசாரணைக் கமிஷன் நியமிக்கப்பட்டது. அவர்கள் அறிக்கை அத்வானி, வாஜ்பாய், ஜோஷி, உமாபாரதி மற்றும் அன்றைய உத்தரபிரதேசத்தின் பி.ஜே.பி முதலமைச்சர் கல்யாண் சிங் உட்பட பலரை அந்த இழிவான செயலுக்குக் காரணம் என்று அறிவித்தது. அத்வானி, ஜோஷி, உமாபாரதி போன்றோரைக் கைது செய்தது.

அப்போது வெளியான 'த இந்து' பத்திரிகையின் (9 டிசம்பர் 1992) கேசவின் கேலிச்சித்திரம் அத்வானி டிராய் மீது படை எடுத்த ட்ரோஜன் குதிரை பொம்மைபோல இருக்கிறார். அதில்

ஒளிந்திருந்த சிப்பாய்கள் (கரசேவகர்கள்) மசூதியை நாசப்படுத்தி இருக்கிறார்கள். நரசிம்ம ராவ் வெறும் பொம்மையைக் (அத்வானியை) கைது செய்து இழுத்துச் செல்கிறார்.

ட்ரோஜன் ஹார்ஸ், த இந்து, கேசவ், 1992 (விளையாட்டுக் குதிரை)

காவல்துறை, சட்டம் ஒழுங்கைக் காக்கும்! பி.உன்னி, 1992

பி. உன்னியின் இந்தக் கேலிச்சித்திரத்தில் அரசியல்வாதி ஒருவர் முஸ்லிம் ஒருவனிடம் 'கவலைப்படாதே! போலீஸ்காரர்கள் ஒழுங்கு நடவடிக்கை எடுப்பார்கள்!' என்றால் காவல்துறையே இந்துக்களுடன் சேர்ந்து 'ஜெய் ஸ்ரீ ராம்' என்று கோஷம் போடுகிறது.

கேலிச்சித்திர வரலாறு | 137

பாபர் மசூதியை இடித்த பிறகு நாடு முழுவதும் கேலிச்சித்திரங்களின் வெள்ளம் பாய்ந்து வந்தது. அவை நையாண்டியை விடவும் மனசாட்சியை கேள்வி கேட்பது போல இருந்தன. தமிழ் தினசரி 'தீக்கதிர்' பத்திரிகை வீராவின் கேலிச்சித்திரத்தில் தாமரையை ஏந்தி இருக்கும் அத்வானி, திடீர் என்று திரிசூலம் பிடித்த அரக்கனாக மாறுகிறார். அதே கேலிச்சித்திரக்காரரின் மற்றொரு சித்திரம் அனுமான் சஞ்சீவினி மலையைத் தூக்கிக்கொண்டு வந்தால், அத்வானி பாபர் மசூதியின் குவிமாடத்தைத் தூக்கிக்கொண்டு வருகிறார்.

சஞ்சீவினி மற்றும் குவிமாடம் – தீக்கதிர், வீர, 1992.

சஞ்சீவினி மற்றும் குவிமாடம் – தீக்கதிர், வீர, 1992.

எனக்கொன்றும் வெட்கமில்லை – தைனிக் சம்பத், போலா மொய்ரா, 1993

மேலும் அனுமான் 'ஏ, ராம்! நான் மக்களைக் காப்பாற்ற சஞ்சீவினி மலையைச் சுமந்து வந்தால், இந்த நபர் மக்களைக் கொல்ல இதைத் தூக்கிக்கொண்டு வருகிறார்!' என்கிறான். 1993 ஜனவரி 15 வங்காள பத்திரிகை 'தைனிக் சம்பத்'தில் வெளியான போலா மொய்ராவின் கேலிச்சித்திரம் அத்வானி அமைதியின்

அடையாளமான வெள்ளைப் புறாவைக் கொன்று 'என் செயலால் எனக்கு ஒன்றும் வெட்கமில்லை' என்கிறார்.

முதலைக் கண்ணீர் – முங்காரு, பி.மகமத், 1992.

இடிபாடுகளில் கிடைத்த மூன்று பிணங்கள் – பஞ்சாப் கேசரி, சேகர் குரேரா, 1992

என்னால் தவறு நடந்துவிட்டது – த டைம்ஸ் ஆப் இண்டியா, பொன்னப்பா, 1992

பாபர் மசூதியை இடித்த நொடியிலிருந்து இந்தியாவின் பன்முகத் தன்மை கொண்ட பண்பாட்டு வேருக்கு கோடாலி வெட்டு விழுந்திருக்கிறது. 'முங்காரு' பத்திரிகை டிசம்பர் 1992) பி.மகமதின் கேலிச்சித்திரம் நாசப்படுத்தப்பட்ட குவிமாடங்கள் (கும்பஜ்) மதச்சார்பின்மை, ஜனநாயகம், அரசியலமைப்பை பிரதிநிதித்தால் அங்கே நரசிம்ம ராவ், அத்வானி போன்றவர்கள் முதலைக் கண்ணீர் வடிக்கிறார்கள். 'பஞ்சாப் கேசரி' (7 டிசம்பர் 1992) வெளியிட்ட சேகர் குரேராவின் கேலிச்சித்திரம் இதை சிறிது வேறுமாதிரியாகச் சொல்லி, இடிபாடுகளில் மூன்று பிணங்கள் கிடைத்திருக்கின்றன என்று சொல்லி அந்தப் பிணங்களின் மீது போர்த்திய துணி மீது உத்தர பிரதேச அரசாங்கம், மனிதாபிமானம், ஜனநாயகம் என்று எழுதி இருக்கும். 'த டைம்ஸ் ஆஃப் இண்டியா'வில் (9, டிசம்பர் 1992) பொன்னப்பாவின் கேலிச்சித்திரம் இந்தியா என்ற கட்டிடத்திற்கு தீ வைத்திருக்கும் அத்வானி இன்னும் தனது கையில் கொள்ளி இருந்தாலும் கண்ணீர் சிந்திக்கொண்டே 'என்னால் தவறு நடந்து விட்டது' என்பது அத்வானியின் மனநிலையைத் தெரிவிக்கிறது.

நம்மைக் காக்க ஸ்ரீ ராமனே வரவேண்டும் – கன்னட பிரபா, நரேந்திரன், 1992

2017 மார்ச் உச்ச நீதிமன்றம் அத்வானி, முரளி மனோகர் ஜோஷி, உமாபாரதி மற்றும் பலர் மீதிருந்த வழக்குகளைத் தள்ளுபடி செய்ய முடியாது என்று சொல்லி இருக்கிறது. கேலிச்சித்திரம்

ஒன்றில் 'இப்போது தனிமை என்றால் என்னவென்று புரிகிறது' என்கிறார் அத்வானி. மசூதியை இடித்தபோது 'கன்னட பிரபா' வெளியிட்ட மசூதியின் இடிபாடுகளில் சிக்கிக் கிடக்கும் அத்வானி மற்றும் ஜோஷி 'எங்களைக் காக்க ஸ்ரீ ராமனே வரவேண்டும்' என்றால் நரேந்திரரின் கேலிச்சித்திரம் தற்போது அத்வானி, ஜோஷிக்கு பொருந்துவதாக இருக்கிறது. 1992இல் உற்சாகத்துடன் இராமர் கோவில் நிறுவப் புறப்பட்ட அத்வானிக்கு இப்போது 2017இல் அதே செங்கல் சுமையாக இருப்பதை சதீஷ் ஆச்சாரியா கேலிச்சித்திரம் காட்டுகிறது. அவர் அயோத்திக்கு ரத யாத்திரை சென்று அரசியல் வரலாற்றையே முழுமையாக மாற்றி, நாட்டின் பிரிவினைக்குப் பிறகான காயங்களை ஆறவிடாமல் அவற்றை மேலும் சீண்டிய அத்வானிக்கு இது தன் எண்ணங்களையும், உணர்வுகளையும் ஆய்வு செய்யும் தருணம். இன்று அவர் தன் ரதத்தை தானே தனியாக இழுப்பதை 'டைம்ஸ் ஆஃப் இண்டியா' வில் வெளியான சந்தீப் அத்வைர்யாவின் கேலிச்சித்திரம் காட்டுகிறது.

தனி ஆளாக – டைம்ஸ ஆஃப் இண்டியா , சந்தீப் அத்வைர்யா, 2017

'கோயிலை இடித்து மசூதி கட்டப்பட்டிருக்கிறது. அந்த வரலாற்றுத் தவறை சரி செய்கிறோம்' என்று இந்து அமைப்புகள் மசூதியை இடித்தன. அதே மார்ச்சில் உச்ச நீதிமன்றம் விஷயம் உணர்ச்சிமிக்கதாக இருப்பதால் நீதிமன்றத்திற்கு வெளியே இதற்குத் தக்க தீர்வைக் கண்டு கொள்ளவேண்டுமென்று சொல்லி இருப்பது ஆங்கிலத்தில் '*It has come to full circle*' என்ற சொற்றொடரை

நினைவுபடுத்துகிறது. தொடக்கத்திற்கே திரும்பியது என்று பொருள். இப்போது எல்லோர் முன்னிலையிலும் இருக்கும் கேள்வி: இந்து அமைப்புகள் செய்திருக்கும் ‘வரலாற்றுத் தவறை’ சரிப்படுத்துவது எப்படி?

(கேலிச்சித்திரங்களின் உபயம்: சப்தர் ஹஷ்மி மெமோரியல் டிரஸ்ட்)

இந்தக் கட்டுரையை எழுதும்போது பாபர் மசூதி வழக்கின் இறுதித் தீர்ப்பு இன்னும் வந்திருக்கவில்லை. பல பத்தாண்டுகளின் வாத – பிரதிவாதங்களைக் கேட்டு, சாட்சி ஆதாரங்களைப் பரிசீலித்து உச்ச நீதிமன்றத் தலைமை நீதிபதி ரஞ்சன் கொகேயின் தலைமையில் ஐந்து நீதிபதிகளின் அமர்வு 9 நவம்பர் 2019 அன்று தனது தீர்ப்பை அளித்தது. அந்தத் தீர்ப்பின் முக்கிய அம்சங்கள் கீழே கொடுக்கப்பட்டுள்ளன:

பாபர் மசூதியை துவம்சப்படுத்தியது மற்றும் 1949 இல் அதன் புனிதத்தைக் கெடுத்ததும் சட்டத்திற்குப் புறம்பானது.

சர்ச்சைக்குள்ளாகி இருக்கும் 2.77 ஏக்கர் இடத்தை இராமர் கோவிலுக்கு விட்டுக்கொடுப்பது. மாறாக, சன்னி வக்ஃப் அமைப்பிற்கு அயோத்தியில் பொருத்தமான இடத்தில் ஐந்து ஏக்கர் நிலத்தை மசூதி நிறுவுவதற்காக கொடுப்பது.

சர்ச்சைக்குரிய இடத்தை இந்திய அரசாங்கம் இராமர் கோயில் கட்ட அறக்கட்டளை ஒன்றை நிறுவி பிறகு அதற்கு மாற்றிக்கொடுப்பது.

இந்திய தொல்பொருள் ஆய்வுத் துறை அளித்த சாட்சி ஆதாரங்களின் அடிப்படையில் பாபர் மசூதி தேசிய மற்றும் இஸ்லாம் அல்லாத கட்டிட அமைப்பின் மீது நிறுவப்பட்டிருக்கிறது என்பது தெரிய வருகிறது. ஆனால் தற்போது கட்டிடம் ஒன்றின் அடித்தளத்தில் பழைமையான தார்மீக கட்டிட அமைப்பின் இடிபாடுகள் இருக்கின்றன என்ற உடன் அந்தப் பழமையான கட்டிடத்தை இடித்து புதியது நிறுவப்பட்டிருக்கிறது என்பதை தீர்மானிக்க முடியாது.

1992இல் பாபர் மசூதியை துவம்சப்படுத்தியது சட்டத்திற்குப் புறம்பானதாக இருப்பதால் அதற்குக் காரணமான

குற்றவாளிகள் எல்.கே.அத்வானி, முரளி மனோகர் ஜோஷி, மற்றும் உமாபாரதிக்கு எதிராக விசாரணை தொடரும். மற்ற குற்றவாளிகளான கிரிராஜ் கிஷோர், பி.எஸ்.பி தலைவரான அசோக் சிங்கால் மற்றும் விஷ்ணு ஹரி தால்மியா போன்றவர்கள் விசாரணை சமயத்தில் மரணமடைந்துள்ளார்கள். இந்த விசாரணையின் தீர்ப்பை உச்ச நீதிமன்றம் 2020 ஆகஸ்ட் 31 வரை ஒத்தி வைத்தது.

பாபர் மசூதியின் இறுதித் தீர்ப்பை அளித்த அமர்வின் தலைமை நீதிபதி ரஞ்சன் கொகோய் தீர்ப்பைத் தன்னுடைய ஓய்விற்கு ஒரு வாரம் முன்னதாகவே அளித்தார். அவர் ஓய்வுபெற்ற நான்கு வாரங்களில் ஜனாதிபதி ராமநாத் கோவிந்த் அவரை மாநில அவை (ராஜ்யசபா) உறுப்பினராக நியமனம் செய்யும் அறிவிப்பைப் பிறப்பித்தது. 'இதுபோன்ற 'பரிசை' யாரும் எதிர்பார்க்கவில்லை. இந்திய தலைமை நீதிபதி ராஜ்யசபா உறுப்பினராவது இதுதான் முதல் முறை அல்ல என்றாலும் இதுபோன்ற நேரடிப் பரிந்துரை வழியாக நியமனம் செய்தது அதுதான் முதல் முறையாக இருந்தது. இதற்கு முன்பு 1998இல் மத்திய அரசாங்கத்தில் அடல் பிகாரி வாஜ்பாய் தலைமையில் பி.ஜே.பி அரசாங்கம் இருந்தபோது ஜஸ்டீஸ் ரங்கநாத மிஸ்ரா ஓய்வு பெற்ற பிறகு மாநில அவைக்கு காங்கிரஸ் வேட்பாளராக போட்டியிட்டு தேர்வு செய்யப்பட்டார். அப்போது காங்கிரஸ் அதிகாரத்தில் இருக்கவில்லை. ஆனாலும் 1984 சீக்கியர்களின் கொலைகளில் மூத்த காங்கிரஸ் தலைவர்களின் தவறுகளை மூடிமறைப்பதில் ஜஸ்டீஸ் ரங்கநாத் மிஸ்ரா ஆணையத்தின் பங்கு இருந்ததால் காங்கிரஸ் தலைவி சோனியா காந்தி மிஸ்ராவைத் தேர்ந்தெடுத்தார் என்று சொல்லப்படுகிறது.

ஆனால் முந்தைய தலைமை நீதிபதி ஒருவரை, அவர் ஓய்விற்குப் பின் நேரடியாக ராஜ்யசபா உறுப்பினராக தேர்வு செய்ய அரசாங்கம் தன்னுடைய அதிகாரத்தை பயன்படுத்திக்கொண்டது இதுதான் முதல் முறையாகும். இது பல கேள்விகளுக்கும் சர்ச்சைகளுக்கும் வாய்ப்பளிக்கிறது. ஏன் என்றால் கொகாய் அரசாங்கத்தின் முக்கியமான ராஃபெல் விவகாரம், சி.பி.ஐ தலைமை அதிகாரி அசோக் வர்மாவின் விசாரணை, அயோத்திய சர்ச்சை போன்ற வழக்குகளில்

அரசாங்கத்திற்கு அனுகூலமான தீர்ப்புகளை அளித்திருந்தார் என்று சொல்லப்படுகிறது.

கொகாய்: உறுதிமொழி அத்தனை முக்கியமா? இதற்கு முன் நானும் ஏற்றுக்கொண்டுள்ளேன் – மஞ்சுள், 2020

2020 செப்டம்பர் 30 சி.பி.ஐ சிறப்பு நீதிமன்றம் மற்றொரு மகத்துவமான தீர்ப்பை அளித்து பாபர் மசூதியை இடித்த குற்றவாளிகளின் பட்டியலில் இருந்த 32 குற்றவாளிகள் குற்றத்தில் பங்கேற்றதைக் குறித்து போதுமான ஆதாரங்கள் இல்லாததால் அவர்களைக் குற்றமற்றவர்கள் என்று தீர்ப்பு அளித்தது. அந்தப் பட்டியலில் இருந்த முக்கியமானவர்கள் எல்.கே.அத்வானி, முரளி மனோகர் ஜோஷி, கல்யாண் சிங் மற்றும் உமாபாரதி.

9. சர்வாதிகாரி ஹிட்லரும் கேலிச்சித்திரமும்

அச்சு ஊடகத்தில் முதலாம் உலகப் போரின் நிகழ்வுகளை நினைத்துப் பார்க்கும்போது கேலிச்சித்திரக்காரர்களின் பங்கை நினைத்துப் பார்ப்பது முக்கியமானது. எதிரிகளின் தோல்வியைக் கிண்டல் செய்யும், பிரபலத் தலைவர்களின் முடிவுகளை நையாண்டி செய்யும் கேலிச்சித்திரங்கள் போர்க்களத்தில் ஜெர்மன் மற்றும் பிரிட்டிஷ் சிப்பாய்களுக்கு நடுவே பகிர்ந்துகொள்ளப்பட்டன. முதலாம் உலகப்போரில் காட்சிக் கலை அதிக வலுவாகப் பயன்படுத்தப்பட்டது. இரண்டாம் உலகப்போரின் தருணத்தில் எதிரிகளை 'ஒடுக்க' அரசாங்கமே கேலிச்சித்திரக்காரர்களை நியமனம் செய்யத் தொடங்கியது.

கேலிச்சித்திரக்காரர் பென் ஜென்னிங்ஸ் (Ben Jennings) கூறுவதுபோல, சர்வாதிகாரத்தில் விருப்பமுடையவர்களையும் சாதாரண மனிதர்கள் என்று நினைவுபடுத்தும் வலுக்கொண்டவை. கொடுமை என்னவென்றால், பல நாட்டுத் தலைவர்களுக்கு அதுபோல நினைவுபடுத்துவது தேவை இல்லை. எதிர்க் கட்சிகள் இல்லாத நாடுகளில் கேலிச்சித்திரங்கள் எதிர் காட்சிகளாக முடியும். எழுத்துக்கள் கொடுக்கமுடியாத தாக்கத்தை கேலிச்சித்திரங்கள் கொடுக்கும். கேலிச்சித்திரம் ஒரு வகையில் எல்லோரையும் சமப்படுத்தும் ஒன்று. சர்வாதிகாரத்துடன் தாங்கள் மிகவும் வலுவானவர்கள் என்ற மாயையில் மிதப்பவர்களைச் சாதாரண மனித மட்டத்திற்குக் கொண்டுவந்து விடக்கூடியவை. சுயநலக்காரர்கள் என்றும், அதிகார ஆசை பிடித்தவர்கள் என்றும், கருணை இல்லாதவர்கள் என்றும் உருவகப்படுத்தலாம், ஆனால் அவர்களைக் கேலிச்சித்திரக்காரர்கள் முட்டாள் அல்லது வேடிக்கையான மனிதர்கள் என்று சித்தரிப்பதை சகித்துக் கொள்ளமாட்டார்கள். சீனாவின் மாவோ ஒருமுறை, ஒரு டஜன் கலைஞர்கள் ஆயிரம் சிப்பாய்களின் பெட்டாலியனை விடவும்

பலசாலிகள் ஏன் என்றால், சிப்பாய்கள் மக்களின் நடத்தையை மாற்றலாம், ஆனால் கலைஞர்கள் மக்களின் மனதையே மாற்றக்கூடியவர்கள் என்று சொன்னாராம்.

நையாண்டி அல்லது கேலிச்சித்திரங்களைக் கண்டு அஞ்சும் சர்வாதிகார தோரணை கொண்ட தலைவர்கள் வரலாறு முழுக்கவும் தங்களைப் போன்றவர்களை எதிர்க்கவும், போராடவும் கலை, கேலிச்சித்திரம், கேலிக்கோட்டோவியங்களை மக்கள் வெற்றிகரமாகப் பயன்படுத்திக்கொண்டார்கள் என்பதை அறியவேண்டும். கேலிச்சித்திரங்களைத் தடை செய்தால் மக்களிடம் அவற்றைப் பற்றிய ஆர்வம் அதிகமாகுமே தவிர அது அடங்காது. தடை அப்படியான கலைகளுக்கு மேலும் அதிகமாக இரகசிய முலாம் பூசி அதிக வலுவானதாக்கும். இருபத்தியொன்றாம் நூற்றாண்டில் வேடிக்கை மற்றும் நையாண்டி எதிர்ப்பின் ஆயுதமாக அதிகம் பயன்படுத்தப்படுகிறது. அவை மானசீகமாக அதிக விளவுகளை ஏற்படுத்தக்கூடியவை. அது பயத்தை அழித்து தன்னம்பிக்கையை அளிக்கக்கூடியது என்கிறார்கள் உளவியல் அறிஞர்கள். அப்படியான எதிர்ப்பை Laughtivism என்பார்கள். நேரடித் தாக்குதலை விடவும் இப்படி மறைமுகமான 'கலைத் தாக்குதல்' சர்வாதிகாரியிடம் பயத்தை ஏற்படுத்தும்.

அடால்ஃப் ஹிட்லர்

உலகத்தின் கொடிய சர்வதிகாரிகளின் வரிசையில் அநேகமாக முதலாவது பெயர் ஜெர்மனியின் அடால்ஃப் ஹிட்லருடடையதாகத்தான் இருக்கும். ஹிட்லர் 1933 லிருந்து 1945வரை நாஜி ஜெர்மனியின் சான்சலர் (Chancellor) மற்றும் தலைவனாக இருந்தான். அவனுடைய சர்வாதிகாரத் தோரணையால் இரண்டாம் உலகப்போருக்குக் காரணமானான். மற்றும் அந்தப் போரில் சுமார் 110 இலட்சம் மக்கள் உயிர் இழந்தது மட்டுமல்லாமல், ஆரியர்கள்தான் மிகச் சிறந்த இனம். யூதர்களும் மற்றவர்களும் தங்களைவிடக் கீழானவர்கள் என்று முடிவு செய்து, அவன் அப்படிப்பட்டவர்கள் வாழவே தகுதியற்றவர்கள் என்று நம்பி ஐரோப்பாவின் சுமார் 60 இலட்சம் யூதர்களின் மரணத்திற்கும் காரணமானான். மிகவும் சாதாரணமானவனான ஹிட்லர் உலகத்தையே வெறுக்கும் கொடுமைக்காரனானான்.

ஆனால் அவன் தன்னுடைய சர்வாதிகாரத்தின் உச்சத்தில் இருந்தபோதும் கேலிச்சித்திரக்காரரின் நையாண்டிக்கு பொருளாக இருந்தான், அவர்களது கேலிச்சித்திரங்களில் அடர்த்தியாக தென்பட்டான். இந்த உலகத்தில் ஆரியர்களே மிகச் சிறந்த இனம் என்று நம்பி யூதர்களையும் மற்ற இனங்களையும் வெறுத்ததுபோலவே கேலிச்சித்திரக்காரர்களையும் ஹிட்லர் வெறுத்தான். தான் உலகத்தின் தலைவனாக வேண்டுமென்று கனவு கண்டவனைக் கேலிச்சித்திரக்காரர்கள் அவனைச் சாதாரண மனிதனைப்போல சித்தரிப்பதால் அவன் கொல்லவேண்டும் என்று நினைத்த பல நாட்டுத் தலைவர்களின் பட்டியலில் பல கேலிச்சித்திரக்காரர்களும் இருந்தார்கள்.

ஹிட்லர் பிறந்தது 20 மார்ச் 1889, ஆஸ்த்ரியாவின் பிரௌனோவில். தன்னைப்போலவே தன் மகன் ஹிட்லரும் அரசாங்க வேலை செய்யவேண்டும் என்று அவனுடைய தந்தை விரும்பினார். படிப்பில் ஆர்வமில்லாத அவன் ஓவியனாக விரும்பினான். அதற்காக ஆஸ்த்ரியாவின் வியன்னாவுக்குச் சென்றான். ஹிட்லர் அங்கே அகாதெமி ஆஃப் ஃபைன் ஆர்ட்ஸ் சேர்ந்து தேர்வில் இரண்டு முறையும் தோற்ற காரணத்தால் அந்தக் கனவும் ஈடேறவில்லை. ஏழ்மையில் இருந்த அவன் சின்னச் சின்ன வேலைகளை செய்துகொண்டு, சிறிய அறையை வாடகைக்கு எடுத்துக்கொண்டு, சில சமயம் பூங்காவில் பெஞ்ச் மீது படுத்துக்கொள்வான். சில சமயம் மற்றவர்கள் கொடுக்கும் உணவை அருந்துவான். ஹிட்லர் ஜெர்மன் மொழி பேசும் ஆஸ்த்ரியனாக இருந்தான். தன்னை ஒரு ஜெர்மனியன் என்றே நினைத்தான். அந்தத் தருணத்தில்தான் அவன் ஜெர்மனியர்கள் அல்லாதவர்கள் மீது வெறுப்பு கொள்ளத் தொடங்கினான். அப்போதே ஐரோப்பாவின் எட்டு மொழிகளை அதிகாரபூர்வமாக ஏற்றுக்கொண்ட ஆஸ்த்ரிய அரசாங்கத்தை கேலி செய்தது மட்டுமல்லாமல் எந்த அரசாங்கம் எல்லா இனத்தையும் சமம் என்று நினைக்கிறதோ அந்த அரசாங்கம் அதிக நாள் தாங்காது என்று சொன்னான். 1913இல் ஜெர்மனியின் மியூனிக் (Munich) சென்ற ஹிட்லர் 1914இல் முதலாம் உலகப்போர் தொடங்கிய போது தானாகவே சென்று ஜெர்மன் இராணுவத்தில் சேர்ந்துகொண்டான், மேலும் அவன் வீரத்திற்காக இரண்டு முறை விருது பெற்று கார்ப்பொரல் (Carporal) பதவியைப் பெற்றான்.

முதல் உலகப்போர் முடிந்தபோது ஜெர்மனியின் நிலவரம் மாறி இருந்தது. ஹிட்லர் விஷ அமிலத்திற்குப் பலியாகி தற்காலிகக் குருடனாக இருந்தான். போரின் முடிவிற்குக் காரணமான வார்சா ஒப்பந்தத்தால் ஜெர்மன் அதிகமாக தன் நிலப்பகுதியை இழந்தது மட்டுமல்லாமல் பெரிய தொகையை நஷ்ட ஈடாகக் கொடுக்க வேண்டி இருந்ததால் நாடு திவாலாகி, பல இலட்சம் மக்கள் வேலையை இழந்திருந்தார்கள்.

1920இல் ஹிட்லர் நாஜிகள் என்று அழைக்கப்பட்ட நேஷனல் சோசியலிஸ்ட் ஜெர்மன் வர்கர்ஸ் பார்ட்டியில் சேர்ந்தான். ஐரோப்பாவில் சிதறிக்கிடந்த எல்லா ஜெர்மனியர்கள் ஒன்றாகவும், வார்சா ஒப்பந்தத்தை நிராகரிக்கவும் அழைப்பு விடுக்கப்பட்டது. ஹிட்லர் தன் பேச்சுத் திறமையால் கட்சியின் உறுப்பினர்களின் எண்ணிக்கையை அதிகமாக்கினான். நாஜி கட்சியின் தலைவனும் ஆனான். 'பழுப்புச் சட்டைக்காரர்கள்' என்று அழைக்கப்பட்ட தனித் தாக்குதல் படையொன்றை நாஜி கட்சியில் நிறுவினான். 1923 நவம்பர் 9 அன்று 2000 சிப்பாய்களுடன் பமேரியன் அரசாங்கத்தைக் கவிழ்க்க முயற்சித்து தோல்வியுற்று கைது செய்யப்பட்டு தேசத்துரோகக் குற்றத்திற்காக ஐந்து ஆண்டுகள் சிறைத் தண்டனையை அனுபவித்தான். அப்போது சிறைச்சாலையில் அவனுடைய புகழ்பெற்ற 'மெயின் கேம்ஃப் (Mein Kampf – எனது போராட்டம்) நூலை எழுதினான். ஆனால் ஒன்பது மாதத்திலேயே விடுதலை அடைந்து மறுபடியும் தன் கட்சியை உருவாக்குவதில் ஈடுபட்டான். ஷூட்ஸ்டாஃபெல் (Schutzstaffel) அல்லது எஸ்.எஸ். என்ற பாதுகாப்புப் படையொன்றை நிறுவினான்.

1930இல் உலகப் பொருளாதார நெருக்கடியால் ஜெர்மன் மிகவும் சிரமத்திற்கு ஆளானது. ஜெர்மனி இன்னும் முதல் உலகப்போரின் இழப்புகளிலிருந்தே மீளவில்லை. மேலும் நாட்டின் கடன் சுமையும் இருந்தது. அந்தக் கடனைத் திருப்பிக் கொடுப்பதை ஹிட்லர் எதிர்த்தான். 1932இல் 'ஹிட்லர் – தன் கடைசி நம்பிக்கை' என்ற ஹியான்ஸ் ஸ்க்விட்ஜர் (Hyans Skvitzar) வரைந்த ஓவியத்தில் பொருளாதார நெருக்கடியிலும் வேலை இல்லாததாலும் துவண்ட ஜெர்மனிக்கு ஹிட்லர் ஒளிக்கீற்றாகத் தென்பட்டான்.

ஹிட்லர் – நம் இறுதி நம்பிக்கை

ஹியான்ஸ் ஸிக்விட்ஜர், 1932.

முதலாளித்துவ காவல் தெய்வம்

மார்க்ஸ் வாதம், நாஜி சுவரொட்டி, 1932

ஜெர்மனியின் யூதர்களும், கம்யூனிஸ்டுகளும் நாட்டின் சீரழிவிற்குக் காரணம் என்று அறிவித்தான். மேலும் முதல் உலகப்போரில் ஜெர்மனி தோற்க அவர்கள்தான் காரணம் என்று சொன்னான். தங்கள் கட்சி ஆட்சிக்கு வந்தால் ஜெர்மனியை யூதர்களிடமிருந்தும், கம்யூனிஸ்ட்களிடமிருந்தும் விடுவிப்பேன் மேலும் ஜெர்மன் பேசும் மாநிலங்களை எல்லாம் ஜெர்மனியுடன் இணைப்பதாகச் சொன்னான். 1932இல் நாஜி சுவரொட்டியொன்றில் ‘முதலாளித்துவ காவல் தெய்வம் மார்க்ஸ்வாதம்’ என்ற தலைப்பின் கேலிச்சித்திரத்தில் பணக்கார யூதனை கம்யூனிஸ்ட் தேவதை கைப்பிடித்து அழைத்துச் செல்கிறது. அதனால் ஜெர்மனியை விடுதலை செய்ய நாஜி கட்சிக்கு வாக்களிக்கக் கோரினான்.

1932 தேர்தலில் நாஜி கட்சிக்கு 40 சதவிகிதம் வாக்குக் கிடைத்தது. மேலும் ஜெர்மனியில் மிக அதிகமாக வாக்குப் பெற்ற கட்சியாக அதிகாரத்திற்கு வந்தது. 1933 ஜனவரி 30 அன்று ஜனாதிபதி பால் வான் ஹின்டன்பர்க் (Paul von Hindenburg) ஹிட்லரை ஜெர்மனியின் சான்சலராக (Chancellor) நியமித்தார். அப்போது ஜெர்மனியை

எதிர்கொண்ட பிரச்சினைகளை ஹிட்லர் எதிர்கொள்ள முடியாது என்பது வெளி உலகின் எண்ணமாக இருந்தது. அமெரிக்கா மார்ச் 1933 இன் சிகாகோ டெய்லி நியூஸில் வெளியான 'நாட் த மோஸ்ட் கம்ஃபோர்டபல் சீட்' (Not the most comfortable seat- மிக வசதியான அமர்க்கை அல்ல) என்ற கேலிச்சித்திரத்தில் ஹிட்லரின் சான்சலர் முள் அமர்க்கையில் சிரமத்துடன் அமர்ந்திருப்பதைப்போல காட்டப்பட்டிருக்கிறது. ஆனால் வெளி உலகம் எண்ணியது போலானவன் அல்ல, ஹிட்லர். தர்ட் ரீச் (Third Reich) என்று அழைக்கப்பட்ட அவன் அரசாங்கத்தில் சுதந்திரத்திற்கு வாய்ப்பே இல்லை.

'மிக வசதியான அதிகாரமல்ல – சிகாகோ டெய்லி நியூஸ், 1933.

எதிர்காலம் கொடூரம் – த நேஷன், 1933

அதிகாரம் கிடைத்தவுடன் சர்வாதிகாரப் பாதையில் அடி எடுத்து வைத்து தன்னைத் தானே ஃபியூரர் (Fuehrer – தலைவன்) என்று அழைத்துக்கொண்ட ஹிட்லரின் எதிர்காலக் கொடூரத்தை அறிந்ததுபோல 1933 ஏப்ரல் 5-ந்தின் நியூயார்கின் 'த நேஷன்' பத்திரிகையில் வெளியான ஜார்ஜ் என்பவனின் கேலிச்சித்திரம் ஹிட்லரின் முகமூடிக்குப் பின்னால் ஸ்வஸ்திக் வடிவத்து வாள் பிடித்த மரண தூதன் எலும்புக்கூட்டுப் படையை

முன்னடத்துகிறது. ஜெர்மன் என்ற இரயிலை அமைதியின் பாதையில் நடத்திச் செல்லவேண்டிய ஹிட்லர் தண்டவாளத்தை மாற்றி போர், கொலை, கொடூரம், வேதனை, துயரங்கள் பக்கமாக எடுத்துச் செல்கிறான் என்பதை 1933இல் 'சேஞ்சிங்க் டைரக்சன்ஸ்' *(Changing Directions* – தவறிய திசை) என்ற எச். வுல்ஃப் *(Hugo Wolf)* இன் கேலிச்சித்திரம் காட்டுகிறது. அதே ஆண்டு டச் *(Dutch)* பத்திரிகை ஒன்றில் வெளியான 'த கம்பானியன்' *(The Companion* - நண்பர்கள்) என்ற கேலிச்சித்திரத்தில் ஹிட்லரின் நண்பன் மரண தூதனாக இருக்கிறான் மேலும் அந்த நண்பர்கள் மகிழ்ச்சியுடன் இருக்கிறார்கள். பின்னணியில் சவங்கள் மரத்தில் தொங்கியும், கீழே விழுந்தும் கிடக்கின்றன. ஆனால் ஹிட்லருக்குத் தெரியாமல் மரண தூதன் கையில் 'ஜெல்ஃப் மூர்ட்' *(Zelfmoord* - தற்கொலை) என்ற சொல்லும் இருக்கிறது.

தவறிய திசை, எச். வுல்ஃப், 1933.

நண்பர்கள், 1933

ஹிட்லரின் அரசாங்கம் மக்கள் வாழ்க்கையின் ஒவ்வொரு அசைவையும் கட்டுப்படுத்த முயன்றது. ஆரிய இனமே மிகச் சிறந்தது என்பதைப் பரப்பும் எல்லா வகையான பிரச்சாரத்தையும் செய்தது. அருமையாக சொற்பொழிவாற்றும் கலையை வசப்படுத்தி இருந்த ஹிட்லர் பேச்சை ஜெர்மனியர்கள் எளிதாக நம்பினார்கள். உலகம் யூதர்களிடமிருந்தும், ஜிப்சிகளிடமிருந்தும், கறுப்பர்களிடமிருந்தும், உடல் ஊனமுற்றவர்களிடமிருந்தும்,

மனநிலை சரியாக இல்லாதவர்களிடமிருந்தும் விடுதலை அடையவேண்டும் என்பது அவன் கனவாக இருந்தது. அவன் திட்டத்திற்கு ‘இறுதித் தீர்வு’ என்ற பெயரையும் கொடுத்திருந்தான். ஜெர்மன் மொழிக்காரர்கள் இருந்த எல்லா நாடுகளையும் ஜெர்மனியுடன் இணைக்கவேண்டும் என்ற நோக்கத்துடன் முதலில் ஆஸ்திரியா, பிறகு ஜெக்கஸ்லோவிகியாவை வசப்படுத்திக்கொண்டான். பிறகு 1939இல் ஹிட்லர் போலந்து மீது படை எடுத்தது இரண்டாம் உலகப் போருக்கு வித்திட்டது. அந்த தருணத்தில் ஹிட்லர் ஜெர்மனி, போலந்து, ருஷ்யாவில் இலட்சக்கணக்கான யூதர்களின் ‘வதை முகாம்கள்’ (Concentration Camp) தொடங்கி இருந்தன. யூதர்களை எல்லாம் வதை முகாம்களுக்கு அனுப்பி பட்டினியாலும், உழைப்பாலும், விஷ அமிலத்தாலும், தோட்டா பாய்ச்சியும் இலட்சக் கணக்கானவர்களைக் கொன்றான்.

சைவ உணவுக்கார ஹிட்லர் விலங்கு பறவைகளை பற்றி கருணை உள்ளம் கொண்டிருந்தான். ஆனால் யூதர்களைப் பொறுத்தவரை?

ஹிட்லர் ஒரு சைவ உணவருந்துபவனாக இருந்தான். அவனுக்கு விலங்கு பறவைகள் மீது இரக்கம் இருந்தது. அனால், யூதர்களைப் பொறுத்தவரை அவன் பார்வை எப்படி இருந்தது என்று காட்டும் கேலிச்சித்திரம் தலையணை மீது தலைவைத்துப் படுத்திருக்கும் ஒரு ஆட்டின் தலையைக் கருணையுடன் தடவிக் கொடுத்தல்,

வீட்டில் இருப்பவரைக் கொன்று ஒரு பெண்ணின் நெற்றியில் துப்பாக்கியைப் பிடித்திருக்கிறான். உடம்பில் மண்டை ஓட்டைக் கட்டிக் கொண்டிருக்கிறான்.

பால் ஜோசஃப் கோபெல்ஸ் *(Paul Joseph Goebbels)* என்பவன் ஹிட்லருக்கு நெருக்கமானவன். ஹிட்லர் அரசாங்கத்தில் பிரச்சார மந்திரியாக இருந்தான். அவன் யூதர்களைக் கடுமையாக வெறுப்பவனாக, சிறந்து உரையாற்றுபவனாகவும் இருந்தான். அவன் வேலை ஹிட்லரைப் பற்றி, அவன் திறமையைப் பற்றி பிரச்சாரம் செய்வதாக இருந்தது. இங்கிலாந்தில் டேவிட் லோ *(David Low)* என்ற கேலிச்சித்திரக்காரனின் 'ஒல்லியான ஹிட்லர் மிகவும் பலசாலி' என்று சித்தரிக்கும் கேலிச்சித்திரம் கோபெல்ஸ் வேலை என்ன என்பதைக் காட்டுகிறது.

கோபெல்ஸ் ஹிட்லரை வெளி உலகிற்கு அறிமுகப்படுத்துவது – டேவிட் லோ

மூலத்தில் நியூசிலாந்து நாட்டைச் சேர்ந்தவனான டேவிட் லோ இங்கிலாந்தில் பிரபல கேலிச்சித்திரக்காரன். 'எல்லா சர்வாதிகாரிகளும் முட்டாள்கள்' என்று அவன் லண்டனின் 'ஈவினிங் ஸ்டேண்டர்' ஹிட்லர் மற்றும் இத்தாலியின் சர்வாதிகாரி முசலோனியைப் பற்றி நூற்றுக்கணக்கான கேலிச்சித்திரங்களை வரைந்தான். ஹிட்லர் மிகவும் கொடூரமானவன் என்று பலர் சித்தரித்திருந்தால் டேவிட் லோ அன்பாக, 'கெட்ட குழந்தையைப்போல, மிகவும் பலவீனமான முட்டாளைப்போல சித்தரிப்பான்.

தினமும் லோவின் கேலிச்சித்திரத்தைப் பார்த்து ஹிட்லர் எரிந்து விழுவானாம். அவனை சபிப்பானாம். அவன் கொல்ல வேண்டும் என்று இருந்த பட்டியலில் டேவிட் லோவின் பெயரையும் சேர்த்திருந்தான். ஜெர்மனியுடன் அமைதி ஒப்பந்தத்திற்கு முயற்சித்துக்கொண்டிருந்த பிரிட்டீஷ்

அரசாங்கம் கூட 'ஈவினிங் ஸ்டேண்டர்ட்' பத்திரிகையின் வணிக மேலாளர் மைக்கேல் மார்டெலிடம் *(Michel Martel)* டேவிட் லோ ஹிட்லரின் கேலிச்சித்திரத்தை வரையாமலிருக்க கோரிக் கொள்ள வேண்டியிருந்தது. ஆனால் லோ அந்தக் கோரிக்கையை நிராகரித்தான். ஆனால் பிரிட்டனின் வெளியுறவுக் காரியதரிசி லோவைச் சந்தித்து 'பிரிட்டன் மற்றும் ஜெர்மனிக்கு இடையேயான போரை உன்னால் மட்டுமே தடுத்து நிறுத்த முடியும். நீ ஹிட்லரை நையாண்டி செய்வதை நிறுத்தினால் இரண்டு நாட்டிற்கும் இடையே அமைதி நிலவ முடியும்' என்று கேட்டுக்கொண்டபோது லோ ஒத்துக்கொண்டான். டேவிட் லோ தானே சொன்னதுபோல, 'அவர் வெளியுறவு காரியதரிசி, பிறகு நான் என்ன செய்ய முடியும்? மற்றொரு போருக்கு நான் காரணமாகக் கூடாது அல்லவா? பத்திரிகையாளனாக நான் என் ஊடகத்தின் வழியாக உண்மையைச் சொல்ல வேண்டும். ஆகட்டும் நையாண்டியைக் கொஞ்சம் லேசாக்குகிறேன்' என்று கூறினான்.

தன்னைக் கேலி செய்யும் சித்திரங்களைக் குறித்து கோபப்படும் ஹிட்லரின் நடத்தையைக் குறித்து டேவிட் லோ தன்னுடைய விளக்கத்தை அளித்தான்: 'எந்த ஒரு சர்வாதிகாரியும் தான் இரத்த வெள்ளத்தில் நடப்பதாகவோ, கொலைபாதகம் செய்வதாகவோ இருக்கும் ஓவியங்களைப் பார்த்தால், அவனுக்கு சங்கடமோ, கோபமோ ஏற்படுவதில்லை. அதிகாரத்தை விரும்பும் சர்வாதிகாரி தான் பலத்தையும், செல்வாக்கையும் அதிகமாக்கிக்கொள்ளவும், மேலும் பயத்தை உண்டுபண்ணவும் அப்படியான ஓவியங்கள் பயனுள்ளதாக இருக்கும் என்று நினைக்கிறான். ஆனால், அவனை பலவீனமானவன், முட்டாள் என்று சித்தரிக்கும் ஓவியங்களை அவன் சகித்துக் கொள்ளமாட்டான். ஏன் என்றால் அவை அவனுக்கு மிகவும் பாதிப்பை உண்டாக்கும்.' டேவிட் லோவின் கேலிச்சித்திரங்கள் ஹிட்லரை எப்படிப் பாதித்தது என்றால், அந்தக் கேலிச்சித்திரங்கள் ஒவ்வொன்றையும் நிராகரித்து, ஹிட்லர் அப்படிப்பட்டவன் அல்ல, அதற்குக் காரணம் வேறு என்ற விவரங்கள் இருக்கும் ஒரு மறுபதில் புத்தகத்தை *(Hitler in der Karikatur de Welt; Tat gegen Tinte – Hitler in the World's Cartoons: Facts Versus Ink)* ஹிட்லர் பிரசுரித்தான். ஹிட்லர் மற்றும் முசலோனி *(Benito Mussolini)* போரில் தோற்று குழந்தைகளைப் போல அழும் கேலிச்சித்திரத்தை வரைந்த லோ அந்த ஓவியத்தில் தன்னையும் சேர்த்திருக்கிறான்.

போரில் தோற்று குழந்தைகள் போல அழும் ஹிட்லரும், முசலோனியும் – டேவிட் லோ

ஹிட்லரும் ஸ்டாலினும் ஒருவரை ஒருவர் மீறும் சர்வாதிகாரிகள் என்பதைக் காண்பிக்க அவர்கள் சந்திக்கும்போது ஒருவரையொருவர் அறிமுகப்படுத்திக்கொள்ளும் 20 செப்டம்பர் 1939இல் வெளியான அற்புதமான கேலிச்சித்திரம் ஒன்றை டேவிட் லோ வரைந்துள்ளார். அதில் போரில் பாழடைந்த இடிபாடுகள், தாங்கள் கொன்று குவித்த பிணங்களுக்கு நடுவே மிகவும் கண்ணியமாக நடந்துகொள்வதுபோல தங்கள் தொப்பிகளைத் தூக்கி. ‘இந்த உலகத்தின் மிகவும் இழிவான நீசன் நீதான் என்று நினைக்கிறேன்’ என்றும் ‘தொழிலாளிகளைக் கொன்ற கொடூரமானவன் நீயாகத்தான் இருக்கும்’ என்றும் அறிமுகப் படுத்திக்கொள்கிறார்கள்.

ஹிட்லரைக் குறித்து அவன் காலத்தில் ஆயிரக்கணக்கான கேலிச்சித்திரங்கள் வெளியாயின. பல கேலிச்சித்திரக்காரர்கள் நாஜிகளுக்குக்குப் பயந்து ஜெர்மனியைத் துறந்து வேறு நாடுகளுக்கு ஓடிப்போனார்கள். எரிக் ஓசர் *(Eric Ozar)* என்ற கேலிச்சித்திரக்காரன் ஹிட்லர், கோபல்ஸ் பற்றியும் போரின் பயங்கரத்தைப் பற்றியும் பல கேலிச்சித்திரங்களை வரைந்திருந்தான். 1944 இல் ஹிட்லர் அவனைக் கைது செய்து மரண தண்டனை விதிக்க இருந்தான். ஆனால் ஓசர் எப்படியோ

தலைமறைவாகி விசாரணைக்கு முதல் இரவு தற்கொலை செய்து கொண்டான். அப்போது அவனுக்கு வயது நாற்பத்தியொன்று.

RENDEZVOUS

ஹிட்லர் மற்றும் ஸ்டாலின் 'கண்ணியமானவர்களைப்போல' சந்தித்துக்கொள்வது.
– டேவிட் லோ, 1939

1939 ஏப்ரல் 20 ஃபிரஞ்ச் பத்திரிகை லே ரைர் (Le Rire) இல் வெளியான பால் அட்னர் (Paul Adnor) கேலிச்சித்திரத்தில் ஹிட்லரும், முசலோனியும் ஐரோப்பா முழூவதும் துப்பாக்கி, டேங்க், வெடிகுண்டுகளை விதைக்கிறார்கள். இனி அவர் எதை அறுவடை செய்வார்கள்? என்ற கேள்வி அந்தக் கேலிச்சித்திரத்தில் இருக்கிறது. பல ஐரோப்பிய நாடுகளின் ஒன்றியம் ஹிட்லரை 1945 ஆண்டு முழுமையாகத் தடுக்கும் தருணத்தில் 120 இலட்சம் மக்கள் உயிரிழந்திருந்தார்கள். பங்கர் ஒன்றில் ஒளிந்திருந்த ஹிட்லர் தனக்கு வேறு வழியில்லை என்று தெரிந்தபோது 30 ஏப்ரல் 1945இல் தன் துப்பாக்கியால் சுட்டுக்கொண்டு தற்கொலை செய்துகொண்டான். கேலிச்சித்திரக்காரர்கள் ஹிட்லர் இறந்த பிறகும் அவனை விடவில்லை. ‘விதைத்ததை நீ அறுவடை செய்வாய்’ என்ற தலைப்பில் விக்டர் டேனியின் (Viktor Deni) கேலிச்சித்திரம் உள்ள சுவரொட்டிகள் ருஷ்யாவில் வெளியானது.

ருஷ்யர்கள் அவனைப் புதைக்கும் இடம் நினைவுச் சின்னமாகிவிடலாம் என்று அவன் தேகத்தை ருஷ்யாவுக்கு எடுத்துச் சென்றார்கள். இப்போதும் கேலிச்சித்திரங்களில் பல வகைகளில் தென்படுகிறான். அமெரிக்க ஜனாதிபதி டொனால்ட் டிரம்ப், இந்தியாவின் மோதியைக் கூட ஹிட்லர் உருவில் கேலிச்சித்திரம் வரைந்து வெளியிடுகிறார்கள்.

10. தீண்டாமை நையாண்டி

இந்தியாவின் தீண்டாமை வழக்கம் சனாதன தர்மத்தைப்போலவே மிகவும் பழமையானது. அது எப்படி, எங்கே தொடங்கியது என்பதைப் பற்றி பல ஆய்வுகள் நடந்திருக்கின்றன. பல கோட்பாடுகள் முன்வைக்கப்பட்டுள்ளன. இந்தியா வளரும் நாடு, நவீன சமுதாயமாகிறது. சாதி வழக்கம் அழிந்துகொண்டிருக்கிறது என்ற கருத்துக்களுக்குப் பின்னால் சாதி வழக்கம், தீண்டாமை இன்றும் உயிர்ப்புடன் இருக்கிறது. சமீபத்தில் தீண்டத்தகாதவர்கள் மீது குரூரமான நிகழ்வுகள் அதிகமாக நடக்கின்றன என்பது பொய்யல்ல.

இந்தியாவின் தீண்டாமைப் பிரச்சினைகள் – நியூயார்க் டைம்ஸ்– ஹெங், 2016

2016 பிப்ரவரி 28 நியூயார்க் டைம்ஸ் பத்திரிகையில் வெளியான சிங்கப்பூரின் ஹெங்கின் (Heng Kim Song) கேலிச்சித்திரம் இந்தியாவில் தீண்டாமை இன்னும் உயிர்ப்புடன் இருப்பதைக் காட்டுவது மட்டுமல்ல பிரதமர் சாதி வழக்கத்தைப் பற்றி இருக்கும் காகிதத்தைத் தொடுவதற்கும் பின்வாங்குவதை காட்டுகிறது. தீண்டாமையின் கொடூர வழக்கத்தை காட்டும் எம்.வர்மாவின் ஒரு கேலிச்சித்திரம் 1929இல் 'ஸ்வங் ஓவிய கியாரிகேசர் ஆல்பம்' இல் 'அங்கல் டாம் டச்சி அண்ட் அன்டச்சபல் சைல்ட்' தலைப்பின் கீழ் வெளியானது.

ஸ்பரிசக் கடவுள், தீண்டத்தாகத பாலகன்– ஸ்வங் ஓவியம், எம். வர்மா, 1929

கோவில் வளாகத்திற்குள் நுழையும் தீண்டத்தகாத குழந்தையொன்றை அது தீண்டத்தகாததாக இருந்தாலும் அதை இடது கையால் தூக்கிக்கொண்டிருக்கும் பூசாரி, 'சண்டாளர்களின் நிழலும் கூட புனிதமற்றது. மறுபடியும் கோவில் படியைத் தொட்டாலும் உன்னைப் பச்சையாகவே தின்றுவிடுவேன், நீசன், சண்டாளன்...' என்று வைகிறான். துடப்பம் பிடித்துக்கொண்டு முன்னால் நின்றிருக்கும் நபர், அந்தக் குழந்தையின் தகப்பனாக இருக்கலாம். பயத்துடன் பார்க்கிறான்.

வைதீக தர்மம் வர்ணாசிரம தர்மங்களிலிருந்து சாதி வழக்கமும், தீண்டாமையும் தோன்றி இருக்கலாம். வர்ணாசிரமத்தின் முதல் குறிப்பு ரிக்வேதம் (கி.மு 1500- 1200) புருஷ சூக்தத்தில் தெரியவருகிறது. வருணாசிரம தர்மத்தின் தோன்றுதலை இரண்டு வகையாக பார்க்கலாம் – முதலாமவது பிராமணப்பார்வை, இரண்டாமாவது மேற்கத்தியப் பார்வை.

பிராமணப் பார்வை தைவ அனுக்கிரக அடிப்படையைக் கொண்டு, ரிக் வேதத்து புருஷ சூக்தம் பிரபஞ்சப் படைப்பிற்கு ஆதாரமான

புருஷனின் இயற்கைத் தோற்றத்தை எடுத்துரைக்கிறது.. அவன் வாயிலிருந்து பிராமணனும், தோளிலிருந்து சத்திரியனும், தொடையிலிருந்து வைசியனும், பாதங்களிலிருந்து சூத்திரனும் தோன்றினார்கள் என்று சொல்லி, பிராமணர்கள் சிறந்தவர்கள் என்றும் முன்வைக்கிறது. பிரம்மன் அவர்களுடைய பிறப்பு இடங்களுக்குத் தகுந்தாற்போல அவர்கள் வேலை, தொழில், சேவை செய்ய வேண்டும் என்று முடிவு செய்துள்ளான் என்று பிராமணர்களின் 'மூல புருஷன்' மனு சொல்கிறான்.

மேற்கத்திய பார்வையில் தீண்டாமையை இந்தியாவுக்குக் கொண்டுவந்தவர்கள் ஆரியர்கள். சுமார் கி.மு 1500 காலகட்டத்தில் இந்தியத் துணைக் கண்டத்திற்குள் நுழைந்த ஆரியர்கள் இந்தியாவின் பழங்குடிகளான தஸ்யுக்களை எதிர்க்க வேண்டியதானது. கறுப்பு நிறத்தில் இருந்த தஸ்யுக்கள் மீது (சூத்திரர்களின் மூதாதையர்கள்) ஆதிக்கம் செலுத்தி அவர்களை அடிமைகளாக்க சாதி வழக்கத்தையும், தீண்டாமையையும் தோற்றுவித்தார்கள் எனப்படுகிறது.

அனுமதி கிடையாது, சித்ரகுப்தா, எஸ்.பிரம்மா, 1934

இந்து சனாதன தர்ம வழக்கங்களை எதிர்த்த தெலுங்கு இதழ் 'சித்ரகுப்தா' 1934இல் வெளியான எஸ்.பிரம்மாவின் கேலிச்சித்திரம் ஒன்றில் பிராமணர்கள் அக்கிரகாரத்திற்குள்

நுழைந்த தீண்டத்தகாதவன் ஒருவனை நான்கு திசையிலிருந்தும் பிராமணர்கள் தடியால் அடிக்கிறார்கள்.

அம்பேத்கர் பார்வை

டாக்டர் அம்பேத்கர் தீண்டாமைக்கும், சாதி வழக்கத்திற்கும் எதிராக தன் போராட்டங்களைத் தொடங்கி முதலில் இந்து சமுதாயத்தை ஆழமாக பகுப்பாய்வு செய்கிறார். இந்து சமுதாயத்தின் சாதி அமைப்பு உருவானதை பகுப்பாய்வு செய்வதன் வழியாக தீண்டாமையின் தோன்றலைக் கண்டுகொள்ள முயற்சி செய்கிறார். அம்பேத்கர் கண்டுகொண்டதுபோல தாழ்ந்த சாதிக்கார்கள் மேல்சாதிக்காரர்களின் ஆதிக்கத்தை எதிர்ப்பதற்கு இரண்டு காரணங்கள் உள்ளன: ஒன்று, கீழ் சாதிக்காரர்கள் அநேகமாக சாதி ஏற்றத்தாழ்விற்கு உட்பட்டுவிட்டார்கள் மேலும் தாங்கள் அதை ஒத்துக்கொண்டு விட்டார்கள்; இரண்டாவது, சாதி அடிப்படை ஏற்றத்தாழ்வு குணங்கள் அந்த ஒப்புதலுக்கு அழுத்தம் கொடுக்கின்றன. 1916 இல் அம்பேத்கர் கொலம்பியா பல்கலைக் கழகத்திற்கு அளித்த தம் முதல் முதலான ஆய்வுக் கட்டுரையில் பிராமணர்கள் சமுதாயத்தின் மீது சாதி வழக்கத்தைத் திணிக்கவில்லை, பதிலுக்கு தங்கள் பிராமண விழுமியங்கள் மற்ற விழுமியங்களை விடவும் சிறந்தது, மேலும் மற்றவர்களும் கலப்புமணம் முதல்கொண்டு அவற்றைக் கடைப்பிடிக்கவேண்டும் என்பதைத் திணிக்கத் தொடங்கிய போது சாதி வழக்கம் உருவானது என்று விவரிக்கிறார். கீழ் சாதியின் பல சூத்திரர்களுக்கும், தலித்களுக்கும் இடையே பல சாதிப் பிளவுகள் இருந்ததால் அவர்கள் எல்லாம் ஒன்றாக பிராமணர்களின் சுரண்டலுக்கு எதிராகப் போராட முடியவில்லை என்கிறார்.

பிராமணர்கள் ஆரிய மூலத்து பாரசீகத்திலிருந்து இந்தியாவுக்குள் நுழைந்தவர்கள் என்ற மேற்கத்தியர்களின் வாதத்தை ஏற்றுக்கொள்ள அம்பேத்கர் பின்வாங்குகிறார். ஏன் என்றால், அதை ஏற்றுக்கொண்டால் இங்கே இருக்கும் பிராமணர்கள் தங்கள் இனமே வேறு, தாங்கள் வெளியே இருந்து வந்த ‘உன்னத, சிறந்த’ இனம் என்று நியாயப்படுத்திக்கொள்ள வாய்ப்புக் கிடைக்கும் என்று எண்ணி இருந்தார். ‘தீண்டத்தகாதவர்கள் யார்? அவர்கள் எப்படித் தீண்டத் தகாதவர்களானார்கள் என்ற அவருடைய 1948இன் கட்டுரையில் அம்பேத்கர் மேற்கத்தியர்களின் இந்த இன

அம்சங்கள் மீதான சாதி அடுக்குகளை மறுத்திருக்கிறார். அவர் விவரிப்பதுபோல, பழைய சமுதாயத்தில் படையெடுப்பாளர்கள் ஒன்றல்ல பலவகையில் பழங்குடிகள் மீது தாக்குதல் நடத்தி இருக்கிறார்கள். தாங்கள் பழங்குடிகளை விடவும் சிறந்தவர்கள் என்று அடையாளப் படுத்திக் கொண்டுள்ளார்கள். இதுபோல மூல வாசிகள் சீர்குலைந்தபோது அவர்களில் ஒரு தனிக் கூட்டம் உருவானது. அம்பேத்கர் அவர்களை ‘சீர்குலைந்த மனிதர்கள்’ (Broken Men – உடைந்த ஆண்கள்) என்று அழைக்கிறார். படையெடுப்பாளர்கள் இறுதியாக அங்கேயே நிரந்தரமாக நிலைத்த பின், நாடோடி மூலவாசிகளின் தாக்குதலிலிருந்து பாதுகாப்புப் பெற இப்படியான ‘சீர்குலைந்த மனிதர்’களின் சேவையைப் பெறத்தொடங்கினார்கள். அப்போது அந்த சீர்குலைந்த மனிதர்கள், அந்தப் படையெடுப்பாளர்களின் கிராமங்களின் வெளிப்பகுதியில் காவல் காப்பது மற்றும் இதர பணிகளைச் செய்வதுமாக இருந்தார்கள். அந்தப் பழங்குடிகளின் இரத்தம் தங்களுடன் கலந்துவிடக்கூடாது என்று படையெடுத்தவர்கள் அவர்களை விலக்கிவைத்து தீண்டத்தகாதவர்கள் போல நடத்துகிறார்கள். தற்போதைய தீண்டத்தகாதவர்கள் அந்த சீர்குலைந்த மனிதர்களின் தலைமுறைகள் என்றும் அம்பேத்கர் கூறுகிறார். மேலும் அவர்கள் இந்தியாவின் பழங்குடிகள் என்கிறார்.

அம்பேத்கரின் கூற்றின் படி தீண்டாமை இடைக்கால நூற்றாண்டில் என்றால் சுமார் 400 கி.பி.யில் குப்த அரசர்கள் காலத்தில் தெளிவான வடிவம் பெற்றது. அதே காலகட்டத்தில் புஷ்யமித்ரன் என்ற பௌத்த பிராமண அரசன் பிருகத்ருத மௌரிய மன்னனைக் கொன்று அதிகாரத்தைக் கைப்பற்றினான். நால்வர்ணம், வழிபாடு போன்றவற்றில் கொலைகள், பிராமணர்கள் ஆயுதங்களை ஏந்துவது, அரசர்களின் கொலையையும் நியாயப்படுத்திக்கொள்ள, அந்தத் தருணத்தில் மனுஸ்மிருதி இயற்றப்பட்டது. அம்பேத்கர் கூற்றின் படி தீண்டாமையின் மூலம் இந்தியாவின் கடந்த கால வரலாற்றின் பௌத்த மதத்தில் இருக்கிறது.

அம்பேத்கர் கூறுவதுபோல 13-14ஆம் நூற்றாண்டில் இந்தியத் துணைக் கண்டத்தில் அதிகமாக சூத்திரர்கள் பௌத்த மதத்தைச் சேர்ந்தவர்களாக இருந்தார்கள். அப்போது பிராமணர்கள் யாக, வேள்விகளில் அதிகமாக பசுக்களைப் பலிகொடுத்தார்கள். பசுக் கறி உண்டார்கள். விவசாயச் சமுதாயத்தின் அநேக விவசாயிகள்

தங்கள் வாழ்வாதாரத்திற்காக கால்நடைகளைச் சார்ந்திருந்தார்கள். பிராமணர்களின் இந்த கொடூரத்தால் நட்டம் அதிகம் என்று அதை எதிர்த்தார்கள். பிராமணர்களின் இந்த அதிகப்படி செயலுக்கு பௌத்தர்களின் எதிர்ப்பைக் கண்டு தங்கள் பிராமணப் பெருமைக்கு எங்கே ஆபத்து ஏற்படுமோ என்று அவர்கள் தங்கள் சட்டக் குறிப்புகளில் பசு வதை, பசு மாமிசம் புசிப்பது போன்றவற்றைத் தடை செய்தார்கள். பிறகு ரிக் வேதத்தை மறுவியாக்கியானத்திற்கு உட்படுத்தி, பசுக்களைப் புனிதம் என்று சித்தரித்தார்கள். பிரபல பௌத்த மதத்துடன் போட்டிபோடவும், மாமிச உணவைப் புசிப்பதைப் பற்றி பௌத்த மதத்தில் எந்தவித ஆட்சேபனையும் இல்லாததால் அவர்களைவிடவும் தாங்கள் ஒருபடி மேல் என்பதைப்போல பிராமணர்கள் சைவ உணவுக்கு மாறினார்கள்.

வர்ணாசிரமம்: துண்டு, தார் – பிரஸ், சுத்தியல் – இந்துஸ்தான் டைம்ஸ், சங்க பிள்ளை, 1933

இந்தியாவில் சாதி அமைப்பை அழிக்கவும், தலித்களுக்கு எல்லா வகையான சமத்துவத்தை அளிக்கவும் அம்பேத்கர் நாற்பது ஆண்டுகளின் போராட்டம் மிகவும் பலனளிப்பதைப் பார்ப்பது தற்போது வரலாறு. 1933 பிப்ரவரி 17 ‘இந்துஸ்தான் டைம்ஸ்’ பத்திரிகையில் வெளியான சங்கரின் ‘வர்ணாசிரமம்’ கேலிச்சித்திரம் இந்து மதம் என்ற தேவதைக்கு சனாதனவதி

மதராசின் எம்.கே.ஆச்சாரியா கறுப்புத் தார் பூசிக்கொண்டிருக்க மகாத்மா காந்தி துணியால் அந்தத் தாரை துடைக்கும் முயற்சி செய்கிறார். மேலும் இந்து மதத்தின் அடித்தளமான வர்ணாசிரமத்தை அம்பேத்கர் இடித்துத்தள்ள முயற்சிக்கிறார். பிரிட்டிஷ் வைஸ்ராய் இந்தியர்களின் இந்த வேடிக்கையை பார்த்து மகிழ்ச்சி அடைகிறார்.

முடிவில் இராம இராஜ்ஜியம் வந்தது – ஃபிலிம் இண்டியா, 1952

ஆனால் சுதந்திரத்திற்குப் பிறகு ஜனாதிபதி டாக்டர் இராஜேந்திரபிரசாதின் செயல்கள் அம்பேத்கரின் முயற்சிகளை நக்கல் செய்வதுபோல இருந்தன. அவர் 200 பிராமண சம்ஸ்க்ருத பண்டிதர்களை அழைத்து வந்து அவர்கள் பாதங்களை கங்கை நதி நீரால் கழுவி, பாதபூஜை செய்து, அவர்கள் நெற்றியில் சந்தனம் பூசி, பூமாலை அணிவித்து 11 ரூபாய் தட்சிணையும் கொடுத்து மரியாதை செய்தார். டிசம்பர் 1952 'ஃபிலிம் இண்டியா' பத்திரிகையில் அதைக் குறித்து 'முடிவில் இராம இராஜ்ஜியம் வந்தது' என்ற தலைப்புடன் கேலிச்சித்திரம் ஒன்றை வெளியிட்டது. அதில் ஜனாதிபதி இராஜேந்திரபிரசாத் பிராமணர்களுக்கு பாதபூஜை செய்ய, பிரதமர் நேரு, 'நானும் ஒரு பண்டிதன் என் பாதங்களைக் கழுவமாட்டீர்களா?' என்று கேட்க அருகில் இருக்கும் மௌலானா அபுல் கலாம் அஜாத் 'நீ முஸ்லிம்களை அதிகம் நேசிக்கிறீர்கள் அல்லவா?' என்று கேட்கிறார். ஜனாதிபதி டாக்டர் இராஜேந்திரபிரசாத் பிராமணர்களின்

பாதபூஜை செய்யும் நிகழ்வை அம்பேத்கர் அவரது '*Thoughts on Lingustic States (A critique of the report of the Satets Reorganisation Commission)* இல் குறிப்பிட்டு, 'பிராமணன் ஒருவன் சுதந்திர இந்தியாவின் முதல் பிரதமரானதைக் கொண்டாடிய பனாரசில் பிராமணர்கள் நடத்திய வேள்வியில் பிரதமர் நேரு கலந்துகொண்டு அவர்கள் அளித்த செங்கோலைப் பரிசாகப் பெற்றுக் கொள்ளவில்லையா? அந்தப் பிராமணர்கள் கொண்டுவந்த கங்கை நீரைப் பருகவில்லையா?' என்று கேள்வி எழுப்பியுள்ளார். அப்போது 'ஃபிலிம் இந்தியா' பத்திரிகை இந்து மற்றும் முஸ்லிம் அடிப்படைவாதிகளை எதிர்க்கக்கூடிய சர்ச்சைக்குரிய கேலிச்சித்திரங்களைப் பிரசுரித்த பல கேலிச்சித்திரக்காரர்கள் தங்கள் கையொப்பத்தை போடவில்லை. அந்த கேலிச்சித்திரத்தை ஈரானியர்கள் வரைந்திருக்கலாம் என்று ஊகிக்கப்படுகிறது.

தலித்களுக்கும், தீண்டத்தகாதவர்களுக்கும் தேர்தலில் ஒதுக்கீடு மற்றும் தனி வாக்காளர் தொகுதி *(Seperate Electorate)* உரிமை அளிக்கவேண்டும் என்று அம்பேத்கரை வற்புறுத்தினார்கள். 1930 மற்றும் 1932க்கும் இடையே சுயாட்சி கோரிக்கைக்கு அழுத்தம் அதிகமாக பிரிட்டிஷ் அரசாங்கம் இந்தியாவில் அரசியலமைப்பு சீர்திருத்தங்களின் சர்ச்சைக்கு மூன்று வட்டமேசைக் கூட்டங்களை நடத்தினார்கள். அதன் முதல் கூட்டத்தில் டாக்டர் அம்பேத்கர் தலித்களுக்கும் தீண்டத்தகாதவர்களுக்கும் தனி வாக்களிப்பு உரிமையைக் கொடுக்கவேண்டும் என்று முன்மொழிந்தார். அந்த மாநாட்டை காங்கிரஸ் புறக்கணித்தது. காந்தி – இர்வின் ஒப்பந்தத்திற்குப் பிறகு இரண்டாம் கூட்டத்திற்கு மகாத்மா காந்தியை காங்கிரஸ் ஒற்றைப் பிரதிநிதியாக நியமித்தது. காந்தி அம்பேத்கரின் இந்த முன்மொழிதலை மிகவும் கடுமையாக எதிர்த்தார். ஆனாலும் 1932இல் பிரிட்டிஷ் அரசாங்கம் தனது கம்யூனல் அவார்டில் 'கீழ் வர்க்க சமுதாய'ங்களுக்கு தனி வாக்களிப்புத் தொகுதியைக் கொடுத்தது. அதை எதிர்த்த காந்தி தனது 'வரலாற்று' சாகும்வரை உண்ணாவிரதத்தை புனேயின் எரவாட சிறைச்சாலையில் தொடங்கினார்.

அப்போது 1932 செப்டம்பர் 28 அன்று லண்டனின் 'பஞ்ச்' பத்திரிகை காந்தியின் உண்ணாவிரதத்தால் இந்தியாவின் அதிகபட்ச மக்கள் கவலைப்படவில்லை என்பதைப் போல - 'தியாகியாகாதவர்' என்ற கேலிச்சித்திரம் ஒன்றை வெளியிட்டது. உண்ணாவிரதமிருந்த

காந்தி இந்தியாவுக்குக் கூறுகிறார், 'நீ வாழவேண்டுமென்று நான் சாகவும் தயாராக இருக்கிறேன்' என்று. ஆனால் அதற்கு இந்தியாவை பிரதிநிதிப்பதைப்போல நின்றிருக்கும் நபர், 'அபத்தமாகப் பேசவேண்டாம். வாக்களிப்புத் திட்டத்தின் சர்ச்சைக்குரிய ஒரு திருத்தத்திற்கு நீ சாகவும் தயார் என்று சொல்கிறாயா என்ன? என்ன ஆனாலும் நான் வாழ்வதைத் தொடருவேன்' என்று சொல்கிறான்.

THE UNMARTYRABLE.

MR. GANDHI. "I AM PREPARED TO DIE THAT YOU MAY LIVE."
INDIA. "DON'T TALK NONSENSE. YOU MEAN THAT YOU'RE PREPARED TO DIE FOR A DEBATABLE AMENDMENT TO AN ELECTORAL SCHEME. I PROPOSE TO GO ON LIVING IN ANY CASE."

தியாகிகளாகாதவர்கள் – பஞ்ச் 1932

காந்தியின் உண்ணாவிரதத்தால் அம்பேத்கருக்கு நெருக்கடி அதிகமாக அவர் காந்தியின் வேண்டுதல்களுக்கு இணங்கி 'புனே ஒப்பந்தத்தில்' கையொப்பமிட்டது இப்போது வரலாறு. சில ஆண்டுகளுக்குப் பின் அம்பேத்கர் *What Congresss and Gandhi done to the untouchables* இல், 'அந்த உண்ணாவிரதத்தில் உன்னதம் எதுவும் இல்லை. அது ஒரு அருவருப்பான செயலாக இருந்தது. அந்த உண்ணாவிரத சத்தியாகிரகம் தீண்டத்தகாதவர்களின் நன்மைக்காக இருக்கவில்லை. அது அவர்களுக்கு எதிராக இருந்தது. ஒரு உதவியற்ற சமூகத்திற்கு அரசியலமைப்புப் பாதுகாப்பு அளிப்பதற்கு எதிராக கீழ்த்தரமான வற்புறுத்தலாக இருந்தது' என்று எழுதியுள்ளார்.

ஆச்சாரிய வினோபா பாவே தனது 'பூதான' இயக்கத்துடன் ஹரிஜனங்களை கோவிலுக்குள் அனுமதிக்க முயற்சி எடுத்தார். 1953இல் ஒருமுறை ஹரிஜனங்களை பிகாரின் தேவகர் வைத்தியநாதர் கோவிலுக்குள் அழைத்துச் சென்றபோது அங்கே பிராமண பூசாரிகள் வினோபா பாவேயையும் ஹரிஜனங்களையும் இரத்தம் சிந்த அடித்த நிகழ்வைக் குறித்து 1953 செப்டம்பர் 19 'ஃபிலிம் இண்டியா' பத்திரிகையில் வெளியான 'செக்யுலர் பிரசாத்' கேலிச்சித்திரத்தில் ஒல்லியான வினோபா பாவேயை தடித்த பூசாரிகளில் ஒருவன் 'ஓம் நமச்சிவாயா' என்று

குத்துகிறான். மற்ற பூசாரிகள் கோயிலுக்குள் வந்த ஹரிஜனங்களை தடியால் அடித்துப் ‘பிரசாதம்’ கொடுக்கிறார்கள்.

மத எதிர்பார்ப்பில்லா பிரசாதம் – ஃபிலிம் இண்டியா, 1953

பிராமணர்களின் சிறப்பை வலியுறுத்தி சூத்திரர்களை நிரந்தரமாக சுரண்டுவதற்காக மனுஸ்மிருதியை இயற்றிய மனுவுக்கு பாதகமாக தாழ்த்தப்பட்ட சமுதாயங்களுக்கும், தலித்களுக்கும், பெண்களுக்கும் சமஉரிமையையும், நீதியையும் அரசியலமைப்பின் வழியாக கிடைக்கப் பெறவேண்டும் என்று முயற்சித்த அரசியலமைப்பின் தந்தை டாக்டர் அம்பேத்கரை ‘நவீன மனு’ என்பதைப்போல ஈரானியர் வரைந்த கேலிச்சித்திரம் 1950 டிசம்பர் ‘ஃபிலிம் இண்டியா’ பத்திரிகையில் வெளியானது. அதில் பூணூல், பாதுகை அணிந்து கக்கத்தில் அரசியலமைப்பு நூலைப் பிடித்துக்கொண்டிருக்கும் அம்பேத்கருக்குப் பின்னால் சூத்திரர்களும், தலித்களும் பெண்களும் இருக்க பிராமணர்கள் அம்பேத்கர் காலில் விழுகிறார்கள். அருகிலேயே பாராளுமன்றக் கட்டிடத்தில் இரு பணியாட்களில் ஒருவன் ‘யாரது?’ என்று கேட்க, மற்றொருவன், ‘அது அம்பேத்கர் நம் புதிய பிராமணர்’ என்கிறான்.

– சம்வாத – செப்டம்பர் 2017

11. பண மதிப்பிழப்பு – கேலிச்சித்திரக்காரர்களுக்கு 'அச்சே தின்'

'அச்சே தின்' (நல்ல நாள்) கொண்டுவருவோம் என்று அதிகாரத்திற்கு வந்த பிரதமர் நரேந்திர மோதி, 500 ரூபாய், 1000 ரூபாய் மதிப்புடைய தாள்கள் செல்லாது என்று 8 நவம்பர் 2016 இரவு அறிவித்த பிறகு ஓரிரண்டு மாதங்கள் இந்தியர்களுக்கு மிகவும் 'துயர நாட்களாக' இருந்தது என்பது உண்மை. ஆனால் அச்சே தின் வந்ததோ கேலிச்சித்திரக்காரர்களுக்கு உண்மையை உரக்கச் சொல்பவர்கள், வலியிலும் சிரிப்பைக் காண்பவர்கள், அரசாங்கத்தையும் அதன் செயல்பாடுகளையும் நேரடியாக விமர்சிப்பவர்கள் அவர்கள் மட்டுமே. பண மதிப்பு நீக்கத்திற்குப் பின் மக்கள் ஒவ்வொரு ரூபாய்க்கும் தவித்தபோதும், மணிக்கணக்கில் (சில இடங்களில் நாட்கணக்கில்) வங்கிகளுக்கு முன்னால், ஏ.டி.எம் களுக்கு முன்னால் வரிசைகளில் நின்று மக்கள் பரிதவிக்கும்போதும், சிகிச்சைக்காக வங்கிகளில் பணமிருந்தாலும் அதைப் பெற முடியாமல் வங்கிகள் முன் வரிசையில் நின்று சிலர் துவண்டு உயிர் இழந்தபோதும் இரக்கமில்லாத அரசாங்கம் தனது 'கேட்மின் விக்டரி' யைப் பற்றி (Cadmean Victory -கிரேக்கப் புராணக் கதையிலிருந்து – முழு அழிவின் வழியாக வெற்றி பெறுவது என்று பொருள்) சிரித்துக் கொண்டிருக்க, அரசாங்கத்தின் அப்பைத்தியக்கார முயற்சி கேலிச்சித்திர ஓவியர்களுக்கு மிகவும் நெருக்கமான செய்தியானது. பண மதிப்பு நீக்கத்தைப் பற்றி ஆயிரக்கணக்கான கேலிச்சித்திரங்கள் வெளிவந்தன. இந்தியப் பத்திரிகைகளுடன் வெளிநாட்டு கேலிச்சித்திர ஓவியர்களும் கூட சேர்ந்துகொண்டு இந்தியாவின் நோட்டு மதிப்பிழப்பைப் பற்றி கேலிச்சித்திரங்களை வெளியிட்டன. கர்நாடகாவின் கேலிச்சித்திர ஓவியர் சதீஷ்

ஆச்சாரியா மதிப்பிழப்பைப் பற்றிய தன் கேலிச்சித்திரங்களின் 'ருபீ ஆர் நாட் ருபீ (Rupee Or Not Rupee) என்ற தொகுப்பை வெளியிட்டார். பண மதிப்பிழப்புக் கேலிச்சித்திரங்களின் கண்காட்சி கேரளா, ஜம்மு போன்ற இடங்களில் நடந்தன.

உலகத்தின் முதல் முதல் அரசியல் கேலிச்சித்திரம் என்று அழைக்கப்பட்ட மேலும் கேலிச்சித்திரங்களுக்கு 'கார்ட்டூன்' என்று பெயர் வரக் காரணம் 'சப்ஸ்டன்ஸ் அண்ட் ஷேடௌ' (Substance and Shadow) என்ற கேலிச்சித்திரமும் கூட அரசாங்கத்து பொருளாதார அமைப்பின் ஒரு சாகசமற்ற செயலின் விளைவாக உருவெடுத்த கேலிச்சித்திரமானது. 15 ஜூலை 1843இன் 'பஞ்ச்' பத்திரிகையில் வெளியான ஜான் லீச் (John Leech) இன் 'சப்ஸ்டன்ஸ் அண்ட் ஷேடௌ' கேலிச்சித்திரம் உலகத்தின் முதல் முதல் அரசியல் கேலிச்சித்திரம் என்று குறிப்பிடுகிறார்கள். அப்படிப்பட்ட கேலிச்சித்திரங்களுக்கு அன்றிலிருந்தே கார்ட்டூன் என்ற பெயரும் வந்துள்ளது. 1840 காலகட்டத்தில் பிரிட்டனின் ஏழை மற்றும் நடுத்தர வர்க்க மக்களுக்கு மிகவும் கடினமான காலமாக இருந்தது. அதை 'ஹங்க்ரி ஃபார்டீஸ்' (Hungry forties – பசித்த நாற்பதாம் ஆண்டுகள்) என்று அழைத்தார்கள். மக்களிடம் பணமில்லாமல், வேலையில்லாமல் தவித்த பிரிட்டன், ஸ்காட்லாந்து மற்றும் அயர்லாந்துகளில் நோயால் உருளைக்கிழங்கு விளைச்சல் முழுமையாக நாசமடைந்து இலட்சக்கணக்கான மக்கள் உயிரிழந்தார்கள். அப்போதைய பிரிட்டிஷ் பாராளுமன்றம் 'மக்காச்சோளச் சட்டம்' (Corn Law) கொண்டுவந்தது. அதனால் உணவுப்பொருட்களின் விலை மிகவும் அதிகமானது. மக்கள் பணமில்லாமல், உணவு தானியங்களின் விலை உயர்வால் வாங்கமுடியாமல் தவித்து இறந்துகொண்டிருந்த அதே சமயத்தில் பிரிட்டீஷ் அரசாங்கம் அரண்மனைக் குதிரை லாயங்களை நிர்வகிக்கவும் அரசகுமாரியின் திருமணத்திற்கும் பல இலட்சம் பௌண்டுகளை செலவு செய்தது. அதே சமயத்தில் பாராளுமன்ற வெஸ்ட் மினிஸ்டர் ஹாலில் ஓவியக் கண்காட்சிக் கலைப்போட்டியையும் நடத்தியது. அந்த ஓவியங்களின் கருத்துக்கள் ஸ்பென்சர், ஷேக்ஸ்பியர், மில்டன் குறித்ததாக இருக்கவேண்டும் என்று பிரிட்டீஷ் அரசாங்கம் கூறியது. 'சப்ஸ்டன்ஸ் அண்ட் ஷேடௌ' என்ற கேலிச்சித்திரம் அதைப் பற்றியதாக இருந்தது.

சப்ஸ்டன்ஸ் அண்ட் ஷேடௌ, 1843

பசியால் துவண்டுபோன மக்கள், ஊனமுற்றவர்கள், தாய்மார்கள், முதியவர்கள் வெஸ்ட்மினிஸ்டரில் கண்காட்சிக்கு வைக்கப்பட்டிருந்த, தங்கள் வாழ்க்கைக்கு எந்த விதத்திலும் அர்த்தத்தையும் கொடுக்காத ராஜவைபோகத்து ஓவியக் கண் காட்சியை அந்த கேலிச்சித்திரத்தில் பார்க்கிறார்கள். 1843இல் அந்தக் கேலிச்சித்திரம் பிரசுரமான பிறகு அதுபோல 'நக்கல்' செய்யும் ஓவியங்களுக்கு 'கார்ட்டூன்' என்ற பெயர் வந்தது.

பிரதமர் கொண்டுவந்த பண மதிப்பிழப்பும் கூட இதுபோன்ற பொருளாதார துரதிரிஷ்டச் செயலாக இருந்தது. 38 ஆண்டுகளுக்கு முன்பே 1978 ஜனவரி 16இல் அவசரநிலைக்குப் பிறகு இந்தியாவில் ஜனதா ஆட்சியின் அரசாங்கத்துப் பிரதமராக இருந்த மொரார்ஜி தேசாய் ஊழல் மற்றும் கறுப்புப் பண ஒழிப்பிற்கு 1000, 5000, 10,000 ரூபாய் நோட்டுக்களை மதிப்பிழக்கச்செய்து, தோல்வியுற்றார். அப்போது டைம்ஸ் ஆஃப் இண்டியாவில் வெளியான ஆர்.கே. இலட்சுமணனின் கேலிச்சித்திரம் அதனால் எவ்வளவு கறுப்புப்பணம் கிடைத்திருக்கலாம் என்பதைக் காட்டுகிறது. அந்தக் கேலிச்சித்திரம் இன்றைய பண மதிப்பிழப்பு விளைவுகளுக்கும் பொருந்தக் கூடியவை. அன்றும் அதே கறுப்புப்பணம் என்னும் பெரும்புலியைப் பிடிக்க எலிக்கூண்டைப் பயன்படுத்த அதன் வால் நுனி மட்டும்

கூண்டுக்குள் சிக்கிக்கொண்டிருக்க மொரார்ஜி தேசாய், ‘ஹா, ஒரு தொடக்கத்தைச் செய்துள்ளோம்’ என்கிறார்.

கறுப்புப் பணம் என்ற புலியைப் பிடிப்பது – டைம்ஸ் ஆஃப் இண்டியா– ஆர்.கே. இலட்சுமண் 1978

ஆனால் இந்திய ரிசர்வ் வங்கி 99 சதவிகிதம் பழைய மதிப்பிழந்த நோட்டுக்களை மக்கள் திருப்பிக் கொடுத்திருக்கிறார்கள் என்ற அறிக்கை, பிரதமரின் இந்த முயற்சி மலையைக் குடைந்து எலியைப் பிடிப்பது போல இருந்தது. அதைத்தான் பரேஷ் நாத் கேலிச்சித்திரம் சொல்கிறது. ஆனால் அந்த எலியை பிடிக்க இந்தியா என்ற வலுவான கட்டிடத்தை இடிக்கவேண்டி இருந்தது. அதனால் இந்தியப் பொருளாதாரத்தின் மீது ஏற்பட்ட தாக்கங்களால் உண்டான விளைவுகளிலிருந்து மீண்டுவர வெகு காலமாகும் என்று பொருளாதார வல்லுனர்களின் எண்ணமாக இருந்தது. ‘விஜய கர்நாடக’வில் வெளியான பி.மகமதின் கேலிச்சித்திரம் மலையை வெட்டிப் பிடித்த எலி பெருச்சாளியாக இருந்து அது ஜி.டி.பி இறக்கம், தொழில் நட்டம் போன்றவற்றை பிரதிநிதித்தன. தினேஷ் குக்கஜட்கரின் கேலிச்சித்திரத்தில் கறுப்புப் பணம் என்ற பல்லியை பிடிக்கப் புறப்பட்ட பிரதமர் மோதி மற்றும் நிதி அமைச்சர் ஜேட்லிக்கு தன் வாலை உதிர்த்துப்போகும்- இது அவர்களின் முயற்சி மற்றும் அதற்குக் கிடைத்த பலனை குறிப்பாகச் சொல்கிறது.

முழு இழப்பின் வழியாக வெற்றி, பரேஷ் நாத்

மலையைக் குடைந்து எலியைப் பிடிப்பது, பி. மகமத்

ஹா, கறுப்புப் பணம் கிடைத்தது, தினேஷ் குக்கஜ்ட்கா

வங்கிகளில் தங்கள் கணக்கில் பணமிருந்தாலும் பெறமுடியாத நிலைமையில் பொதுமக்கள் இருந்தாலும், அரசியல்வாதிகளிடமும், அதிகாரிகளிடமும் கோடிக்கணக்கில் புது நோட்டுக்கள் கிடைத்தது செய்திகளாகி, அரசாங்கத்தின் அந்த 'மலையைக் குடைந்து எலியைப் பிடிக்கும் முயற்சி'

எவ்வளவு நேர்மையானது என்ற சந்தேகம் மக்கள் மனதில் வந்தது இயல்பானதுதான். அதே தருணத்தில் கோடிக்கணக்கில் ஆடம்பரமாக செலவு செய்து 'சுரங்க முதலாளி' ரெட்டி தன் மகளின் திருமணத்தை நடத்தியதைப் பற்றியும் மக்கள் கவலைப்படவில்லை. அவருக்கு அவ்வளவு புதிய நோட்டுக்கள் (திருமணத்திற்கு காசோலை அல்லது டிடி கொடுத்து நடத்துவது முடியாது) எப்படிக் கிடைத்தன என்று மக்கள் வியப்படைந்தார்கள். அப்போது வெளியான சதீஷ் ஆச்சாரியாவின் கேலிச்சித்திரம் ஊசி ஓட்டைக்குள் யானை என்ற ரெட்டி எளிதாக நுழைவதைக் காட்டுகிறது. வங்கியில் தன் கணக்கில் இருந்த பணத்தை திருடிக்கொண்டு போகும் அந்த முரண்பாட்டுக் கட்டுரையின் எழுத்தாளரின் கேலிச்சித்திரம் 'பிரஜாவாணி' மெட்ரோவில் வெளிவந்தது.

உள்ளவர்கள் மற்றும் வலுவானவர்களின் வைபவத் திருமணம், சதீஷ் ஆச்சாரியா

கறுப்புப் பணத்தின் மீதான 'சர்ஜிக்கல் ஸ்டிரைக்' என்ற அரசாங்க அறிக்கை மற்றும் செயலை இந்திய கார்போரேட்கள், கிடப்பில் இருக்கும் பழைய வாத்ரா நில ஊழல், காமன்வெல்த் ஊழல், கோல்கெட், 2ஜி ஊழல்கள் போன்றவற்றின் பிரதிநிதிகள் வயிறுவெடிக்கச் சிரிப்பதையும் நக்கல் செய்வதையும் சந்தீப் அத்வைர்யு கேலிச்சித்திரம் சொல்கிறது.

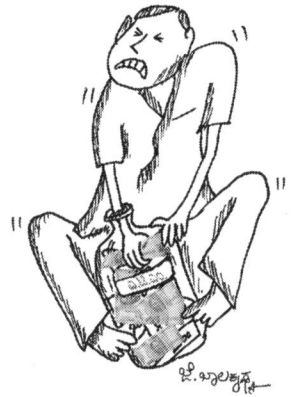

வங்கிக் கணக்கில் நம் பணம் கண்ணாடியில் தெரியும் மூட்டை – ஜி. பாலகிருஷ்ணா

'கறுப்புப் பணம் வெளியே வரும்', பிரதமர் அறிக்கை – சதீஷ் ஆச்சாரியா

பொது மக்கள் மீது சர்ஜிக்கல் ஸ்டிரைக், நரேஷ் நாத்

நாங்கள் பல பத்தாண்டுகளாக பணமில்லாமல் வாழ்கிறோம் அய்யா–

டி.என்.ஏ. மஞ்சுள்

பிச்சை பேடிஎம் வழியாக மட்டுமே

கறுப்புப் பறவையின் கண் மட்டுமே தெரிகிறது– த இந்து, சுரேந்திரன்

இந்தியக் கார்பொரேட் கறுப்புப் பணத்தின் மீது அமர்ந்து, சிரித்துக்கொண்டே அரசியல் கட்சிகளுக்கு தங்கள் நன்கொடையைத் தொடர்ந்து கொடுப்பது, ஆனால் பொதுமக்கள் மட்டும் சிரமத்திற்கு ஆளாகி இருப்பது போன்றவை பரேஷின் கேலிச்சித்திர்த்தில் இருக்கின்றது. கறுப்புப் பணத்தை ஒழித்து எல்லோரும் பணமில்லாத பரிவர்த்தனை (கேஷ்லெஸ்) நடத்தவேண்டும் என்று பிரதமர் பேட்டி அளித்தபோது, டி.என்.ஏ. பத்திரிகையில் வெளியான மஞ்சுளுடைய கேலிச்சித்திரத்தில் கிராமத்து ஏழை நபர் ஒருவர் 'நாங்கள் பல பத்தாண்டுகளாகவே பணமில்லாமல் வாழ்கிறோம்' என்று பிரதமருக்குச் சொல்வது நடைமுறையின் கடும் உண்மையாகவும் இருக்கிறது. இந்த புதிய டிஜிடைஜேஷன் செயல்பாட்டிற்கு அதிக அழுத்தம் கொடுத்தபோது பிச்சைஎடுப்பவர்களும் கூட பேடிஎம் மற்றும் வங்கி அட்டைகள் ஏற்றுக்கொள்ளப்படும் என்ற பல கேலிச்சித்திரங்கள் வெளிவந்தன.

இன்று மோதி அரசாங்கத்தின் பண மதிப்பிழப்பு நடந்து ஓராண்டுகளுக்குப் பிறகும் பொருளாதார நிலை, குறைந்த வளர்ச்சி அரசாங்கத்திற்கும், மக்களுக்கும் ஏகப்பட்ட நட்டத்தையும், விபரீதச் சிரமத்தையும் ஏற்படுத்தி டிஜிடைஜேஷன் கூட எதிர்பார்த்த பலனை அளிக்கவில்லை. முன்போலவே பரிமாற்றங்கள் அதிகமாகப் பண வழியாகவே நடக்கின்றன. பண மதிப்பிழப்பின் மொத்த விளைவுகளை 'த இந்து' பத்திரிகையின் சுரேந்தர் கேலிச்சித்திரம் காட்டுகிறது. துரோணரான மோதி தன்னுடைய சிஷ்யன் ஜேட்லிக்கு வில் வித்தையைக் கற்றுக்கொடுக்க கறுப்புப் பறவையின் (கறுப்புப் பணம்) கண்மட்டும் தெரிகிறது என்று சொல்லி விட்ட அம்பு கறுப்புப் பறவையைத் தாக்காமல் பொதுமக்களின் முதுகைக் குத்துவது உண்மை அல்லவா?

– சம்பதா, நவம்பர் 2017

12. கேலிச்சித்திரமும் கருத்து சுதந்திரமும்

நவம்பர் 2017இல் தமிழ்நாட்டின் பி.பாலகிருஷ்ணன்(பாலா) என்ற கேலிச்சித்திரக்காரரை திருநெல்வேலி கலெக்டர் சந்தீப் நந்தூரியின் புகாரின் பேரில் போலீஸ் கைது செய்தார்கள். அந்தக் கலெக்டர் பாலா வரைந்த ஒரு கேலிச்சித்திரம் ஒன்று 'அவமானப்படுத்துவதாகவும், அசிங்கப்படுத்துவதாகவும், தீய நோக்கம் கொண்டிருப்பதாகவும்' இருக்கிறது என்று புகார் கொடுத்தார்.

சர்ச்சைக்கு உள்ளான பாலாவின் கேலிச்சித்திரம்

அந்தக் கேலிச்சித்திரத்தின் மீது போலீசார் இந்தியக் குற்றப் பிரிவு 501கீழ் மானநட்ட வழக்கையும், ஐ.டி. சட்டப் பிரிவு 67கீழ் ஆபாச ஓவியம் என்றும் வழக்குப் பதிவு செய்தது. (தற்போது பாலாவுக்கு நீதிமன்றம் ஜாமீன் வழங்கியுள்ளது) பாலாவின் கேலிச்சித்திரத்தில் தீக்கு இரையான ஒரு குழந்தையின் உடலுக்கு முன்னால் தமிழ்நாட்டு முதலமைச்சர், திருநெல்வேலிக்

கலெக்டர், நெல்லை போலீஸ் கமிஷனர் மூவரும் நிர்வாணமாக நின்றுகொண்டு தங்கள் பிறப்புறுப்புகளை நோட்டுக்கட்டால் மறைத்துக்கொண்டு நிற்பதுபோல சித்தரிக்கப்பட்டிருந்தது. பாலாவின் அந்தக் கேலிச்சித்திரத்திற்குக் காரணம், சில நாட்களுக்கு முன்பு இசக்கிமுத்து என்பவர் வியாபாரத்திற்காக வட்டிக்கு ஒன்றரை இலட்ச ரூபாய் கடன் வாங்கி, விபரீத வட்டியைக் கட்டமுடியாமல், அவர்கள் இம்சையைத் தாங்கமுடியாமல் அரசாங்கத்திடம் முறையிட்டாலும், தீர்வு கிடைக்காமல் தன் மனைவி பிள்ளைகளுடன் தானும் கலெக்டர் அலுவலகத்தின் முன் மண்ணெண்ணெயை ஊற்றிக்கொண்டு தற்கொலை செய்துகொண்டார். அதுபோன்ற விபரீத வட்டிக்கு தொழில் செய்பவர்களிடமிருந்து பாதுகாப்புப் பெற தமிழ்நாட்டுச் சட்டத்தில் வழி இருந்தாலும், அந்த அரசாங்கத்தின் அலட்சியம், புறக்கணிப்பை எடுத்துக்காட்ட பாலா அந்தக் கேலிச்சித்திரத்தை வரைந்திருந்தார்.

சமூக விரோதி, குற்றவாளி கேலிச்சித்திரக்காரன் – சதீஷ் ஆச்சார்யா, 2017

பாலாவைக் கைது செய்தவுடன் நாடு முழுவதும் போராட்டங்கள் நடந்தன. கேலிச்சித்திரக்காரர்கள் போராட்டத்தின் ஆயுதமாக மேலும் கேலிச்சித்திரங்களை இயற்றினார்கள். கேரளாவில் அதுபோன்ற கேலிச்சித்திரங்களின் கண்காட்சியும் நடந்தது. அப்பாவி மக்களின் சாவுக்கு காரணமான பணக்காரர்கள் மீது நடவடிக்கை எடுக்காத அரசாங்கத்திற்கு எதிராக ‘சமூக விரோதி, குற்றவாளி கேலிச்சித்திரக்காரன்’ என்று சொல்லிக்கொண்டு

கேலிச்சித்திரக்காரர்களைத் துரத்தும் சதீஷ் ஆச்சாரியாவின் ஒரு கேலிச்சித்திரம் காட்டுகிறது. அரசியல்வாதிகளையும், அரசாங்க அதிகாரிகளையும் நிர்வாணமாக கேலிச்சித்திரங்களில் ஏன் காட்டக்கூடாது போன்ற சர்ச்சைகள் நடந்தன. இப்போது 'த இந்து' பத்திரிகையின் கேலிச்சித்திரக்காரர் சுரேந்தர் முகநூலில் உடனே தன் 1989இல் தெலுங்குப் பத்திரிகை 'ஆந்திரபூமி'க்கு அன்றைய ஆந்திரபிரதேசத்தின் முதல்மந்திரியாக இருந்த ஏன். டி.ராமராவை 'ஸ்ரீ கிருஷ்ண துகிலுரிப்பு' என்ற கேலிச்சித்திரத்தை வரைந்து வெளியிட்டதைக் குறிப்பிட்டிருந்தார். அதில் என்.டி.ஆர் நிர்வாணமாக சித்தரிக்கப்பட்டிருந்தாலும், எல்லோரும் என். டி.ஆரை சர்வாதிகாரி என்று சொன்னாலும் கூட அவர் தன்னை சிறையிலடைக்கவில்லை என்று கூறி இருந்தார். அதுமட்டுமல்ல, ஹைதராபாத் பிரஸ் கிளப்பில் நடந்த கேலிச்சித்திர கண்காட்சிக்கு வந்திருந்த ஏன்.டி. ஆர் அவர்களை பத்திரிகை நிருபர்கள் அவருடைய பாராட்டுக்குரியக் கேலிச்சித்திரம் எது என்று கேட்டபோது அவர் சிரித்துக்கொண்டே சுரேந்தரின் 'ஸ்ரீ கிருஷ்ண துகிலுரிப்பு' சித்திரத்தைக் காட்டினார்.

ஸ்ரீ கிருஷ்ணா துகிலுரிப்பு – ஆந்திரபூமி , சுரேந்தர், 1989

கேலிச்சித்திரக்காரர் அஜீத் நிகான் ஒரு பேட்டியில் சொல்லியிருந்ததுபோல ஜனாதிபதி, நீதிபதிகள் மற்றும் அவர்கள்

பிரதிநிதிக்கும் அமைப்புக்களுக்கு அவமானம் உண்டாகும் எந்தக் கேலிச்சித்திரங்களையும் வரையக்கூடாது என்ற எழுதப்படாத பாரம்பரியம் கேலிச்சித்திரக்கார்களிடம் இருக்கிறது. அப்படி இருந்தாலும் இந்திரா காந்தி ஆட்சியில், அவசர நிலைமை தருணத்தில் புகழ்பெற்ற கேலிச்சித்திரக்காரரான அபு ஆபிரகாம் அன்றைய ஜனாதிபதியான ஃபக்ருத்தீன் அலி அகமத் நிர்வாணமாகக் குளித்துக்கொண்டே, பல உச்ச கட்டளைகளுக்கு கையொப்பமிட்டு, கதவு இடுக்கு வழியாக நீட்டிய கைகளிடம் காகிதம், பேனாவைக் திருப்பிக்கொடுத்துக்கொண்டே, 'இனியும் கையொப்பமிடும் கட்டளைகள் இருந்தால், அவர்களை சிறிது காத்திருக்கச் சொல்லுங்கள்' என்ற கேலிச்சித்திரம் 'இந்தியன் எக்ஸ்ப்ரெஸ்' பத்திரிகையில் வெளியானது. அந்தத் தருணத்தில் அபு பாராளுமன்ற உறுப்பினராக இருந்ததாலும், அவருக்கு ஜனாதிபதியும், பிரதமரும் நல்ல அறிமுகம் இருந்ததாலும், பலர் அபு மீது நடவடிக்கை எடுக்கச் சொல்லி வற்புறுத்தினாலும், அப்போது ஊடகத் தணிக்கை உச்சகட்டத்தில் இருந்தாலும், ஆபிரகாமுக்கு எதுவும் நடக்கவில்லை. அதுபோன்ற முயற்சியை அதற்கு முன்பு யாரும் செய்ததில்லை.

தமிழ்நாட்டு பாலாவின் கேலிச்சித்திரச் சர்ச்சையைக் குறித்து புகழ் பெற்ற கேலிச்சித்திரக்காரர் பொன்னப்பா தன்னுடைய முகநூல் பதிவில், 'சோக நிகழ்வொன்றைக் கேலிச்சித்திரமாகச் சித்தரிப்பது மிகவும் சிரமமான வேலை. அதை வரையவேண்டும் என்றால் மிகவும் நுட்பமாக *(Subtle)* செய்யவேண்டும். ஆனால், பாலாவின் கேலிச்சித்திரம் நேரடியாக இருக்கிறது. அதில் பலிக்கிடாவான குழந்தை தீயில் எரிவதுபோலக் காட்டியிருக்கிறார். அதன் முன் மூன்று அதிகாரிகளை நிர்வாணமாகவும், அவர்கள் பிறப்புறுப்புகளை நோட்டால் மறைத்திருப்பதைப் போலவும் காட்டப்பட்டுள்ளது. கேலிச்சித்திரத்தில் இது கண்டிப்பாகக் கூடாது' என்று சொல்லி இருக்கிறார்.

இன்னும் கையொப்பமிடும் கட்டளைகள் இருந்தால் அவர்களைச் சிறிது காத்திருக்கச் சொல்லுங்கள்– இண்டியன் எக்ஸ்ப்ரெஸ், அபு ஆபிரகாம், 1975

முன்னால் பிரதமர் நேரு அன்றைய புகழ்பெற்ற கேலிச்சித்திரக்காரரான சங்கரிடம் ‘*Don't spare me Shankar* (என்னை விட்டுவிடாதே சங்கர்) என்று சொல்வதும், சங்கர் வரைந்த நேருவின் கேலிச்சித்திரத் தொகுப்பு *Don't spare me Shankar* தலைப்பில் வெளிவந்தது. பாலாவைக் கைது செய்தபோது ‘டெக்கன் கிரானிகல்’இல் சுபானி வரைந்த கேலிச்சித்திரம் நேரு ‘தன்னை விடவேண்டாம்’ என்று சொல்லி இருந்தால் தற்போதைய அரசியல்வாதிகள் கேலிச்சித்திரக்காரர் பக்கமாகக் கைகாட்டி ‘அவர்களை விடவேண்டாம்’ (*Don't spare him*) என்கிறார்கள். கேலிச்சித்திரக்காரர்களின் இந்த எழுதப்படாத ‘நீதிக் கோட்பாடு’ எதுவாக இருந்தாலும் இன்றைய அரசியல் சூழ்நிலையில் கருத்து சுதந்திரத்தை முறையாக ஒடுக்கும் சதி மற்றும் எழுதப்படாத ஒரு தணிக்கைக் கட்டளை நடைமுறையில் இருக்கிறது என்பது எல்லோருக்கும் தெரிந்த செய்தி. அசகிப்புத்தன்மை அதிகரிக்கும் தற்போதைய சூழ்நிலையில் பாலாவின் கேலிச்சித்திரத்தைப் பற்றிய சர்ச்சைகளும், போலீஸ் நடவடிக்கைகளும் சிறப்பான அர்த்தங்களைப் பெறுகின்றன. இந்தப் பின்னணியில் ‘த இந்து’ பத்திரிகையில் வெளியான சுரேந்தரின் கேலிச்சித்திரம் ஒன்றில் நேரு கேலிச்சித்திரக்காரரைப் பிடித்துக்கொண்டு *Don't spare me* என்றால் பிரதமர் மோதியைச் சுற்றிக் கொத்தப் பறந்துகொண்டிருக்கும்

அவனை விடவேண்டாம் – டெக்கான் கிரானிகல், சுபானி ஷேக்.

என்னை விடவேண்டாம் – த இந்து, சுரேந்தர், 2017

'விமர்சனத் தேனிகளை' விரட்ட நெற்றியில் திலகமிட்டவர், கொசு பேட், தடி, முள் கதை பிடித்துக்கொண்டு பறப்பது தற்போதைய அரசியல் சூழ்நிலையை தெளிவாகக் காட்டுகிறது.

கேலிச்சித்திரக்காரர்கள் சர்ச்சைக்கு உள்ளாகி இருப்பது இது முதல் முறை அல்ல. தலையங்கம் அல்லது அரசியல் கேலிச்சித்திரங்கள் வெளியாகத் தொடங்கிய நாளிலிருந்து அரசியல்வாதிகள், அதிகாரிகள் மற்றும் கேலிச்சித்திரக்காரர்களுக்கு இடையே இருக்கும் உரசல் நிரந்தரமாக நடந்துகொண்டே வருகிறது. ஒரு படம் ஆயிரம் சொற்களுக்குச் சமம் என்ற சீனப் பழமொழியைப் போல வாசிப்பவர்களுக்கும்/ பார்ப்பவர்களுக்கும் எடுத்துச் செல்லவேண்டிய செய்தியை கேலிச்சித்திரக்காரர்கள் விரைவாக சேர்த்துவிடுகிறார்கள். அதுமட்டுமல்லாமல் கேலிச்சித்திரக்காரர்கள் சுற்றிவளைக்காமல் இருப்பதை இருப்பதுபோல நேரடியாகவும், கடுமையாகவும் நக்கல், நையாண்டி செய்துகொண்டே சொல்லக் கூடியவர்கள்.

19 ஆம் நூற்றாண்டில் அமெரிக்காவின் கேலிச்சித்திரக்காரர் தாமஸ் நியாஸ்ட் (Thomas Nast) பிரிட்டீஷ் அரசுக்கு சிம்ம சொப்பனமாக இருந்தார். 1871 இல் 'ஹார்பர்ஸ் வீக்லி' (Harpar's Weekly)யில் வெளியான 'Who stole peoples money?' (மக்கள் பணத்தை யார் திருடினார்கள்?) என்ற கேலிச்சித்திரம் அமெரிக்க அரசியல் கேலிச்சித்திரங்களில் மிகவும் புகழ்பெற்றது. அது இதுவரை அதிக மறுபிரசுரம் செய்யப்பட்ட கேலிச்சித்திரமாகும். நியூயார்க் நகரத்து டெமாக்ரடிக் அரசியல் கட்சியின் டம்மானி ஹால்

(Tammany Hall) என்ற உறுப்பினரின் மிகப் பெரிய ஊழலை ஜூலை 1871 நியூயார்க் டைம்ஸ் வெளிச்சத்திற்குக் கொண்டுவந்தது. அதன் தலைவர் வில்லியம் ட்வீட் *(William Magear Tweed)* என்பவர், அந்தக் காலத்திலேயே அந்த ஊழலின் மதிப்பு சுமார் 6 மில்லியன் டாலர்களாக இருந்தது என்கிறார். கேலிச்சித்திரக்காரர் நியாஸ்ட், ட்வீட்டைத் தன் கேலிச்சித்திரத்தின் வழியாக சிரமம் கொடுத்தான். ஒருமுறை ட்வீட், 'நீங்கள் பத்திரிகையாளர்கள் எதை வேண்டுமென்றாலும் எழுதுங்கள் நான் கவலைப் படமாட்டேன். ஏனென்றால் என் தொகுதி மக்களுக்குப் படிக்க வராது. ஆனால் இந்தப் பாழாய்ப்போன ஓவியத்தை எல்லோரும் பார்க்கிறார்கள்!' என்று நியாஸ்டை சபித்தானாம். ஐரோப்பாவிற்கு இலவசப் பயணம் செய்ய நியாஸ்டுக்கு ஆசை காட்டி கேலிச்சித்திரம் வரைய விடாமல் தடுக்க முயன்றானாம். ஆனால் நியாஸ்ட் அதை ஒட்டுமொத்தமாக நிராகரித்தான். தாமஸ் நியாஸ்டின் கேலிச்சித்திரங்களின் விளைவு மிகத் தீவிரமாக இருந்தது. அது இருபது ஆண்டு காலம் அமெரிக்கத் தேர்தல்களில் ஜனாதிபதிகளைத் தேர்ந்தெடுக்க பொதுமக்கள் மீது அதிகத் தாக்கத்தை ஏற்படுத்தியது.

மக்கள் பணத்தைத் திருடியவர்கள் யார்? – தாமஸ் நியாஸ்ட், ஹார்பர்ஸ் வீக்லி, 1871

மலேசியாவின் கேலிச்சித்திரக்காரர் ஜூல்ஃபிக் லீ அன்வர் ஹக் *(Zulflik Lee Anwar Huk)* எல்லோருக்கும் ஜூனார் என்றே அறிமுகமானவர். மலேசிய பிரதமரின் ஊழல்களை கடுமையாக

கேலிச்சித்திரங்களின் வழியாக வெளிச்சத்திற்குக் கொண்டுவந்தார். மலேசிய அரசாங்கம் இந்திய அரசாங்கத்தைப்போலவே அவர்கள் மீதும் தேசத்துரோக பழியைச் சுமத்தி பல வழக்குகளைத் தொடுத்துள்ளது. ஜூனார் 'அரசியல் கேலிச்சித்திரக்காரனின் வேலை அரசாங்கத்தை விமர்சிப்பது, பொதுமக்களிடம் கருத்துக்களை தோற்றுவிப்பதில் அரசாங்கம் என்ன செய்யவேண்டும், என்ன செய்யக்கூடாது என்பதை எடுத்துக்காட்டுவதாக இருந்தன. அரசாங்கம் நல்ல வேலைகளைச் செய்தால் அதற்கு எதற்காகப் பயப்படவேண்டும்? என் கேலிச்சித்திரக் கலை ஒரு பங்களிப்பல்ல, அது ஒரு பொறுப்பு. நான் எதற்கு நடுநிலை வகிக்கவேண்டும்? என் பேனாவுக்கும் ஒரு கருத்து இருக்கிறது. என் பேனாமையின் கடைசித் துளி இருக்கும்வரை நான் (கேலிச்சித்திரம்) வரைந்துகொண்டே இருப்பேன். (How can I be neutral: even my pen has a stand! I will keep drawing untill the last drop of Ink) என்கிறார்.

நரகத்திற்குத் தள்ளி, நாக்கை அறுத்து, கைகால்களைக் கட்டிப்போட்டாலும், பல்லால் கேலிச்சித்திரம் வரைவேன் – ஜூல்ஃபிக் லீ அன்வர் ஹக் 'ஜூனார்'

'நரகத்திற்குத் தள்ளி, நாக்கை அறுத்து, வாயைத் தைத்தாலும் மூக்கால் கன்னடப் பாட்டுப் பாடுவேன்' என்ற கன்னடக்

கவிஞர், பாடகர் இரத்தினா என்பவரின் வார்த்தைகளுக்குப் பொருந்துவதுபோல இருக்கிறது ஜூனாவரின் கேலிச்சித்திரங்கள். அவரை தேசத்துரோகக் குற்றம், பிரஸ் சட்ட அத்து மீறல் போன்ற குற்றங்களுக்காக அவர் கை, கழுத்து, கால்களைச் சங்கிலியால் கட்டிப்போட்டிருந்தாலும் பல்லால் தூரிகையைப் பிடித்துக்கொண்டு கேலிச்சித்திரம் தீட்டுகிறார். இங்கே தமிழ் நாட்டு பாலாவும் கூட 'எனக்கு எந்த பயமும் கிடையாது, நான் கேலிச்சித்திரம் வரைவதைத் தொடர்வேன்' என்று மற்றொரு கேலிச்சித்திரத்தைத் தன் கைது – ஜாமீனுக்குப் பிறகு இயற்றியுள்ளார்.

இன்றைய அரசியல்வாதிகளும், அதிகாரத்தில் இருப்பவர்களும் எதற்காகத் தங்களை நக்கல் செய்யும் கேலிச்சித்திரங்களை விரும்புவதில்லை? மகாத்மா காந்தி, அம்பேத்கர், பிரதமர் நேரு போன்றவர்கள் சுதந்திரத்திற்கு முன் இந்தியாவில் ஆட்சி செய்துகொண்டிருந்த ஆங்கிலேயர்களாகட்டும் என்றும் கேலிச்சித்திரக்காரர்களை தூஷிக்கவில்லை. ஒருமுறை தில்லியின் முதலமைச்சர் ஷீலா தீக்ஷித்தை கேலிச்சித்திரக் கண்காட்சியொன்றில், 'கேலிச்சித்திரக்காரர்கள் உங்களை நையாண்டி செய்தால் உங்களுக்கு என்ன தோன்றுகிறது?' என்று கேட்டபோது, ' நான் அவற்றைப் பார்த்து புன்னகை செய்வேன். மக்கள் உங்களை எப்படிப் பார்க்கிறார்கள் என்ற புரிதலும் அதனால் நமக்குக் கிடைக்கிறது. அதுமட்டுமல்ல, கேலிச்சித்திரம் ஒரு கலை, கலையைப் பற்றி எப்படிக் கெட்ட எண்ணம் கொள்வது?' என்று சொன்னாராம். அவசர நிலைமையின் போது பிரதமர் இந்திரா காந்தியைக் குறித்து கேலிச்சித்திரக்காரர் அபு ஆபிரகாம் பல கேலிச்சித்திரங்களை வரைந்து வெளியிட்டார். ஆனால், இந்திரா காந்தி அவரைக் கைது செய்யவில்லை. பதிலுக்கு அவரை நாடாளுமன்ற மேலவை உறுப்பினராக நியமனம் செய்தார்.

கந்தகார் விமானக் கடத்தலின்போது அப்போதைய வெளி உறவு மந்திரியாக இருந்த ஜஸ்வந்த் சிங் தாலிபான்களுடைய கட்டாயத்திற்கு இணங்கி தீவிரவாதிகளை விடுதலை செய்தபோது கேலிச்சித்திரக்காரர் சுதீர் தைலாங் ஜஸ்வந்த் சிங்கை தாலிபான் தீவிரவாதிகளின் சீருடை உடுத்தி இருப்பதுபோல கேலிச்சித்திரம் வரைந்திருந்தார். அது வெளியான அன்றே ஜஸ்வந்த் சிங்

தைலாங்கை தொலைபேசியில் அழைத்து கேலிச்சித்திரத்தின் மூலப் பிரதியைத் தனக்குக் கொடுக்குமாறு கேட்டுக்கொண்டார். 'உங்களுக்கு அது ஏன் தேவை? அதில் நான் உங்களை தீவிரவாதியைப்போல சித்தரித்திருக்கிறேன் அல்லவா?' என்று தைலாங் கேட்டதற்கு, 'இருக்கலாம், ஆனால் அதில் நான் அழகாகத் தெரிகிறேன்' என்று ஜஸ்வந்த் சிங் சொன்னாராம். அதுமட்டுமல்லாமல் அவர் அந்தக் கேலிச்சித்திரத்தை தன்னுடைய 'ஏ கால் டு ஹானர்' (A Call to Honour) புத்தகத்தில் பயன்படுத்திக்கொண்டுள்ளார். அதை தன் வீட்டுச் சுவரிலும் மாட்டி வைத்துள்ளார். அதே தைலாங்கை ஒருமுறை பி.ஜே.பி யின் முரளி மனோகர் ஜோஷி 'கடந்த ஆறு மாதங்களாக ஏன் என்னுடைய கேலிச்சித்திரம் ஒன்றையும் வரையவில்லை?' என்று தொலைபேசியில் கோபத்துடன் கேட்டாராம்.

பிரிட்டீஷ் அரசாங்க ஆட்சியின் போது சங்கர் ஆங்கிலேயர்களை நையாண்டி செய்து கேலிச்சித்திரங்களை வரைந்தார். ஒருமுறை சங்கரிடம் வைஸ்ராய் அனுப்பிய நபர் வந்து, 'எங்கள் வைஸ்ராயுக்கு உங்களுடைய இன்றைய கேலிச்சித்திரம் விருப்பமானதாம். தாங்கள் அவருக்கு அதன் மூலப் பிரதியைக் கொடுக்க வேண்டும் என்று கேட்டுள்ளார்' என்று அதன் மூலப் பிரதியை வாங்கிச் சென்றாராம்.

இந்தியாவில் சுதந்திரத்திற்குப் பிறகு பல கேலிச்சித்திரங்கள் சர்ச்சைக்கு இடமளித்தன:

1. டாக்டர் பீமராவ் அம்பேத்கர் 1949இல் 'சங்கர்ஸ் வீக்லி'யில் வெளியான சங்கரின் கேலிச்சித்திரமொன்று என்.சி.இ.ஆர்.டி பாடநூலில் போதனைக்கு பயன்படுத்தப்பட்டிருந்தது. அம்பேத்கர் தலைமையில் இருந்த குழு அரசியலமைப்பை முழுமைப்படுத்துவது தாமதமானதால் கேலிச்சித்திரத்தில் அம்பேத்கர் மெல்லத் தவழும் நத்தை மீது அமர்ந்து சாட்டையைப் பிடித்திருக்கிறார். பின்னால் நின்றிருக்கும் பிரதமர் நேரு தானும் ஒரு சாட்டையைப் பிடித்து வீச கையை ஓங்குகிறார். 2012 நாடாளுமன்றத்திலும் இந்தக் கேலிச்சித்திரத்தைப் பற்றி சர்ச்சைகள் நடந்து அது அம்பேத்கரையும், இந்தியா தலித் சமுதாயத்தையும் அவமதிக்கும் செயல் என்று போராட்டங்கள் நடந்தன. கடைசியில் அந்தக் கேலிச்சித்திரம் பாடநூலிலிருந்து

நீக்கப்பட்டது. பாடநூல் தொகுப்பாளரும் இராஜினாமா செய்தார். அந்தக் கேலிச்சித்திரத்தில் சர்ச்சைக்குரிய விஷயம் எதுவுமில்லை என்றாலும் பார்க்கும் பார்வை சர்ச்சைக்குத் தீனியானது.

சர்ச்சைக்கு உள்ளான என்.சி.இ.ஆர்.டி பாடநூலிலிருந்து நீக்கப்பட்ட கேலிச்சித்திரம்

2. ஆர்.கே.இலட்சுமணன் அப்போதைய பிரதமர் இந்திரா காந்தியின் பரிசுக் கோப்பைக்குள் ஒரு பிச்சைக்காரன் தன் பிச்சைப் பாத்திரத்தை ஏந்திக்கொண்டிருக்கும் கேலிச்சித்திரம் ஒன்று அரசியல்வாதிகளையும், அதிகாரிகளையும் 'தக்க வடிவில்' காட்டவில்லை என்ற காரணத்திற்காக அதை என்.சி.இ.ஆர்.டி. பாடநூலில் இருந்து நீக்கியது.

3. செப்டம்பர் 2012 இல் அசீம் திரிவேதி என்ற கேலிச்சித்திரக்காரர் நாடாளுமன்றக் கட்டிடத்தையும் அங்கே இருக்கும் ஊழலையும் சித்தரிக்க அதை ஈக்கள் மொய்க்கும் துர்நாற்றக் கழிவறையாகவும், தேசியச் சின்னத்தை சிங்கங்களுக்குப் பதிலாக ஓநாய்களையும் தன் கேலிச்சித்திரத்தில் சித்தரித்தபோது அவர் மீது இந்தியக் குற்றப் பிரிவு 124 (A)யின் கீழ் தேசத்துரோகக் குற்றம் சுமத்தி கைது செய்யப்பட்டார்.

4. *மேற்கு வங்காள முதலமைச்சர் மமதா பேனர்ஜியை விமர்சிக்கும் கேலிச்சித்திரத்தை மின்னஞ்சல் வழியாகப் பகிர்ந்துகொண்ட காரணத்திற்காக ஏப்ரல் 2012 இல் ஜாதவ்பூர் பல்கலைக் கழகத்து பேராசியர் அம்பிகேஷ் மகாபாத்ரா கைது செய்யப்பட்டார். போலீசார் அவரைக் கொடுமைப்படுத்தி அவரை விடுதலை செய்வதற்கு முன்பு தான் கம்யூனிஸ்ட் பார்ட்டி ஆஃப் இண்டியா(மார்க்சிஸ்ட்) இன் உறுப்பினன் என்ற தப்பான ஒப்புதலை எழுதி வாங்கிக்கொண்டார்கள். சிறைச்சாலையில் இருந்து வெளியே வந்த அவர் தன்னுடைய ஒப்புதல் வாக்குமூலத்தை நிராகரித்தார். அதுமட்டுமல்லாமல் கொல்கொத்தா உயர் நீதிமன்றத்தில் அவரைக் காரணமில்லாமல் கைது செய்து கொடுமைப்படுத்தியதற்காக 50,000 ரூபாய் பரிகாரம் கொடுக்கவேண்டும் என்றும் அரசாங்கத்தைக் கோரினார்.*

துயரத்தை அளிக்கும் கேலிச்சித்திரங்கள் எப்படிப்பட்ட தீங்குகளை விளைவிக்கும் என்பதற்கு டேனிஷ் நாளிதழில் 2005இல் வெளியான கர்ட் வெஸ்டர் கார்ட் (Curt Westar Guard) முகமத் நபிகளின் கேலிச்சித்திரங்களே சாட்சி. அப்போது உலகம் முழுவதும் தொடங்கிய (அதிகமாக இஸ்லாமிய நாடுகளில்) கலவரங்கள் நூற்றுக்கணக்கான சாவுகளுக்குக் காரணமாக இருந்தது மட்டுமல்லாமல் 2015இல் ஜனவரியில் ஃபிரான்ஸ் பேரிசில் சார்லி ஹெப்டோ (Charlie Hebdo) பத்திரிகையின் ஆசிரியர் கொலையில் முடிவடைந்தது. முரண் என்னவென்றால், போராட்டங்களில் பங்குகொண்டு கொடூரச் செயல்களில் ஈடுபட்ட பெரும்பாலான மக்கள் அந்தக் கேலிச்சித்திரத்தைப் பார்த்திருக்கவில்லை.

13. டான் க்விக்ஸாட் – (Don Quixote) உண்மை நிலையின் மறுவியாக்கியானம்

டான் க்விக்ஸாட் தன் நேர்மையான உதவியாளன் சாஞ்சோ பாஞ்ஜாவுடன் *(Sancho Panza)* நடந்துபோய்க் கொண்டிருக்கும் போது விக்சாட் வியப்படைந்து திடீர் என்று நின்றுவிடுகிறார். (குக்சாட் என்ற உச்சரிப்பு தவறானது. விக்சாட் என்பது சரியானது)

'அங்கே பார் முப்பதிற்கும் அதிகமான பெரும் அரக்கர்கள் எப்படி நம் வழிக்குக் குறுக்கே நிற்கிறார்கள். அவர்களைத் தாக்கி எப்படி ஒவ்வொருவரையும் கொல்லுகிறேன் பார்' என்கிறார் டான் விக்சாட்.

'அரக்கர்கள்? எந்த அரக்கர்கள்?' கேட்கிறான் சாஞ்சோ பாஞ்ஜா.

'அங்கே, எதிரில் இருக்கிறார்களே. பெரிய தோளுடன் பூதாகர அரக்கர்கள்!'

'பாருங்கள் மகாபிரபு, நீங்கள் அங்கே பார்ப்பது பூதாகரமான அரக்கர்கள் அல்ல. அவை காற்று இயந்திரங்கள் மற்றும் அவை வீசுவது பெரிய தோள்களை அல்ல. அவை காற்று இயந்திரத்தின் சுற்றும் விசிறிகள்... அவை உள்ளே இருக்கும் மாவு ஆலையை சுற்றவைக்கிறது...'

'உனக்கு பிரமை. உன் கண்கள் மங்கிவிட்டன. அவர்கள் பூதாகர அரக்கர்கள். அவர்களைக் கொன்று சின்னாபின்னமாக்குகிறேன். சாகசத்தைப் பற்றி உனக்கு என்ன தெரியும்?' என்றுகொண்டே டான் விக்சாட் தனது குதிரையை வேகமாக ஓட்டுகிறான்.

ஸ்பெயினின் மிகள் டே சர்வாண்டிசின் *(Don Miguel de Cervantes Saavedra)* புகழ்பெற்ற புனைகதை 'த இஞ்ஜீனியஸ் ஜன்டல்மன்

டான் விக்சாட் ஆஃப் லா மஞ்சா' *(The Ingenious Gentleman Don Quixote of La Mancha)*வில் வரும் இந்த நிகழ்வு கடந்த நான்கு நூற்றாண்டுகளாக தத்துவவியல் அறிஞர்களையும், உளவியல் அறிஞர்களையும், இலக்கிய விமர்சகர்களையும் பல நிலைகளில் பகுப்பாய்வில் தொடங்கவைத்துள்ளது. 'உண்மை என்றால் என்ன? உண்மை பொதுவானதா? அல்லது உண்மை என்பதே கிடையாது, நம் மனம் நமக்கு உருவாக்கிக்கொடுக்கும் மாயையா? ஒவ்வொரு மனிதனின் உள்வாங்குதலும் அவனுடைய மானசீக நிலைப்பாடுகளைச் சார்ந்திருக்கிறதா? ஒரு பொருளை அல்லது சூழலை ஒன்றாகப் பார்க்கும் வெவ்வேறு நபர்களுக்கு அது மாறுபட்டிருக்குமா?'

EL INGENIOSO
HIDALGO DON QVI-
XOTE DE LA MANCHA,
Compueſto por Miguel de Ceruantes Saauedra.
DIRIGIDO AL DVQVE DE BEIAR,
Marques de Gibraleon, Conde de Benalcaçar, y Bañares, Vizconde de la Puebla de Alcozer, Señor de las villas de Capilla, Curiel, y Burguillos.
Año, 1605.
CON PRIVILEGIO,
EN MADRID Por Iuan de la Cueſta.
Vendeſe en caſa de Franciſco de Robles, librero del Rey nro ſeñor

டான் விக்சாட் நூலின் முதல் பதிப்பு, 1605

1605இல் படைக்கப்பட்ட 'டான் விக்சாட் புனைகதை 2005இல் 400 ஆண்டைக் கொண்டாடியது. உலகத்தின் முதல் நவீன புனைகதை என்ற பெருமைக்குரிய இந்த ஸ்பானிஷ் புனைகதை பைபளுக்குப் பிறகு அதிக மொழிபெயர்க்கப்பட்ட புனைகதை என்றும் சொல்லப் படுகிறது. ஆங்கிலத்தில் மொழிபெயர்க்கப் பட்டபோது ஸ்பானிஷின் 'கிகோட்' – விக்சட் Kikhot – Quixote) ஆக மாறியது.

இன்று ஆங்கில ஆதிக்கம் இருக்கும் இடங்களில் எல்லாம் அதை 'டான் விக்சாட்' என்றே அழைக்கிறார்கள். (மெக்சிகோவின் ஸ்பானிஷ் பெயர் 'மெகிடோ' வைப்போல). இந்த புனைகதை உலகத்தின் எல்லாச் சிறந்த இலக்கியவாதிகள், சிக்மண்ட் ஃபிராய்ட் (Sigmund Freud), சே குவேரா (Che Guevara) போன்றவர்கள் மீதும் ஆழமான விளைவுகளை ஏற்படுத்தியுள்ளது. இன்று உலகின் எந்தப் புனைகதைகளை எடுத்துக்கொண்டாலும் 'டான் விக்சாட்'டின் ஓரிரு அம்சங்கள் இருந்தே இருக்கும்.

சர்வாண்டிஸ் இந்தப் புனைகதையை எழுதும் போது அவருக்கு 60 வயது. வாழ்க்கையில் மிகவும் நொந்துபோயிருந்தார். தான் ஒரு உதாவாக்கரை என்ற எண்ணம் அவரிடமிருந்தது. இளைஞனாக இருந்தபோது சிப்பாயாக இருந்த சர்வாண்டிசின் வீரத்தைப் பாராட்டியவர்கள் இருந்தார்கள். போரில் தன் இடது கையை இழந்துவிட்டார். போர் முடிந்து ஸ்பெயினுக்குத் திரும்பும்போது கடற்கொள்ளையர்கள் அவர் படகைத் தாக்கி அதில் இருந்தவர்களை அல்ஜீரியசில் அடிமைகளாக விற்றார்கள். அங்கே ஐந்து ஆண்டுகள் அடிமையாக இருந்து, தப்பித்துக்கொள்ள முயற்சி செய்ததற்கு மறுபடியும் ஐந்து ஆண்டுகள் சிறைவாசம் அனுபவித்து கடைசியில் தன் வீடு திரும்பினார். அவர் திருமணம் நின்றுவிட்டது. இப்படிப்பட்டவரின் மனநிலை எப்படி இருக்கும் என்று ஊகித்துப் பார்க்க முடியும். எல்லா நம்பிக்கைகளையும் இழந்துவிட்ட ஸ்பானிஷ் மக்கள் 'புதிய உலக' நாடுகளுக்கு (வடக்கு மற்றும் தெற்கு அமெரிக்காக்கள்) ஆதரவற்றவராகப் போக வாய்ப்பு இருந்ததால் அதற்கும் விண்ணப்பித்தார். அதுவும் நிராகரிக்கப்பட்டது. 'நான் யாருக்கும் தேவையற்றவன், உலகம் என்னை மறந்துவிட்டது' என்று வருந்தினார். ஆனால் அவர் வார்த்தை இன்று பொய்யாகிவிட்டது. அவர் படைப்பான 'டான் விக்சாட்' இன்று சர்வாண்டிசை 'அமர'ராக ஆக்கியுள்ளது.

மாட்ரினில் பிலாஜா டே எஸ்பானியாவில் டன் விக்சாட் நூலின் படைப்பாளி சர்வாண்டிசின் உருவச் சிலை.

2005இல் நடந்த மதிப்பாய்வு ஒன்றில் உலகின் மிகச் சிறந்த நூறு இலக்கியவாதிகள் 'டான் விக்சாட்' தாங்கள் வாசித்த 'மிகவும் பொருள்பொதிந்த நூல்' என்று குறிப்பிட்டிருக்கிறார்கள். அதில் உள்ள தத்துவம், இலக்கியத் திறன் காலத்தைக் கடந்ததாக இருந்தது. வாசிப்பவர்களை பல நூறு ஆண்டுகளாக இரசிக்க வைக்கிறது. தனது பல பரிமாணங்களின் வழியாக சிந்தனைக்கு உள்ளாக்குகிறது. அதனால்தான் அதை உலகத்தின் முதல் முதலான 'நவீன புனைகதை' என்கிறார்கள்.

'மேடம் பொவாரி' *(Madame Bovary)* எழுத 'டான் விக்சாட்' ஊக்கமளித்தது என்ற ஃபிரெஞ்சு எழுத்தாளர் பிளாபர்ட் *(Gustave Flaubert)* தன்னுடைய தோழி பியானி ஸ்மித்துக்கு *(Penny Smith)* எழுதிய கடிதத்தில் 'ஓ, கடவுளே! விக்சாட் வாசித்த பிறகு நான் பயனற்றவன் என்று புரிகிறது!' என்று சொல்லியிருந்தார். தஸ்தயேவ்ஸ்கி *(Fyodor Dostoevsky)* 'மனித மனத்தின் மிக நுட்பமான, அற்புதமான வெளிப்பாடு' என்று சொன்னார். கார்ல் மார்க்ஸ் *(Karl Marx)* டான் விக்சாட் பிரதி ஒன்றை எங்கல்சுக்கு *(Friedrich Engels)* பரிசாக அளித்தாராம். மெக்சிகோவின் கெரில்லாத் தலைவன் சப் கமாண்டர் மார்க்கோஸ் *(Marcos)* அதை பனிரெண்டாம் வயதிலேயே படித்து பிறகு தலைமறைவாகி காட்டில் இருக்கும்போது தன்னிடம் ஒரு பிரதியை வைத்திருந்தாராம். அதை 'அரசியல் கோட்பாடின் மிகச் சிறந்த நூல்' என்று கூறி இருக்கிறார். அர்ஜண்டைனாவின் மார்க்கிச புரட்சியாளர் சே குவேரா தன் தாய் தந்தையருக்கு எழுதிய கடைசிக் கடிதத்தில் தன்னை டான் விக்சாட்டுடன் ஒப்பிட்டு எழுதி உள்ளார். 1965இல் பொலிவியாக்குச் சென்றபோது (அங்கேதான் அவர் கொலை செய்யப்படுகிறார்) 'மறுபடியும் என் குதிகால்கள் ரோசினாந்தேயின் *(Rosinante – விக்சாட் புனைகதையில் வரும் குதிரை)* விலா எலும்புகளின் ஸ்பரிசத்தை உணர்கிறது. என் கேடயத்தை முதுகில் சுமந்து காட்டுப் பாதையில் முன்னேறுகிறேன்... உங்களுக்கு என் கடைசித் தழுவல். உங்கள் மீது எனக்கு மிகவும் அன்பு' என்று எழுதி இருக்கிறார்.

புனைகதையின் மையப் பாத்திரமான லா மாஞ்சா *(La Mancha)* என்ற அலான்ஸோ விக்ஸானோ *(Allanso Quijano – ஆங்கிலத்தில் - Quixano)* ஊரில் ஏறக்குறைய ஐம்பதின் ஒல்லியான தேகம் கொண்ட வலுவற்ற மனிதன். சர்வாண்டிஸ்

எழுதியதுபோல அவர் கன்னங்கள் வாயிற்குள் ஒன்றோடொன்று முத்தமிட்டுக்கொள்ளும் படி அவர் நோஞ்சானாக இருந்தார். அவன் ஒரு புத்தகப் புழு. புத்தகங்களை வாங்க தன் நிலத்தையும் விற்றுவிடுகிறான். இடைக்கால ஷிவல்ரி *(Medieval Chivalry)* அமைப்பில் போர்வீரர்களின் சாகசக் கதைகளைப் படித்து மருட்சிக்கு உள்ளாகிறான். தானும் ஒரு வீர, தீர சிப்பாய் என்று பிரமித்து உலகில் இருக்கும் அநீதிகளைப் போக்கவேண்டும் என்று தயாராகுகிறான். இன்று குக்சாடிக் (சரியான உச்சரிப்பு விக்சாடிக்) *(Quixotic)* என்ற சொல் எல்லா அகராதிகளிலும் பார்க்கலாம்.

அது 1718இல் பெயரடையாக நிகண்டுகளில் சேர்க்கப்பட்ட சொல். அதன் பொருள் 'நடைமுறைக்கு ஒவ்வாத கற்பனை சார்ந்த...' என்றிருக்கிறது. அந்தச் சொல்லின் மற்ற வடிவங்கள் 'விக்சாடிகலி *(Quixotically)* வினையுரிச்சொல் – உன்னதமானதானாலும் நடைமுறைக்கு ஒவ்வாத இலட்சியங்களின் பின் செல்வது', விக்சாடிசம் *(Quixotism)* பெயர்ச்சொல் – 'நடைமுறைக்கு ஒவ்வாத அதிசய கற்பனை – அல்லது இயற்கைக்குப் புறம்பான செயல்' – பிரதமரின் பண மதிப்பு நீக்கம், கறுப்புப் பணத்தை முழுமையாக ஒழிக்கும் செயல்களை'விக்சாடிக்' முயற்சிகள் என்று சொல்லலாமோ!

டான் விக்சாட் – சாஞ்சோ பாஞ்ஜா, 1863

அலான்ஸோ தன் பெயரை டான் விக்சாட்டோ என்று மாற்றிக்கொண்டு வீட்டில் பழைய சாமான்களை – போர் சீருடை, தலைக் கவசம், கேடயம் போன்றவற்றை அணிந்துகொண்டு தன்னைப்போலவே நோஞ்சானான குதிரை மீது (அதற்கு ரோசினாந்தே என்று பெயர் சூட்டி) ஏறிப்போகிறான். தன்னைப்போன்ற 'படைவீரனு'க்கு ஒரு உதவியாளன் இல்லாமல் இருந்தால் எப்படி என்று தன் கிராமத்து வெகுளி சாஞ்சோ

பாஞ்ஜா (*Sancho Panza*) வுக்கு பல ஆசைகளையும், கனவுகளையும் காட்டி அவனையும் அழைத்துச் செல்கிறான். கிராமத்துப் பெண் ஆல்டோஞ்ஜா (*Aldonza*) வைப் பார்த்ததும், அவள் அவனுக்கு மிகவும் அழகாகத் தெரிய அவளுக்கு டல்சீனியா (*Dulcinea*) என்ற பெயர் சூட்டி அவளைத் தன் காதலி என்று எண்ணுகிறான். அங்கே இருந்து புறப்பட்ட விக்சாட் மற்றும் சாஞ்சோ பாஞ்ஜா பலவிதமான இயலாத சாகசங்களில் தொடங்குகிறார்கள்.

ஸ்பெயின் நாடுத் தலைநகர் மேண்ட்ரிட்டில் ப்ளாஜ டே எஸ்ட்ரானியாவில் டான் விக்சாட், சாஞ்சோ பாஞ்ஜா உருவச் சிலைகள். மேற்பகுதியில் மிகேல் சர்வாண்டிஸ் உருவச்சிலை

விக்சாட்டிற்கு முன் இருந்த சாகசக் கதைகளில் நாயகர்கள் நாயகர்களாக இருந்தார்கள் – வீரர்களாகவும், தீரர்களாகவும் இருந்தார்கள். நூலை வாசிப்பவர்களுக்கு அடுத்ததாக என்ன நடக்கும் என்று ஊகிக்க முடிந்தது. ஆனால் விக்சாட் ஒரு சாதாரண மனிதன், இலட்சியவாதி. அவனைப் படைத்த சர்வாண்டிஸ் அதுபோலவே தன் வாழ்க்கையில் பல சாகசங்களைச் செய்தவன். இலக்கிய விமர்சகர்கள் சொல்வதுபோல கதைகளில் தெரியவரும் மனித பலவீனங்கள் உள்ள முதல் கதாநாயகன் விக்சாட். அதனால் அவன் நமக்கு விருப்பமாகிறான். அவன் எதிர்க்கும் நிச்சயமற்ற வாழ்க்கையை மறுவிமர்சை செய்ய வைக்கிறது. அழகில்லாத டெல்சீனியா அவன் காதலால் அவனுக்கு அழகியாகத் தென்படுகிறாள். மாவு ஆலையின் காற்று இயந்திரங்கள் அவனுக்கு பூதாகர அரக்கனாகத் தெரிகின்றது. மேரி மாதாவின் உருவச் சிலையை சுமந்து செல்லும் கிருஸ்துவத் துறவிகள் யாரோ ஒரு வெகுளிப் பெண்ணை கடத்திச் செல்லும் திருடர்களைப்போல தெரிகிறார்கள். உலகம் தான் படித்த வீரக் கதைப் புத்தகங்களில் இருப்பது போல இல்லை, என்ற மருட்சியிலிருந்து விடுதலை அடைகிறான். 'ஒரு சாதாரண மனிதன் தான் வாசித்த புத்தகங்களைக் கேள்வி கேட்கிறான். ஆனால் டான் விக்சாட் உலகத்தையே கேள்வி கேட்கிறான்' என்கிறார் பேராசியர் எட்வின் வில்லியம்ஸ் *(Edwin Williams)*. விக்சாட்டின் மனநிலையைப் பற்றி இலக்கிய விமர்சகர்கள், தத்துவவியல் அறிஞர்கள் மட்டுமல்ல, உளவியல் நிபுணர்களும் ஆய்வு செய்கிறார்கள். அவனுக்கு 'பைத்தியம்' பிடித்திருந்ததா என்பது சர்ச்சைக்குரியதாக இருந்தாலும், சிலர் அவன் 'தற்காதல்' அல்லது 'தற்பெருமை' *(Narcissism)*யால் பாதிக்கப்பட்டிருக்கிறான் என்று சொன்னால், மற்றும் சிலர் அவன் 'நடுத்தர வாழ்க்கை பிரச்சினை' *(Mid-life crisis)*யால் பாதிக்கப்பட்டிருக்கிறான் என்றார்கள். அவனுக்கு புத்தி பேதலித்துவிட்டது என்பவர்களும் இருந்தார்கள். உளவியல் பகுப்பாய்வுத் தந்தை ஆஸ்திரியாவின் சிக்மண்ட் ஃப்ராய்ட் சிறுவனாக இருந்தபோதே 'டான் விக்சாட்' நூல் அறிமுகமாகி அதன் மூல மொழியிலேயே அதைப் படிக்கவேண்டும் என்று ஸ்பானிஷ் கற்கிறான். தன் வாழ்க்கையில் அதை அதிக முறை வாசித்ததால் அவன் தனது இருபத்தி ஏழாம் வயதில் தன் தோழி மார்த்தாவை *(Martha)* அந்த நூலின் தாக்கத்தால், 'நாம் எல்லாம் இந்த உலகில்

கனவுகளின் மாயையில் சிக்கிக்கொண்ட (விக்சாட் போல) வீரச் சிப்பாய்கள் அல்லவா?' என்று கேட்கிறான். 1883இல் 'டான் விக்சாட்' வாசிப்பது நேரத்தை வீணடிப்பதல்ல மாறாக வெகு முக்கியமான ஆய்வின் தொடக்கம் என்று அறிந்து 'இன்றைய மனிதன் எப்படி மனிதனானான்?' என்ற கேள்விக்கு விடையைக் கண்டுகொள்ள தன் ஆய்வை நரம்பியலிலிருந்து உளவியலுக்கு மாற்றிக்கொள்கிறான்.

முரண் என்னவென்றால், தன்னுடைய புனைகதை மக்கள் மனத்தின் மீது பின்னொரு நாள் இதுபோன்ற விளைவுகளை ஏற்படுத்துமென்று சர்வாண்டிஸ் ஊகிக்கவில்லை. ஏன் என்றால் அது அவன் வாழ்க்கையில் எந்த ஒரு மாற்றத்தையும் ஏற்படுத்தியதில்லை. தொடக்கத்தில் அப்போது யாரும் அதைக் கவனிக்கவில்லை. அவனுடைய இலக்கியப் போட்டியாளன் லோப் டே வேகா (Lope De Vega) அந்த நூலை கழிவறைக் காகிதமாக மட்டுமே தகுந்தது என்றான்.

ஆனால் 'டான் விக்சாட்' வெளியான முதல் ஆண்டே ஏழு பதிப்புக்களைக் கண்டது. அப்போதே விற்பனையாளர்கள் அதன் அதிகாரபூர்வமற்ற பதிப்புக்களை அச்சிட்டு வெளியிட்டார்கள். நாடக வடிவிலும் வந்தது. 1650இல் 'விக்சாட்' சொல்லை பெயர் உரிச்சொல்லாக பயன்படுத்தத் தொடங்கினார்கள். 1615இல் சர்வாண்டிஸ் அந்தப் புனைகதை தொடர் மற்றும் இரண்டாம் பாகம் எழுதினார். ஆனால் ஏழ்மையால் 1616இல் உயிர்நீத்தார். நியூ சௌத் வேல்ஸ் (New South Wales) மாநில நூலகம் 'டான் விக்சாட்'இன் 1100க்கும் அதிகமான பிரதிகளைச் சேகரித்து வைத்துள்ளது. ஐரோப்பாவில் 'டான் விக்சாட்' வெளியான எல்லா மொழிகளின் அத்தனை பதிப்புகளையும் சேகரிக்கும் மக்கள் இருக்கிறார்கள். தோராயமாக 1605லிருந்து இந்தப் புனைகதை 5000 இலட்சம் பிரதிகள் விற்கப்பட்டிருக்கும் என்கிறார்கள்.

விக்சாட் மற்றும் கேலிச்சித்திரம்

‘டான் விக்சாட்’ உலகின் எல்லா பிரபல கலைஞர்களுக்கும் விருப்பமானவனாக இருந்தான். சால்வடார் டாலி (*Salvador Domingo Felipe Jacinto Dalí i Domènech*), குஸ்டாவ் டோர் (*Paul Gustave Louis Christophe Dore*) போன்றவர்கள் விக்சாட் ஓவியங்களை வரைந்துள்ளார்கள். டான் விக்சாட் ‘சாகச’ங்களில் மக்களுக்கு மிகவும் விருப்பமானது அவனுடைய காற்று இயந்திரங்களின் மீதான தாக்குதல். அவனுடைய இந்தத் தாக்குதல் ஆங்கிலத்தில் ஒரு சொற்றொடரை உருவாக்கியுள்ளது – *Tilting at the wind mills* – காற்று இயந்திரங்கள் பக்கமாகச் சாய்வது. என்றால் கற்பனை சத்துருக்களைத் தாக்குவது. அவனுடைய இந்த சாகசம் அந்த நூலை இயற்றிய நாளிலிருந்து கலைஞர்களுக்கு உத்வேகமளித்து பல நூறு கலைஞர்கள் டான் விக்சாட்டின் அந்தத் தாக்குதலை தங்கள் கலைப் படைப்புகளில் சித்தரித்திருக்கிறார்கள். கேலிச்சித்திரக்காரர்கள் டான் விக்சாட்டின் அந்த மோசமான சாகசத்தை தற்போதைய சூழ்நிலைகளுக்கு ஒப்பிட்டு கேலிச்சித்திரங்களை வரைவது 18ஆம் நூற்றாண்டிலேயே தொடங்கிவிட்டது. இங்கிலாந்தின் பிரபல அரசியல் நகைச்சுவைக் கலைஞன் மற்றும் ‘கியரிகேச்சர்’ (*Caricature*) (அப்போது கார்ட்டூன் சொல் புழக்கத்தில் இருக்கவில்லை) ஜேம்ஸ் கில்ரே (*James Gillray*) ‘த கேசல் இன் த மூன்’ (*The Castle in the moon*- நிலாவில் ஒரு கோட்டை) கேலிச்சித்திரத்தை 1782இல் வரைந்தார். அதன் மீது சர்வாண்டிஸ் கூறிய ‘புதிய சாகசம்’ என்ற அடிக்குறிப்பும் இருந்தது. 1782இல் பிரிட்டனும், டச்சும், ஸ்பெயின் ஆட்சியில் இருந்த ஜிப்ரால்டரை (*Gibraltar*) வசப்படுத்திக்கொள்ள தீவிர சாகசம் செய்தன. ஜேம்ஸ் கில்ரேயின் கேலிச்சித்திரத்தில் ஸ்பெயின் மக்கள் விக்சாட்டாகவும் டச் மக்கள் சாஞ்சோவாகவும், ஃபிரன்ச் மக்கள் ரோசினாந்தே குதிரை மீதிருக்கும் குரங்காகவும் நிலாவில் இருக்கும் ஜிப்ரால்டர் பக்கம் வாளை நீட்டுகிறார்கள்.

அமெரிக்காவின் 16வது ஜனாதிபதி ஆபிரகாம் லிங்கன் அமெரிக்க வரலாற்றை மாற்றி அமைத்தவர். 1861இல் அமெரிக்காவின் உள்நாட்டுக் கலகத்தையும், அதன் அற, அரசியலமைப்பு மற்றும் அரசியல் நெருக்கடிகளையும் கையாண்டவர். சிதறிப்போக எண்ணிய வடக்கு, தெற்குப் பகுதிகளை ஒருங்கிணைத்தவர்.

இங்கிலாந்தின் ஜேம்ஸ் கில்ரே 1782இல் வரைந்த 'த கேசல் இன் த மூன்' – சர்வாண்டிஸ் குறிப்பிட்ட 'புதிய சாகசம்' என்ற அடிக்குறிப்பு கேலிச்சித்திரம்.

ஆபிரகாம் லிங்கனின் அரசியல் செயல்பாடுகளை விரும்பாத அடால்பர்ட் வோல்க் என்ற கேலிச்சித்திரக்காரர் 1863இல் லிங்கனை டான் விக்சாட் போல வரைந்த கேலிச்சித்திரம்.

முக்கியமாக கறுப்பு மனிதர்களின் அடிமைத்தனத்திற்கு தடை கொண்டுவந்தவர். லிங்கனின் அடிமைத்தனத் தடைச் சட்டத்தையும், அமெரிக்கா சிதறிப்போகமல் இருக்க வேண்டும் என்ற அவர் முயற்சிகளும் பலருக்கு 'விக்சாட்' ஆகத் தெரிய வந்தது. ஆபிரகாம் லிங்கனின் அரசியல் செயல்பாடுகளை விரும்பாத அடால்ப்ர்ட் வோல்க் *(Adalbart J Volck)* என்ற கேலிச்சித்திரக்காரர் லிங்கனை டான் விக்சாட் போல சித்தரித்தான். 1861இல் ஒரு கேலிச்சித்திரத்தில் லிங்கன் உள்நாட்டுப் போர் தோல்விகளைப் பட்டியலிட்டுக்கொண்டு சோர்ந்து போய் விக்சாட் போல அமர்ந்திருப்பதை வரைந்தார். லிங்கன் அப்போதைய அரசியலமைப்பையும், சட்டத்தையும் மீறுவார் என்று காட்ட அவர் காலுக்குக் கீழே அரசியலமைப்பு, சட்டம் போன்ற நூல்களை வரைந்தார். அதே ஆண்டு வரையப்பட்ட அடால்பர்ட் வோல்கின் மற்றொரு கேலிச்சித்திரத்தில் கற்பனை எதிரிகளான காற்று இயந்திரங்களுடன் போராடித் திரும்பிக்கொண்டிருக்கும் ஆற்றொணா லிங்கன் டான் விக்சாட் போல குதிரை மீது அமர்ந்திருந்தால் அருகில் சாஞ்சோ பாஞ்ஜா பாத்திரத்தில் அன்றைய அமெரிக்காவில் எல்லோராலும் வெறுக்கப்பட்ட, 'நியூ ஆர்லியன்ஸ் விலங்கு' *(New Orlians animal)* என்று இழிவாகக் கருதப்பட்ட பெஞ்ஜமின் பட்லர் *(Benjamin Butler)* அமர்ந்திருப்பார்.

ரொமானியாவின் கேலிச்சித்திரக்காரர் சால் ஸ்டீன்பர்க் 1959இல் இயற்றிய ஆபிரகம் லிங்கனின் கேலிச்சித்திரம்

ரொமானியாவின் (Romania) கேலிச்சித்திரக்காரர் மற்றும் கலைஞர் சால் ஸ்டீன்பர்க் (Saul Steinberg) 1959இல் ஆபிரகாம் லிங்கனின் கேலிச்சித்திரம் ஒன்றை வரைந்தார். சில கோடுகளை மட்டுமே பயன்படுத்தி ஓவியம் வரையும் இவர் பிரபல 'நியூயார்க்கர்' பத்திரிகையில் 1500க்கும் அதிகமாக கேலிச்சித்திரங்களை இயற்றியுள்ளார். இவருடைய லிங்கனின் கேலிச்சித்திரத்தில் லிங்கன் விக்சாட் போல குதிரை ரோசாந்தே மீது அமர்ந்திருந்தால், சாஞ்சோ பாஞ்ஜாவைப்போல சான்டா கிளாஸ் அமர்ந்திருப்பார். லிபார்ட்டி தேவதை அவருக்கு வழி காட்டுகிறாள்.

அமெரிக்காவின் அட்டர்னி ஜெனரல் ஜெஃப் செஷன்ஸ் (Jefferson Beauregard Sessions III) 2017இல் போதைப்பொருள் கஞ்சாவை மருந்து தயாரிக்க சட்டமாக்கவேண்டும் என்ற கோரிக்கையை நிராகரித்து 'அது பைத்தியக்காரத்தனம்' என்று அழைத்தார். அமெரிக்காவின் முக்கால்வாசி மக்கள் கஞ்சா பயன்படுத்துவதைச் சட்டமாகக் கொண்ட மாநிலங்களில் குடியிருந்தார்கள். அப்படி இருக்க இவருடைய எதிர்ப்பையும், போதைப் பொருள் தடையையும் 'விக்சாட்' என்று அழைத்து, ஜே.டி.க்ரோவ் (J.D. Crowe) என்ற கேலிச்சித்திரக்காரர் 'ஜெஃப் செஷன்ஸ் டில்டிங் அட் த விண்ட் மில்' என்ற கேலிச்சித்திரத்தை வரைந்தார். அதில் விக்சாட் போல குதிரை மீது அமர்ந்திருக்கும் ஜெஃப் செஷன்ஸ் 'மரிகுவான' (கஞ்சா- Marihuana) என்று எழுதி இருக்கும் கஞ்சா இலைகளைச் சிறகுகளாகக் கொண்ட காற்று இயந்திரத்தின் மீது 'வார் ஆன் டிரக்ஸ்' (War on Drugs- போதைப் பொருட்களின் மீது போர்) கேடயம் பிடித்து தாக்கத் தயாராக இருக்கிறார்.

1947இல் ஹியாரி எஸ். ட்ரூமேன் (Harry S. Truman) அமெரிக்காவின் ஜனாதிபதியாக இருந்தபோது தேசிய தொழிலாளர்களுக்கு சம்பந்தப்பட்ட சட்டப் பிரிவிற்கு 1935இல் திருத்தம் கொண்டுவந்து அதை டாஃப்ட்-ஹார்ட்லி (Taft - Hartley Act) பிரிவு 1947 என்று பெயரிட காங்கிரஸ் முயற்சிக்கிறது.

மாவு ஆலைகளின் காற்று இயந்திரங்களை நாசப்படுத்திய விக்சாட்டுக்கு மாவு அரைக்கும் தண்டனை, எட்கர் வால்டர், 1981

அதன் நோக்கம் தொழில் அமைப்புகளைக் கட்டுப்படுத்துவதாகவும், அரசியல் கட்சிகளுக்கு தொழில் சங்கங்களின் பங்களிப்பைத் தடுப்பதாகவும் இருந்தது. அந்தத் திருத்தத்திற்கு ஜனாதிபதி ட்ரூமன் எதிர்ப்பைத் தெரிவித்தாலும் காங்கிரஸ் அதை நடைமுறைக்குக் கொண்டு வருகிறது. ஜூலை 31, 1947 அன்று வாஷிங்டன் ஈவ்னிங் ஸ்டார் பத்திரிகையில் வெளியான ஜேம்ஸ் பெர்ரிமன் (James Thomas Berryman) என்ற ஓவியர் வரைந்த கேலிச்சித்திரத்தில் ஜனாதிபதி ஹியாரி ட்ரூமன் விக்சாட்டாக டாஃப்ட் ஹார்ட் சட்டப் பிரிவை காற்று இயந்திரத்திற்கு எதிராகப் போராடும் முயற்சியில் இருக்கிறார். அதன் மீது 'ரிகார்ட்ஸ் டு பிரெஸிடெண்ட் விக்சாட் *(Regards to President Quixtous)* என்று எழுதி இருக்கும். 2009லிருந்து 2017வரை அமெரிக்க ஜனாதிபதியாக இருந்த பராக் ஒபாமாவையும் *(Barrack Hussein Obama)* கூட டான் விக்சாட்டைப் போல சித்தரித்திருக்கும் கேலிச்சித்திரம் வெளியாகி உள்ளது.

எஸ்டோனியாவின் *(Estonia)* பிரபல கலைஞன்/கேலிச்சித்திரக்காரன் எட்வர்ட் வால்டர் *(Edward Walter)* 1981இல் தொகுத்த 'வாட்டர் கேரியர்' *(Water Carrier)* இல் டான் விக்சாட்டின் அற்புதமான கேலிச்சித்திரங்களின் சிறப்புப் பகுதி ஒன்று இருக்கிறது. அவற்றில் காற்று இயந்திரங்களைத் தடை செய்யவேண்டும் என்ற பலகைகளைப் பிடித்துக்கொண்டு நூற்றுக்கணக்கான விக்சாட்கள் ஊர்வலமாகப் போகும், காற்று இயந்திரத்தின் மீதான தாக்குதல் 'செயல் தந்திரத்தை' தன்னைப்போன்ற மற்ற விக்சாட்களுக்கு போதிக்கும், காற்று இயந்திரங்கள் மாவு ஆலைகளாக இருந்ததால் அவற்றை அழித்த விக்சாட்டுக்கு அரைக்கும் கல்லில் மாவரைக்கும் தண்டனையை கொடுக்கும், அதுபோன்ற மாவு ஆலைகளில் விக்சாட் மூட்டை சுமக்கும் வேலை செய்யும் பல கேலிச்சித்திரங்கள் இருக்கின்றன.

டைம்ஸ் ஆஃப் இண்டியாவின் கேலிச்சித்திரக்காரர் சந்தீப் அத்வைர்யு 2015இல் தில்லி முதலமைச்சர் ஆம் ஆத்மி கட்சியின் கேஜ்ரிவால் லெப்டினண்ட் ஜெனரலுக்கு எதிரான போராட்டத்தில் விக்சாட் போல சித்தரிக்கப்பட்டிருக்கிறார். அதேபோல 2018இல் மத்தியப்பிரதேசத்தில் காங்கிரஸ் ஆட்சிக்கு வந்தால் கோசாலைகளை (கால்நடைக் காப்பகம்) நிறுவுவதாக பி.ஜே.பி. கால்நடைகளைப் பாதுகாப்பதைத் தேர்தல் ஆயுதமாகப்

பயன்படுத்திக்கொள்வதுபோலச் சொல்லியிருக்கிறார். அந்தப் பின்னணியில் விக்சாட் குதிரை ஏறி கற்பனை அரக்கனான அக்காற்று இயந்திரத்தைத் தாக்கினால், பசு மீது அமர்ந்து இந்து பசு பாதுகாப்பாளன் காற்று இயந்திரத்தைத் தாக்கப் புறப்படும் கேலிச்சித்திரத்தை வெளியிட்டார். இங்கே நுட்பமாக கவனித்தால் கற்பனை காற்று இயந்திரத்தின் மீது பிறைநிலா மற்றும் நட்சத்திரம் இருப்பது, அந்தக் கற்பனை எதிரி யார் என்பதைச் சூசகமாக சொல்லும்.

பசு அரசியல் – டைம்ஸ் ஆஃப் இண்டியா, சந்தீப் அத்வைர்யு, 1918

2018இல் கர்நாடகா சட்டமன்றத் தேர்தலில் பி.ஜே.பி ஆட்சி அமைக்க முடியாமல் கர்நாடக என்ற காற்று இயந்திரத்தால் தோற்று சோர்ந்து திரும்பும் மோதி விக்சாட் போலவும், அமித் ஷா சாஞ்சோ பாஞ்ஜா போலவும் என கேலிச்சித்திரம் ஒன்று இருக்கிறது.

கர்நாடக சட்டமன்றத் தேர்தல் முடிவுகள் – ஜே. பாலகிருஷ்ணா, 2018

வடக்கு அமெரிக்கா, ஐரோப்பாவில் இதுபோன்ற ஆற்றொணா, வீண் முயற்சிகளின் அரசியல் சூழ்நிலைகள் எல்லாம் கேலிச்சித்திரக்காரர்களுக்கும் விக்சாட், அவனுடைய இயலாத சாகசங்களை நினைவிற்கு கொண்டுவந்துள்ளன. நானூறு ஆண்டுகளுக்குப் பிறகும் கேலிச்சித்திரக்காரர்கள் அவனுடைய சாகசத்தைப் பசுமையாக வைத்துள்ளார்கள். இந்தியாவில் டான் விக்சாட்டின் உருவகங்கள் (*Metaphor*) இலக்கியத்தில், கலைகளில், கேலிச்சித்திரங்களில் தென்பட்டிருப்பது மிகவும் குறைவு.

14. பிளேபாய் கேலிச்சித்திரங்கள்

'பிளேபாய்' பத்திரிகை என்றவுடன் எல்லோர் மனதிலும் தோன்றும் காட்சியை ஊகிப்பது சிரமமல்ல. ஆனால் பிளேபாய் நிறுவனர் ஹ்யூ ஹெஃப்னர் (Huge Marston Hefner) ஒரு கேலிச்சித்திர ஓவியராக இருந்தார். பிளேபாய் முதல் இதழிலிருந்து கேலிச்சித்திரங்களுக்கு முக்கியத்துவம் அளித்தார் என்பது அதிக மக்களுக்குத் தெரியாது.

1950 ஆம் ஆண்டுகளில் அமெரிக்கப் பண்பாட்டின் இறுக்கமான சட்டத்திற்குள் திருமணம், பிள்ளைகள், குடும்பம் மட்டுமே சமூக அந்தஸ்தைக் கொண்டுவரும் என்ற நம்பிக்கையை அன்றைய அமெரிக்க சமூகம் பலமாக நம்பியிருந்த தருணத்தில் பிளேபாய் பத்திரிகையைத் தொடங்கினார் ஹெஃப்னர். காம இச்சை இயல்பானது என்றும் ஆண்கள் அழகான பெண்களின் இடையை அணைத்துக்கொண்டு செல்வது அந்தஸ்தின் அடையாளம் என்றும் உருவகப்படுத்தினார். பெண்ணின் நிர்வாணத்தை காட்சிப்படுத்துவது, அவள் உடல்வாகு ஆண்களுக்காகவே இருப்பது என்ற மனநிலையை நியாயப்படுத்துவது இந்த கட்டுரையின் நோக்கமல்ல. தனது பத்திரிகை பெண்ணின் நிர்வாணத்தை மட்டுமே காட்சிப்படுத்த இருப்பதல்ல என்பதைக் காட்ட ஆல்பர்ட் ஸ்கிவிஜ்டர் (Albert Schweitzer) மால்கம் எக்ஸ் (Malcolm X) போன்ற மாபெரும் மனிதர்களின் நேர்காணல்களையும், ஹெம்மிங்வே (Ernest Miller Hemingway) போன்றவர்களின் கதைகளையும் வெளியிட்டார். அதுமட்டுமல்லாமல் ஒவ்வொரு இதழிலும் கேலிச்சித்திரங்கள் இருக்குமாறு பார்த்துக்கொண்டார். 'நிர்வாணம்' மற்றும் 'அறிவு சார்ந்த' கலவையான பிளேபாய் பத்திரிகை மிகவும் பிரபலமடைந்தது. ஹெஃப்னர் கோடீஸ்வரரானார். 1967இல் டைம்

பத்திரிகை தனது அட்டைப்படக் கட்டுரையில், 'ஹெஃப்னர் பழங்காலத்து, எல்லோரும் வைத்துக்கொள்ள வெட்கப்படும் ஆபாசப் பத்திரிகைகளின் சாதாரணத் தாள், அட்டைப் படங்களை நீக்கி, நயமான காகிதத்தின் மீதான வண்ணமயமான படங்கள், அந்தஸ்து, பண்பாட்டை காட்டும் ஒரு பத்திரிகையை எல்லோர் கையிலும் வைத்தார். அது ஒரு வெற்றிகரமான சூத்திரமானது' என்று எழுதியது.

அது தொடங்கிய சில ஆண்டுகளில் பெண்ணியவாதிகள் ஹெஃப்னரின் 'பண்பாட்டு சுதந்திர'த்தை எதிர்த்தார்கள். பெண் போராளி க்ளோரியா ஸ்டீநம் *(Gloria Marie Steinem)* 1963இல் 'பிளேபாய் வாசித்தால் நாஜி கையேடு ஒன்றை யூதன் படிக்கும் அனுபவம் உண்டாகிறது' என்று கூறி இருந்தார்.

ஹெஃப்னர் வாழ்க்கையே அதிசயமானது. கட்டுப்பாடில்லாத காமத்தைப் பரிந்துரை செய்தவர். தானொரு நிரந்தர தீவிரக் காதலன், என்றும் இளைஞன் என்றும் பெருமையாகச் சொல்லிக்கொள்வார். 'இளைஞன் ஒருவன் எப்படித் தன் வாழ்க்கையைப் பார்ப்பானோ அதுபோலவே என் வாழ்க்கையை அமைத்துக்கொண்டேன்' என்று பத்திரிகைக்கு கொடுத்த ஒரு பேட்டியில் கூறி இருக்கிறார்.

அவருடைய அதுபோன்ற வாழ்க்கைக்கு அவர் தாய் தந்தையரான கிரேஸ் *(Grace Caroline Swanson)* மற்றும் கிளேன் *(Glenn Lucius Hefner)* காரணம் என்கிறார்கள். அம்மா கிரேஸ் பள்ளி ஆசிரியையாகவும், கிளேன் கணக்காளராகவும் இருந்தார். அவர்கள் கட்டுப்பாடான மெதடிஸ்ட் *(Methodist)* பிரிவைச் சேர்ந்தவர்கள். அவர்கள் வீட்டில் சிகரெட், மது, நாட்டியம் இவற்றிற்கு வாய்ப்பே இல்லை. அம்மா, அப்பா பிள்ளைகளை அணைத்துக்கொள்வது கூடக் கிடையாது. 'எங்கள் வீட்டில் தழுவிக்கொள்வது, முத்தம் கொடுப்பது' கிடையவே கிடையாது என்று ஹெஃப்னர் கூறி இருக்கிறார். சிகாகோவில் பிறந்த ஹெஃப்னர் சிறுவயதிலிருந்து உள்முகச் சிந்தனையாளர். பகல் கனவு காண்பவர். ஓவியம், இலக்கியத்தில் ஆர்வமுள்ளவர். தனது 8-9 வயதில் ஒரு உள்ளூர் தினசரியை வெளியிட்டவர். பள்ளியில் அவருடைய மெதுவாகக் கற்றல், ஆர்வமில்லாமை போன்ற குணங்களுக்கு ஆசிரியர் புகார் அளித்தபோது அவரை அவரது தாய் மனநல மருத்துவரிடம் அழைத்துச் சென்றிருந்தார். அவரைச் சோதனை செய்த

மருத்துவர் அவருடைய ஐ.க்யூ. 152 இருந்ததால், அது சாதாரணப் பிள்ளைகளைவிட அதிகமாக இருக்கிறது. ஆனால் அவன் உணர்ச்சிபூர்வமாக இன்னும் சிறுவன் என்று கூறி இருந்தார்.

படிப்படியாக பள்ளியில் சீரான ஹெஃப்னர் ஓவியம், கேலிச்சித்திரக் கலை மீது ஆர்வம் காட்டினார். 'ஸ்விங்க் முச் ஹை' (Swink Much High) பள்ளிக்குப் போகும் 'குட் ஹெஃபர்' (Good Heifer) என்ற கற்பனை கேலிச்சித்திரத்தை வரைந்து அந்தச் சிறுவனின் கேலிச்சித்திரங்களின் வழியாக தன் கதையைச் சொல்ல முயற்சி செய்தார். கடைசியில் அதிக எண்களுடன் தேர்வடைந்து இராணுவத்தில் சேர்ந்து 1944லிருந்து 1946வரை சேவை செய்தார். 1946லிருந்து 1949வரை இல்லினாய்ஸ் (Illinois) பல்கலைக்கழகத்தில் கல்வி கற்றார். அங்கே உளவியல் அவருடைய முக்கிய விஷயமாக இருந்தது. அப்போது அங்கே சில நண்பர்கள் தொடங்கி இருந்த 'ஷாஃப்ட்' (Shaft) என்ற பத்திரிகையின் ஆசிரியரானார். அந்தப் பத்திரிகையில் தன்னுடைய பல கேலிச்சித்திரங்களை வெளியிட்டார். அது மட்டுமல்லாமல் கல்லூரிப் பத்திரிகைக்கும் கேலிச்சித்திரம் வரைந்தார்.

1949இல் தன் கல்லூரித் தோழியைத் திருமணம் செய்துகொண்டார். ஆனால் அவள் மற்றொருவனின் தோழியாக இருப்பது தெரிய வந்தது. ஆனாலும் அவளுடன் பத்து ஆண்டுகள் வாழ்க்கை நடத்தி 1959இல் விவாகரத்துச் செய்தார். அப்போதுதான் அவர் 'விபச்சார வாழ்க்கை' வாழவேண்டும் என்று முடிவு செய்தார். 'யாருக்காவது கட்டுண்டால் தானே உங்களுக்கு வலிக்கும்' என்று ஒரு பேட்டியில் கூறி இருந்தார். 'காமத்தைப் புனிதம் என்பது அதை அசிங்கப்படுத்தும் முதல் செயல்' என்றும் கூறி இருந்தார்.

ஹெஃப்னர் கேலிச்சித்திரம் வரைவதையே தனது தொழிலாக ஆக்கிக்கொள்ள வேண்டும் என்று எண்ணினார். ஆனால் அவர் அதை எந்தப் பத்திரிகைகளுக்கும் விற்றுப் பணம் சம்பாதிக்க முடியவில்லை. தன்னுடைய சொந்தப் பத்திரிகையொன்றைத் தொடங்க விரும்பினார். ஆனால் அவரிடம் முதலீடு இருக்கவில்லை. பிழைப்பிற்காக சிகாகோவில் அட்டைப் பெட்டி தயாரிக்கும் நிறுவனம் ஒன்றில் வேலைக்குச் சேர்ந்தார். ஆனால் அந்த நிறுவனம் யூதர்களையும், கறுப்பர்களையும், பழங்குடிப் பெயருள்ள மக்களையும் வேலைக்குச் சேர்த்துக் கொள்வதில்லை

என்பதை அறிந்து அங்கே வேலை செய்ய நிராகரித்தார். பிறகு விளம்பர நிறுவனம் ஒன்றில் வேலைக்குச் சேர்ந்தார். கூடவே தன் கேலிச்சித்திரக் கலையைத் தொடர்ந்தார். 'தட் டாட்லின் டவுன்' (That_Toddlin'_Town) பெயரில் தனது கேலிச்சித்திரத் தொகுப்பொன்றை தானே வெளியிட்டார். அந்தப் புத்தகம் 5000 பிரதிகள் விற்பனை ஆயின. கேலிச்சித்திரக்கார ஓவியனாக அந்த ஊரில் புகழும் அடைந்தார்.

1951இல் எஸ்க்வைய(ர்) (Esquire) பத்திரிகையில் காப்பிரைடர் ஆக சிலநாட்கள் வேலை செய்து பிறகு 'பப்ளிஷர் டெவலப்மெண்ட் கார்ப்' என்ற 'நிர்வாண'ப் பத்திரிகை வெளியிடும் நிறுவனத்தில் விற்பனை வேலையை வகித்துக்கொண்டார். அங்கே அவருடன் வேலை செய்த வின்ஸ் தாஜிரி (Wins Tajiri) என்பவர் (பிறகு பிளேபாயில் போட்டோ எடிட்டராக சேர்ந்துகொண்டார்) ஹெஃப்னரைப் பற்றி, 'ஹெஃப்னர் அவன் வயதிற்குத் தகுந்த மானசீக வளர்ச்சியை அடையவில்லை. நயமாகவும் நாசூக்காகவும் இருக்கத் தெரியாதவன். எப்போதும் காமத்தைப் பற்றியே சிந்தித்துக் கொண்டிருப்பான். அவனுக்கு எதுவும் செய்யத் தோன்றாதபோது, பிலாண்டி மற்றும் டாக்வுட் (Blondie and Dagwood)இன் நிர்வாணப் படங்களை வரைவான்' என்று கூறியுள்ளார்.

அந்த நிறுவனத்தில் ஹெஃப்னர் சிறுவர் செயல்பாடுப் பத்திரிகையின் விநியோக இயக்குனராக, அதிக சம்பளம் வாங்குபவராக உயர்வு அடைந்தார். அப்போது 1952இல் அவர் முதல் மகள் கிறிஸ்டி ஆன் (Cristi Ann) பிறந்தாள். ஹெஃப்னரின் இறப்பிற்குப் பின் பிளேபாய் நிறுவனத்திற்கு அவள் வாரிசானாள். டேவிட் (David) இரண்டாம் மகன் 1955 இல் பிறந்தான்.

குடும்பப் பொறுப்புகள், சலிப்பு ஏற்படுத்தும் வேலைகளிலிருந்து மனச்சோர்வு அடைந்த ஹெஃப்னர் பல முறை கண்ணீர் சிந்தி தானும் தன் தாய் தந்தையரைப் போல ஆகிவிட்டேன் என்று வருந்துவார். கடைசியில் துணிச்சலுடன் இரண்டு வங்கிகளில் 600 டாலர், நண்பர்கள், குடும்பத்திலிருந்து 3000 டாலர் கடன் வாங்கி எச்.எம்.எச் பப்ளிஷிங் கம்பனியைத் தொடங்கினார். அவருக்கு எதிர்காலச் சவால்களைப் பற்றி தெரிந்திருக்கவில்லை. ஆனாலும், 'அந்த எல்லா கபட, ஒழுங்கு விழுமியங்களையும், நான் வளர வளர உலகத்தை அலட்சியம் செய்யும் பத்திரிகையையும்

கொண்டு வரவேண்டுமென்று முடிவு செய்தேன்' என்றார். அப்போது -1953 - பெண் பாலியல் பற்றிய கீன்ஸே (Kinsey) அறிக்கை வெளிவந்தது. அந்த அறிக்கையில் 'அதிகமான பெண்கள் திருமணத்திற்கு முன் பாலியல் உறவு வைத்திருப்பதாகவும், பெண்களும் தங்களுக்கு பாலியல் சுதந்திரம் வேண்டும் என்று விரும்புகிறார்கள் என்றும், அதை வரவேற்கிறார்கள் என்றும்' இருந்த விவரங்களை அறிந்து கொண்டார். கலை இயக்குனர் ஆர்ட் பால் (Art Paul), விற்பனை மேலாளர் வில்சன் செல்லர்ஸ் (Wilson Sellers) இருவருடனும் சர்ச்சை செய்து, முதல் இதழைத் தயார் செய்து அதற்கு 'ஸ்டேக் பார்ட்டி' (Stag Party) என்று பெயர் வைத்தார்கள். பிறகு விற்பனையாளர்களின் பரிந்துரையின் பேரில் 'பிளேபாய்' என்று மாற்றினார்கள்.

'பிளேபாய்' முதல் இதழ்

ஹெஃப்னருக்கு அந்தப் பத்திரிகையின் எதிர்காலத்தைப் பற்றி எந்த நம்பிக்கையும் இருக்கவில்லை. அதனால் தனது முதல் இதழுக்கு தேதியை அச்சிடவில்லை, தன் பெயரையும் குறிப்பிடவில்லை. 'பிளேபாய்' இதழ் முற்போக்கு ஆண்களுக்கும், எஞ்சினியர்களிலிருந்து பல்கலைக் கழகப் பேராசியர்கள்வரை – இந்த இதழின் வாசகன் ஒரு எச்சரிக்கையான, விழிப்புணர்வு கொண்ட ஆண், வாழ்க்கையின் ருசிகளை விரும்புபவன், இன்பக் கிளர்ச்சியுள்ளவன் – வாழ்க்கையை முழுமையாக வாழ விரும்புபவன். நாம் பிளேபாய் என்றால் அதுபோலான ஆண்களாக இருக்கவேண்டும்' என்று எழுதி இருந்தார்.

1953 முதல் பிளேபாய் இதழில் மார்லன் மண்ரோ (Marilyne Manroe) படத்துடன் தன் கேலிச்சித்திரம் ஒன்றையும் வெளியிட்டார். அந்த இதழில் வர்ஜில் பார்ச் (Virgil Partch) கார்ட்னர் ரியா (Gardner Riya), ஆல் ஸ்ட்ரைன் (Al Strain) கேலிச்சித்திரங்களை வெளியிட்டார். அந்த இதழில் மொத்தம் ஆறு பக்கங்களில் கேலிச்சித்திரங்கள்

இருந்தன. மூன்றாவது இதழில் தனது வண்ணக் கேலிச்சித்திரம் ஒன்றை வெளியிட்டார். ஆகஸ்ட் 1954இல் தன் கல்லூரி நாட்களில் வரைந்த சில கேலிச்சித்திரங்களை இரண்டு பக்கத்திற்கு வெளியிட்டார். அதற்குப் பிறகு ஹெஃப்னர் பிளேபாயில் தன் கேலிச்சித்திரங்களை வெளியிடவே இல்லை. பதிப்பாளர் – ஆசிரியராக மட்டுமே தொடர்ந்தார். பிளேபாய் முதல் இதழ் 70,000 பிரதிகள் விற்பனையானது. ஒரு ஆண்டு முடிவதற்குள் 1,75,000 பிரதிகளும், ஐந்தாம் ஆண்டு 9,00,000 பிரதிகளும் விற்பனையாயின. 1970இல் அதன் விற்பனை 70 இலட்சங்களைத் தாண்டியிருந்தது. 'பிளேபாய்' வரலாற்றின் ஒரு பகுதியானது.

"Man—is she stacked!"

'பிளேபாய்' முதல் இதழில் பிரசுரமான ஹ்யூ ஹெஃப்னரின் கேலிச்சித்திரம்

ஹெஃப்னர் இராணுவத்தில் இன்ஃபாண்ட்ரியில் கணக்காளராக இருந்தபோது பல இராணுவ வெளியீடுகளுக்கு கேலிச்சித்திரத்தை வரைந்திருந்தார். பிரபல பாப்ஐ (Popeye) கேலிச்சித்திரக்காரரான ஐஸ்மன் (Iceman) அவருடைய சகஊழியராக இருந்தார். ஹெஃப்னர் கேலிச்சித்திரக் கலையைத் தன் தொழிலாக ஆக்கிக் கொள்ள விரும்பினார். கேலிச்சித்திரத்தின் சில கோடுகள் ஒரு தகவலை/ செய்தியை வெற்றிகரமாக கொண்டு சேர்க்கும் என்று அவருக்குத் தெரிந்திருந்தது. ஆனால் அதில் வெற்றியைக் காணமுடியாத அவர் மற்ற பல கேலிச்சித்திரக்காரர்களின் வாழ்க்கைகளை மாற்றினார். தன் இதழ் பிளேபாயில் அன்றைய பிரபல கேலிச்சித்திரக்காரர்களின் படைப்பை வெளியிட முடிவு செய்தார். பக் பிரவுன் (Robert "Buck" Brown), ககான் வில்சன் (Gahan Wilson),

டக் ஸினைட் *(Dug Snide)* ஷெல் சில்வர் ஸ்டீன் *(Shel Silverstein)* அர்னால்ட் ரோத் *(Arnold Roth)* ஜாக் கோல் *(Jack Cole)* போன்ற கேலிச்சித்திர ஓவியர்கள் 'பிளேபாய்' இதழுக்கு வரைந்தார்கள். தொடக்கத்திலிருந்து 'எஸ்க்வைய(ர்)' போன்ற பத்திரிகைகளை விடவும் 'பிளேபாயி'ல் சிறந்த கேலிச்சித்திரங்களை வெளியிடவேண்டும் என்று முடிவு செய்திருந்தார். ஹெஃப்னர் தன் இதழின் நடுப்பக்கத்திற்கு (பெண்களின் நிர்வாணப் படங்கள்) எவ்வளவு முக்கியத்துவம் அளித்தாரோ, கேலிச்சித்திரங்களுக்கும் அதே அளவு முக்கியத்துவமளித்தார். அந்தக் காலத்தில் கேலிச்சித்திரக்காரர்களே எதிர்பார்க்காத அளவுக்கு ஊதியம் அளித்தார். பல கேலிச்சித்திரக்காரரின் வாழ்க்கையை மாற்றினார் என்பவர்களும் இருக்கிறார்கள். ஹெஃப்னர் கேலிச்சித்திரங்களைத் தானே தேர்வு செய்வார். அவற்றின் முதல் வரைவைத் திருத்தி மாற்றங்கள் தேவை என்றால் கேலிச்சித்திரக்காரர்களுக்குத் தெரிவிப்பார் என்று பிளேபாய் கேலிச்சித்திரக்காரர் ககான் வில்சன் கூறுகிறார்.

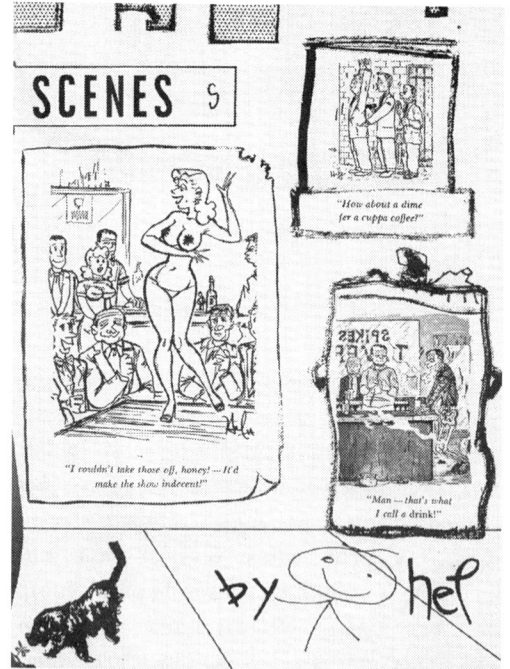

பிளேபாயில் ஹெஃப்னரின் சில கேலிச்சித்திரங்கள்

2004இல் பிளேபாய் இதழ் 50 ஆண்டு நிறைவு பெற்றபோது 'The Play Boy 50 Years Cartoons' (பிளேபாயின் 50 ஆண்டு கேலிச்சித்திரங்கள்) என்ற தொகுப்பை வெளியிட்டார். அதில் பிளேபாயில் வெளியான ஐம்பது ஆண்டுகளின் மிகச் சிறந்த கேலிச்சித்திரங்களைத் தேர்வு செய்து தொகுத்து, அதன் முன்னுரையில் ஹெஃப்னரின் வார்த்தைகள் 'பிளேபாய்' பற்றிய அவர் எண்ணங்களைத் தெரிவிக்கிறது.

'நான் ஒருமுறை சொல்லி இருந்தேன், நடுப்பக்கம் இல்லாமல் இருந்தால் பிளேபாய் மற்றொரு இலக்கிய இதழாக இருந்திருக்கும். அதே வார்த்தைகளைக் கேலிச்சித்திரங்களுக்கும் சொல்லலாம்.

டக் ஸினைட் (இடது) ஜாக் கோல் (வலது) நீர் வண்ண கேலிச்சித்திரங்கள்)

ஐம்பதாம் ஆண்டுகளில் பாலியலும், அரசியல் நிலைப்பாடுகளும் அடக்குமுறைக்கு உள்ளாகி இருந்த போது, மிகச் சிறந்த தரமான நக்கல் சாத்தியம் என்று அதை வெளிப்படுத்த பத்திரிகைகளைத் தேர்வு செய்தவர்களில் கேலிச்சித்திரக்காரர்களே முதலாமவர்கள். காமிக் புத்தகங்கள் இளைஞர்களைக் கெடுக்கிறது, சிறுவர்கள் குற்றவாளிகளாக அவைதான் காரணம் என்று மனநல மருத்துவர்கள் சொன்ன பிறகு அரசாங்கம் அவற்றைத் தடை செய்யவேண்டும் என்று கூட யோசித்தது. சில பத்திரிகைகள் காமிக்கை வெளியிடுவதை நிறுத்தின. அந்தத் தருணத்தில் கேலிச்சித்திரக்காரரான ஜாக் கோல் *(Jack Cole)* வர்காஸ் *(Vargas)*

எல்டன் டெடினி (Eldon Dedini) சிம்ஸ் கியாம்பெல் (Simms Campbell) எங்களிடம் வந்தார்கள். ஏன் என்றால் அவர்கள் ஓவியம் வழியாகப் படைக்கும் பெண்கள் எங்கள் இதழில் நிர்வாணமாக அச்சாகும். ஷெல் சில்வர் ஸ்டீன் (Shel Silverstein), ஜூல்ஸ் ஃபீஃபர் (Jules Feiffer) ஃபில் இன்டர்லேண்டி (Phil Interlandi) ஜான் டெம்சி (John Dempsey), ககான் வில்சன் (Gahan Allen Wilson) போன்ற திறமையான கேலிச்சித்திரக்காரர்களுக்கு பிளேபாய் ஒரு விளையாட்டு மைதானமாக இருந்தது. பிளேபாயின் கேலிச்சித்திரக்காரர்கள் கற்றவர்களாகவும், கபட புரட்சியாளர்களாகவும் இருந்து சம காலத்துப் பாசாங்குத்தனத்தை நக்கல் செய்தார்கள்.

நான் 'பிளேபாய் கோட்பாட்டை' எழுதுவதற்கு முன்பே பத்திரிகை கேலிச்சித்திரக்காரர்கள் மரத்துப்போன சமுதாயத்தை நக்கல் செய்து கொண்டிருந்தார்கள். 'நடப்பது எல்லாம் உன் அனுபவத்திற்கு வருகிறதல்லவா? மக்கள் சிரிப்பு உண்மையான சிரிப்பு மட்டுமல்ல, அது சவாலான சிரிப்பாகவும் இருக்கிறது. அங்கே கோபம் இருக்கிறது. அங்கே இருப்பது வேடிக்கை மட்டுமல்ல. அங்கே உண்மையும் இருக்கிறது' என்று கூறியிருந்தார் பீஃபர்.

சமுதாய நியமனங்கள் குறைகூறும் எண்ணங்களுடன் நிறைந்தவை. அதை எடுத்துக்காட்டும் எல்லோரையும் 'குறை கூறுபவர்கள்' என்றே அழைக்கப்படுகிறார்கள். ஆல்ஃபிரட் கீன்ஸ்லே (Alfred Kinsey) புள்ளி விவரங்களை மக்கள் முன் வைத்தபோது, பெண்களும் ஆண்களைப் போலவே பாலியலில் சுறுசுறுப்பாக செயல்படுகிறார்கள் என்றபோது... சமுதாயம் கீன்ஸ்லேயைத் தூற்றத் தொடங்கியது.

"Maybe if we drop something."

பிளேபாய் பெண் ஓவியர் 'Angle Drebar Bolman' கேலிச்சித்திரம்

ஆனால் பிளேபாய் நிலைமையின் உண்மையை ஏற்றுக்கொண்டது. அறுபதாம் ஆண்டுகளில் பிளேபாய் பாலியல் புரட்சியைச்

செய்தது. மேலும் நம் கேலிச்சித்திரக்காரர்கள் அந்தப் புரட்சிக்கு தீப்பொறியை வழங்கினார்கள். முன்பு ஒருமுறை ஆல்பர்டோ வர்காஸ் *(Alberto Vargas)* கேலிச்சித்திரங்கள் தபால் அலுவலகத்திற்கு சங்கடத்தை ஏற்படுத்தியது. ஆனால் இப்போது அவர் கேலிச்சித்திரங்கள் அருங்காட்சியகங்களில் பார்வைக்கு இருக்கின்றன. நாங்கள் தலைமுறையையே சிரிப்புக் கடலில் மூழ்கடித்துக் கொண்டிருந்தோம்.'

கேலிச்சித்திரக்காரரான ஜாக் கோல் தனது கேலிச்சித்திரங்களை வாட்டர் கலரில் படைப்பார். அவை பிளேபாயிக்கு புதிய மெருகைக் கொடுத்தது மட்டுமல்லாமல் கேலிச்சித்திரங்களுக்கு ஒரு புதிய தரநிலையையும் தீர்மானித்தது. பிளேபாயின் பல கேலிச்சித்திரக்காரர்கள் (டெனிசன், ஸ்டைன், டிக் லோல்) ஓவியனின் தூரிகையால், வண்ணங்களுடன், 'கலைப் படைப்பு'களை இயற்றத் தொடங்கினார்கள். பிளேபாய் தொடங்கி பத்து ஆண்டுகளில் 'நியூயார்கர்' பத்திரிகையை அடுத்து கேலிச்சித்திரங்களுக்கு அதிக முன்னுரிமை அளித்த பத்திரிகையாக வளர்ந்தது.

Classic cartoons
A medley of gems from our archive strikes just the right chord

பழைய கேலிச்சித்திரங்களை 'கிளாசிக் கார்ட்டூன்' களாக வெளியிடும் பிளேபாய்

பிளேபாய் ஆகஸ்ட் *1954* இதழில், 'ஒவ்வொரு மாதமும் பிளேபாயில் கேலிச்சித்திரங்களுக்கு மிக முக்கியமான

இடம் இருக்கிறது, அதனால் எங்கள் கேலிச்சித்திரக்காரர்கள் மிகவும் முக்கியமான நபர்களாக இருக்கிறார்கள். நீங்கள் அவர் செயல்களைப் பாராட்டுவதால் உங்களுக்கு அவற்றை அறிமுகப்படுத்துவது அவசியம் என்று தோன்றுகிறது' என்று எழுதிய ஹெஃப்னர் ஒன்பது கேலிச்சித்திரக்காரர்களை அறிமுகப்படுத்தினார்.

பிளேபாயில் கேலிச்சித்திரம் வரைந்துகொண்டிருந்த பெண்களில் ஒருவர் பெயர் மட்டுமே தெரியவருகிறது. அவள் பெயர் ஏஞ்சல் டிரேபர் போல்மன் (Angle Drebar Bolman). அவர் ஜெர்மன் பெண்மணி. பெர்லின் அகாதமி ஆஃப் ஃபைன் ஆர்ட்ஸ் கல்லூரியில் ஓவியம் பயின்றவர். இரண்டாம் உலகப்போர் தருணத்தில் ஃபேஷன் டிசைனராக வேலை செய்து போர் முடிந்ததும் சிப்பாய்களுக்கு சில காலம் ஓவியத்தைப் பயிற்றுவித்தார். 1949இல் பேரிசுக்கும், பிறகு 1952இல் அமெரிக்காவுக்கும் வந்தார். பிளேபாயில் அவர் ஜனவரி 1954லிருந்து ஜூலை 1954வரை ஐந்தாறு கேலிச்சித்திரங்களை மட்டுமே வரைந்திருந்தார்.

பிளேபாய் இதழ் இப்போதும் வெளியாகிறது. இப்போது நாட்டுக்கொரு பதிப்பாக வெளி வருகிறது. பிளேபாய் இப்போது பத்திரிகையாக மட்டுமே இல்லை. அது ஒரு பெரிய சாம்ராஜ்ஜியமாக இருக்கிறது. தற்போது பிளேபாயில் கேலிச்சித்திரக்காரர்களுக்கு முக்கியத்துவம் குறைந்துகொண்டே வருகிறது. இப்போதும் பழைய அற்புத கலைப் படைப்புகளைப்போலவே இருக்கும் கேலிச்சித்திரங்களையே 'கிளாசிக் கேலிச்சித்திரங்கள்' என்று மறு அச்சு செய்கிறார்கள். தொழில் ரீதியாக கேலிச்சித்திரக்காரராக வேண்டும் என்று முயற்சி செய்து தோற்ற ஹெஃப்னர் பிளேபாய் பத்திரிகையைத் தொடங்கி காமம், களியாட்டத்தின் பெரும் சாம்ராஜ்ஜியத்தை நிறுவி 2017 செப்டம்பர் 27 அன்று தனது 91வது வயதில் மரணமடைந்தார்.

சிருங்கார ஓவியங்கள் நடந்து வந்த பாதை

இரடிகா (Erotica) அல்லது சிற்றின்பம் சார்ந்த அல்லது சிருங்கார ஓவியங்களுக்கு நீண்ட வரலாறு இருக்கிறது. ஆயிரமாயிரம் ஆண்டுகளுக்கு முன்பு பழமையான மானுட குகைகளில் எலும்பு அல்லது பாறைகள் மீது ஓவியம்

வரைவது தொடங்கியுள்ளது. ஆனால் அன்றைய மானுடனின் அதுபோன்ற படைப்புகளுக்குப் பின் இருந்த நோக்கங்களை நாம் ஊகிக்க மட்டுமே முடியும். இங்கிலாந்தின் கிரேஸ்வெல் கிராக்ஸ் *(Creswell Crags)* சில 'பாலியல்' ஓவியங்கள் சுமார் 12,000 ஆண்டுகளுக்கு முன்பு இயற்றியவை. அந்த ஓவியங்களின் நோக்கம் பாலியல் தூண்டுதல் அல்ல. மாறாக ஏதாவது தார்மீக அல்லது கருவுறுதல் அடையாளங்களாக இருக்கலாம் என்கிறார்கள் அறிவியல் அறிஞர்கள். ஜெர்மனியில் கிடைத்த 7200 ஆண்டுகள் கணிக்கக் கூடிய பாலியல் செயலில் தொடங்கி இருக்கும் இரண்டு உருவங்கள் இதுவரை கிடைக்கப் பெற்ற சிற்றின்பக் கலையின் மிகப் பழமையான கலை என்கிறார்கள். காலம் கடக்க, மனிதன் நாகரிகமாகத் தொடங்கியதிலிருந்து அவனுடைய இரடிகா அல்லது சிருங்கார ஓவியக் கலையின் வெளிப்பாடு அதிக முறைப்படத் தொடங்கியது. பழங் கிரேக்கர்கள் மண்பாண்டங்களின் மீது எல்லா வகையான வண்ணமயமான சிருங்கார ஓவியங்களை இயற்றினார்கள். அன்றைய பண்பாட்டிற்கு அது அசிங்கமாக இருக்கவில்லை. அநேகமாக அவை அவர்களுடைய தினசரி வாழ்க்கையின் சித்திரங்களாக இருக்கலாம். ரோமானியர்கள், கிரேக்கர்கள் பல வாழ்க்கை வழிமுறைகளை அமைத்துக் கொண்டார்கள். கூடவே கலையில் பாலியலையும் சேர்த்தே. பாம்பே மற்றும் ஹெர்க்யுலேனியம்களின் *(Pompeii and Herculaneum)* ரோமன் கட்டிட இடிபாடுகளில் பல பாலியல்/ சிருங்கார ஓவியங்கள், படைப்புகள் கிடைத்துள்ளன. ரோமானியர்கள் வீட்டில் பாலியல் செயல்பாடுகளின் ஓவியங்களைக் காட்சிப்படுத்துவதால் வீட்டின் அழகு அதிகரிக்கும் என்று நம்பினார்கள். இந்தியாவில் 1 மற்றும் 6ஆம் நூற்றாண்டுகளுக்கு இடையே படைக்கப்பட்ட காம சூத்திராவில் காமமும் காதலும் வாழ்க்கையின் இணைபிரியா அங்கங்கள் என்று மதிப்பான இடத்தை அளித்துள்ளது. அநேகமாக அந்த மதிப்பான, அழகியலால் கலை, இலக்கியங்களிலும். வழிபாட்டுத் தலங்களிலும் கூட சிருங்காரச் சிலைகளுக்கு முக்கிய இடமளிக்கப் பட்டுள்ளது.

கிரேக்கர்கள், ரோமானியர்கள் மற்றும் இந்தியர்களைப் போலவே ஜப்பானியர்களும் கூட சிருங்கார சித்திரக் கலைக்கு மகத்துவமான இடமளித்துள்ளார்கள். 8வது நூற்றாண்டின் சீனாவின் தாங் *(Tong)* ஆட்சியின் ஜோ பாங் *(Jo Pong)* என்ற கலைஞன் சிருங்கார

ஓவியங்களால் ஊக்கமடைந்து ஜப்பானியர்கள் பாலியல் செயலைக் கண்காட்சிப்படுத்தும் மர அச்சு 'ஷூங்கா' *(Shunga)* கலையை 17வது நூற்றாண்டில் தொடங்கினார். அந்த காலத்தில் ஒவ்வொரு கலைஞனும் ஏதாவது ஒரு ஷூங்கா கலையைப் படைத்துக் கொண்டிருந்தான். அந்தக் காலத்து பணக்காரர்கள், ஏழைகள், ஆண்கள், பெண்கள் எல்லோரும் எந்த சங்கோசமும் இல்லாமல் அந்த ஓவியக் கலையைக் கண்டுகளித்தார்கள். திருமணங்களில் அந்த ஓவியங்களைப் பரிசாக அளித்தார்கள். சாமுராய்கள் தங்களிடம் ஷூங்கா இருந்தால் சாவை எதிர்க்கும் அதிருஷ்டம் தங்களுடன் இருக்கும் என்று நம்பினார்கள். அதுபோன்ற படங்களை மாட்டி இருந்தால் கிடங்கு அல்லது வீடுகளில் தீப் பிடிக்காது என்ற நம்பிக்கையும் இருந்தது. அதுபோன்ற ஓவியங்களை அதிகாரபூர்வமாக கண்காட்சிப்படுத்த அதுபோன்ற மூட நம்பிக்கைகளைத் தோற்றுவித்திருக்கலாம்! பத்தொன்பதாம் நூற்றாண்டில் ஷூங்கா கலையைத் தடை செய்யும் அறிகுறிகள் கண்டு வந்தபோது கலைஞர்கள் அதை இரகசியமாகப் படைத்தார்கள். அவை பொது இடங்களில் கண்காட்சிக்கு வைக்கப்படவில்லை. ஷூங்கா கலை 20 – 21 ஆம் நூற்றாண்டுகளில் 'மங்கா' *(Manga)* கலைக்கு வித்திட்டது. பிறகு 'வயது வந்தவர்களுக்கு மட்டும்' என்ற பொருள் கொடுக்கும் 'ஹெண்டாய்' *(Hyundai)* ஓவியக் கலைக்கு வழி வகுத்தது.

காமிக்ஸின் மூதாதையர் என்று சொல்லும் கதையொன்றை தொடர் ஓவியங்களாகத் தந்த தந்தை வில்லியம் ஹோகர்த் *(William Hogarth)* எனலாம். வண்ண ஓவியக் கலைஞர். பிரிண்ட் மேக்கர் ஆக இருந்த ஹோகர்த் கிராமத்துப் பெண் நகரத்திற்கு வந்து வேசியாகி முடிவில் பாலியல் நோய்க்கு பலியாகும் ஒரு கதையை 1731இல் ஆறு வண்ண ஓவியங்களாக வரைந்தார். அவற்றின் 1240 பிரதிகளைத் தயார் செய்து விற்றார். அவை மிகவும் பிரபலமடைந்து அவற்றின் போலிப் பிரதிகள் சந்தைக்கு வந்தன. அதைத் தடுக்க 1734இல் 'Engraving Copy Right Act of Parliament' நடைமுறைக்கு வரக் காரணமானார். 1735இல் 'ஏ ரேக்ஸ் ப்ராக்ரஸ்' *(The Rake's Progress)* என்ற மற்றொரு தொடர் கதையை படைத்தார். ஹோகர்த்தின் படைப்புப் பலருக்கு ஊக்கமளித்தது. அப்படி ஊக்கம் பெற்றவர்களில் முக்கியமான கலைஞர் தாமஸ் ரோலாண்ட்சன் *(Thomas Rowlandson)* பணக்காரரான அவர் சூதாட்டத்தில் எல்லாம் இழந்தார். வாழ்க்கை நடத்துவதே

சிரமமான போது சமகாலக் கலைஞரான ஜேம்ஸ் கில்ரே (James Gillray), ஹென்றி வில்லியம் பண்பரி (Henry William Bunbury) பணம் சம்பாதிக்க கேலிச்சித்திரங்களை வரைய பரிந்துரைத்தார்கள். அதில் அவர் வெற்றியடைந்தார். ஆனால் அவருக்கு அதிகப் பணம் சம்பாதித்துக் கொடுத்தது அவர் இரகசியமாக வரைந்து விற்ற சிருங்கார/ஆபாச ஓவியங்கள். 19ஆம் நூற்றாண்டின் தொடக்கத்திலேயே அவர் வரைந்த சிருங்கார ஓவியங்கள் இன்றைய அளவுகோல் கணக்கிலும் மிகவும் ஆபாசமாக இருந்தன. அவர் ஓவியங்களின் பாத்திரங்கள் கப்பல் படை அதிகாரிகள், விவசாயிகள், சமூகத்தின் பெரிய மனிதர்கள், பாதிரிமார்கள் போன்றவர்கள். அவை அவர்களை நக்கல் செய்வது மட்டுமல்லாமல், பாலியல் உணர்ச்சிகளையும் தூண்டின.

விக்டோரியன் காலத்தில் சில பாலியல் செயல்பாடுகள் சட்டத்திற்குப் புறம்பானதாக இருந்தனவே தவிர ஆபாசப் படங்களை/ போர்னோக்ராபியைப் பார்ப்பது சட்ட விரோதமாக இருக்கவில்லை. உலகத்தில் முதல் முதலாக அப்படியொரு சட்டத்தை 1857இல் ஐக்கிய நாடுகள் அமைப்பு ஆபாச வெளியீடு சட்டப் பிரிவு நடைமுறைக்கு வந்து ஆபாசப் படங்கள், போர்னோக்ரபி வெளியிடுவது குற்றம் என்று கருதப்பட்டது. எது சட்டத்திற்குப் புறம்பானதாக இருக்கிறதோ அது இரகசியமாக வளர்ச்சி அடைவது அதிகரிக்கும். அந்தத் தருணத்தில் ஆப்ரே பேர்ஸ்டெலி (Aubrey Beardsley) என்பவர் ஆபாச கேலிச்சித்திரக் கலையில் பிரபலமானார். அவருடைய அதிகப்படியான ஆபாசப் படங்கள் மக்களை அதிர்ச்சிக்குள்ளாக்குவதாக இருந்தன. அதைப் பற்றி அவருக்குப் பெருமையாக இருந்தது. பல நூல்களுக்கு ஓவியம் வரைந்து கொடுத்தார். விபரீதம் என்னவென்றால் அவர் காச நோய்க்கு ஆளாகி 25வது வயதிலேயே இறந்து போனார். பேர்ஸ்டெலியின் ஓவியங்கள் ஐக்கிய நாடுகளிலும், அமெரிக்காவிலும் பல ஆபாச காமிக்ஸ் கலைஞர்களைத் தோற்றுவித்தது.

லண்டனின் மேக் கில் (Mack Gill) என்ற ஓவியன் 1904லிருந்து 1962வரை சுமார் 12,000 தபால் அட்டை (Post Card) ஓவியங்களை வரைந்தார். எழுத்தாளர் ஜார்ஜ் ஆர்வேலின் (George Orwell) பாராட்டுக்குரிய கேலிச்சித்திர ஓவியர் மேக் கில். அவரைப் பற்றி ஆர்வேல் ஒரு கட்டுரையையும் எழுதினார். மேக் கில் ஆபாச 'இரட்டை அர்த்தம்' தபால் அட்டைகள் இங்கிலாந்தின் கடைகளில்

விற்பனையாயின. அவருடைய ஆபாச ஓவியங்களுக்காக அவரைக் குற்றவாளி என்று தீர்மானித்து நீதிமன்றம் அபராதமும் விதித்தது. ஆனால் இன்று அவரை 'பிரிட்டீஷ் அரசாங்க சொத்து' என்று கருதப்பட்டுள்ளார்.

முதல் உலகப் போர் தொடங்கியபோது பிரிட்டீஷ், அமெரிக்கச் சிப்பாய்கள் போருக்காக ஃபிரான்சுக்குப் புறப்பட்டார்கள். ஃபிரான்ஸ் மக்கள் பாலியல் செயல்பாடுகளில் மிகவும் திறந்த மனம் கொண்டவர்களாக இருந்தது அவர்களுக்கு வியப்பாக இருந்தது. அங்கே ஏராளமாகக் கிடைத்த ஆபாசப் பத்திரிகைகள்/ தபால் அட்டைகள் சிப்பாய்கள் சேகரிக்கத் தகுந்த பொருட்களாக இருந்தன. 'லா வி பேரிசியானி', *(La_Vie_parisienne)* 'லேமர்' *(Lamour)* பத்திரிகைகள் பெண்களின் நிர்வாணப் படங்களையும், கேலிச்சித்திரங்களையும் வெளியிட்டன.

போர் முடிந்து ஃபிரான்சிலிருந்து திரும்பிய அமெரிக்கர்கள் ஆபாச கேலிச்சித்திர/ காமிக்ஸ்களின் ருசி கண்டார்கள். இருபதாம் நூற்றாண்டின் முப்பதாம் ஆண்டுகளில் அமெரிக்க இளைஞர்களிடம் மகத்தான மாற்றங்கள் ஏற்படத் தொடங்கின. முழங்கால்வரை இருந்த பெண்களின் ஸ்கர்ட்டுகள் தொடைவரை ஏறியது. அப்போது தோன்றியதுதான் இரகசிய 'டெவானா பைபிள்' *(Teavana / Tijuana Bible)* – என்றால் ஆபாச காமிக்ஸ் சிறு கையேடுகள். டெவனா மெக்சிகோவின் ஒரு நகரம். ஆனால் டெவனா பைபிள் அங்கே இருந்து வந்ததல்ல. அவை பைபிள் ஆகவும் இருக்கவில்லை. அவை அதிகாரபூர்வமல்லாத, சட்டத்திற்குப் புறம்பாக வெளியிடப்படும் ஆபாச காமிக்ஸ்/கேலிச்சித்திரங்கள். இருபதாம் நூற்றாண்டின் முதல் பாதியில் 700லிருந்து 1000 டெவானா பைபிள்கள் வெளிவந்தன. அவை இலட்சக்கணக்கான எண்ணிக்கையில் விற்பனையாயின. புத்தகம், பத்திரிகை விற்பனை செய்யும் கடைகள் அவற்றை இரகசியமாக விற்பனை செய்தன. அவற்றில் சித்திரக் கதைகள் உணர்ச்சிகரமாக இருந்து, ஓவியங்கள் பழமைவாதிகளை நிலைகுலையச் செய்தது. அவை சமுதாயத்துப் பெரும் புள்ளிகள், சினிமா நடிகர்கள், கண்ணியமானவர்கள், அரசியல்வாதிகள் போன்றவர்களின் பாத்திரங்களாக இருந்து அவர்களை நையாண்டி செய்தன. பிரபல கேலிச்சித்திரங்களான பிளாண்டி மற்றும் டாக்வுத் *(Blondie and Dagwood)*, மிக்கி மவுஸ் *(Micky Mouse)*, பாப்ஐ *(Popeye)* போன்ற பாத்திரங்களும் கூட

ஆபாச காமிக்ஸ்களில் பயன்படுத்திக் கொள்ளப்பட்டது. ஹிட்லர், ஸ்டாலின், முசலோனி, இங்ரிட் பர்க்மன், (Ingrid Bergman) ஆல் கெபோன் (Al Capone) போன்ற பாத்திரங்களையும், மகாத்மா காந்தியையும் கூட அதில் கேலிச்சித்திரமாக வரைந்திருந்தார்கள். அதுபோன்ற பத்திரிகைகளுக்கு ஓவியம் வரையும் பல கேலிச்சித்திரக்காரர்கள் அவமானத்தால் தங்கள் பெயர்களைக் குறிப்பிடுவதில்லை. அல்லது புனைபெயர்களைப் பயன்படுத்தினார்கள். அதுபோன்ற பத்திரிகைகள் அதிக எண்ணிக்கையில் விற்பதால் கேலிச்சித்திரக்காரர்களுக்கும் அதிக ஊதியம் கிடைத்தது. ஆனால் அது இரண்டாம் உலகப்போருக்குப் பிறகு மெல்ல மறையத் தொடங்கியது. அந்த இரகசிய பத்திரிகைகள் படிப்படியாகக் குறைந்தாலும் ஆபாச கேலிச்சித்திரங்கள், சிருங்காரக் கேலிச்சித்திரங்கள்/ காமிக்ஸ்களாகவும், தனி காமிக்ஸ் புத்தகங்களாகவும் மற்றும் எஸ்க்வைய(ர்), டெய்லி மிரர், டெய்லி எக்ஸ்ப்ரெஸ் போன்ற பிரபல பத்திரிகைகளில் புதிய உருவில் தென்படத்தொடங்கின. ‘பிளேபாய்’ கூட அதுபோன்ற கேலிச்சித்திரங்களைப் பெரும் ‘மதிப்பான’ வடிவில் வெளியிடத் தொடங்கியது.

கன்னடத்து ‘பிளேபாய்’ – ரதி விஞ்ஞான தர்பணா

கன்னட சமுதாய, பண்பாட்டுச் சூழ்நிலையில் ‘பிளேபாய்’ போன்ற பத்திரிகை கடந்த நூற்றாண்டின் 80கள் வரை பத்திரிகைத் துறையில் கால் பதிக்கவில்லை. ஆனால் அமெரிக்காவின் ‘டெவானா பைபிள்’ போன்ற கன்னடத்தில் பல இரகசிய ‘செக்ஸ்’ புத்தகங்கள் புத்தகக் கடைகளில் கிடைத்தன. அவை அதிகமாக வெளிநாட்டுப் பத்திரிகைகள்/புத்தகங்களிலிருந்து திருடிய படங்களாக இருந்து கறுப்பு வெள்ளையில் அச்சடிக்கப் பட்டவைகளாக இருந்தன.

கன்னடத்தில் பத்திரிகைத் துறையில் ‘புரட்சி’ ஏற்படுத்திய பத்திரிகை என்றால் 1980 டிசம்பரிலிருந்து அதிகாரபூர்வமான பத்திரிகை என்று ஆர்.என்.ஐ பதிவு பெற்று, பாலியல் விஞ்ஞான மாத இதழ் என்ற உப தலைப்புடன் வெளியான ‘ரதி விஞ்ஞான தர்பணா’ - பாலியல் விஞ்ஞானம், கதைகள், மருத்துவர் பரிந்துரை, கலை, பண்பாடு, கவிதை போன்ற பல பாலியல் விஷயங்களைக் குறித்த கட்டுரைகளையும் பிரசுரித்தது.

ரதி விஞ்ஞான தர்பணா மற்றும் சுரதி

ரங்கநாத் (கௌரவ ஆசிரியர்) எஸ்.கே. ஷாம்சுந்தர், பாண்டுரங்க சாஸ்திரிகள் ஆசிரியர்களாக இருந்தார்கள். (ஷாம் சுந்தரை பேட்டி கண்டபோது பத்திரிகையின் விற்பனை 1,30,000 வரை இருந்தது என்று தெரிவித்தார்) பத்திரிகை மிகவும் வெற்றிகரமாகவே நடந்தது. கன்னடத்தில் பாலியல்/சிருங்கார கேலிச்சித்திரங்களுக்கு இந்தப் பத்திரிகை முன்னோடியாக இருந்தது. தொடக்கத்தில் கோட்டோவியங்களாக இலஸ்ட்ரேஷன் கொண்ட 'ரதி விஞ்ஞான தர்பணா' பிறகு கேலிச்சித்திரங்களுக்காகவும் கட்டுரைகளுக்காகவும் தனியாகப் பக்கங்களை ஒதுக்கியது. ஹரிணியின் (ஹரிச்சந்திர ஷெட்டி) கேலிச்சித்திரங்கள் 'நக்கல் கண்களில்' கட்டுரை வெளியானது மட்டுமல்ல பல குறுங்கவிதைகளுக்கும், கவிதைகளுக்கும் அவருடைய கோட்டோவியம் உறுதுணையாக இருந்தது. 'அனங்கமங்க' என்ற செக்ஸ் ஜோக் பக்கங்களில் மனுவின் (மனோகர்) கேலிச்சித்திரங்கள் இருந்தன. வி. கோபால் மற்றும் பலரின் கேலிச்சித்திரங்கள் இருந்தாலும் கூட அதிகமான கலைஞர்கள் கையொப்பமிடாமல் தங்கள் பெயரை இரகசியமாக வைத்துக்கொண்டார்கள்.

ரதி விஞ்ஞான தர்பணாவில் வெளியான சில கேலிச்சித்திரங்கள்

‘சுரதி’யில் வெளியான சில கேலிச்சித்திரங்கள்

‘ரதி விஞ்ஞான தர்பணா’ வின் வெற்றி அதுபோன்ற பல பத்திரிகைகளைத் தோற்றுவித்தது. அவற்றில் ‘சுரதி’ முக்கியமானது. எஸ்.விஷ்வரூபாசார் கௌரவ ஆசிரியராக, ஷா. அசோக் பாபு ஆசிரியராக இருந்த ‘சுரதி’யின் முதல் இதழ் டிசம்பர் 1985இல் வெளிவந்தது. அதிலும் நரேந்தர், ஹரிணி போன்றவர்களின் கேலிச்சித்திரம் வெளிவந்தன. ஆபாசப் பத்திரிகைகள் என்ற காரணத்திற்காக இந்தப் பத்திரிகைகள் சட்ட நடவடிக்கைகளை எதிர்கொள்ள வேண்டியதானது. முடிவில் இதழ்கள் வெளிவருவது நின்றுவிட்டன. ‘ரதி விஞ்ஞான தர்பணா’ நின்ற சில மாதங்களில், 1988 ஆகஸ்ட்டிலிருந்து ‘விகாச தீபிகா’ என்ற பெயரில் வெளியாக முயன்று தோல்வி அடைந்தது.

15. பாறைகள் அல்ல இந்த மெட்ரோ ஸ்டேஷன்

நாங்கள் போர்ச்சுகல் மற்றும் ஸ்பெயின் பயணம் புறப்பட்டிருந்தோம். எங்கள் பயணம் போர்ச்சுகல் தலைநகரம் லிஸ்பனிலிருந்து (Lisbon) தொடங்கியது. லிஸ்பன் விமான நிலையத்திலிருந்து வெளியே வந்ததும் அருகிலேயே மெட்ரோ ஸ்டேஷன் இருந்தது. அங்கே இருந்து நாங்கள் ஹோட்டலுக்குப் போக விமான நிலைய மெட்ரோ ஸ்டேஷனுக்குள் நுழைந்தோம். எலிவேட்டரிலிருந்து இறங்கி காரிடாருக்குள் வந்ததும் கேலிச்சித்திரக்காரனான எனக்கு வியப்புக் காத்திருந்தது. காரிடாரின் இரு பக்கங்களிலும் கறுப்பு வெள்ளையில் கியாரிகேச்சர் (கேலிச்சித்திரங்கள்) இருந்தன.

லிஸ்பன் ஏர்போர்ட் மெட்ரோ ஸ்டேஷன் சுவர் மீது கேலிச்சித்திரங்கள். வலது பக்கத்தில் முதல் கேலிச்சித்திரம் போர்ச்சுகலின் பிரபல வாஸ்து சிற்பி கியாசியானோ பிராங்கோ – Casiano Branko

நான் மெட்ரோ ஸ்டேஷன் மற்ற இடங்களிலும் பல வகையான கலைப் படைப்புகளைப் பார்த்திருக்கிறேன். ஆனால் இதுபோன்ற நிரந்தர கேலிச்சித்திரங்களைப் பார்ப்பது இதுதான் முதல் முறையாகும். கேலிச்சித்திரக்காரர்களையும் மற்ற கலைஞர்களைப்போல அடையாளம் கண்டு, கேலிச்சித்திரங்களைப் பொது இடங்களில் பெருமையுடன் காட்சிப்படுத்தி, மற்ற கலைகளுக்கு மதிப்பான இடத்தை அளித்திருப்பதைப் போலவே கொடுத்திருப்பதைக் கண்டு மகிழ்ச்சியானது. இதேபோல கேலிச்சித்திரங்களுக்கு பொது இடங்களில் கௌரவம் கொடுக்கும் செயல் மற்ற நாடுகளிலும் பின்பற்றப் பட்டிருக்கிறது. மலேஷியாவின் பினாங் (Malaysia – Penang) தீவில் ஜார்ஜ் டவுன் (George Town) ஐக்கிய நாடுகள் அமைப்பின் யுனெஸ்கோ பாரம்பரிய இடம் என்று அடையாளப்படுத்தி அதன் நினைவாக அதன் முக்கிய சாலைகளில் அந்த ஊர்த் தெருக்களில் தகவல்களைத் தரும் இரும்புக் கம்பிகளால் நிறுவிய 53 கேலிச்சித்திரங்களை நாட்டின் புகழ் வாய்ந்த கேலிச்சித்திரக்காரர்கள் வழியாக இயற்றி நிறுவியுள்ளார்கள்.

லிஸ்பன் விமான நிலைய மெட்ரோ ஸ்டேஷனிலும் 52 கேலிச்சித்திர உருவப்படங்கள் இருக்கின்றன. அவற்றை கேலிச்சித்திர ஓவியர் ஆண்டோனி மொரெரா அண்ட்யூஸ் (Antoni Morera Antyus) வரைந்து, பளிங்குக் கல்லில் லேசர் ஒளியைப் பயன்படுத்தி நிறுவியுள்ளார். அவற்றை ஜூன் 12, 2012இல் பொதுப் பார்வைக்குத் திறந்து வைக்கப்பட்டது.

ஆண்டோனி போர்ச்சுகலின் பிரபல கேலிச்சித்திரக்காரர். இந்த மெட்ரோ ஸ்டேஷனில் நிறுவ போர்ச்சுகலின் இருபதாம் நூற்றாண்டின் பிரபல இசைக் கலைஞர்களை, நடிகர்களை, அரசியல்வாதிகளை, விளையாட்டு வீரர்களை, மருத்துவர்களை, சமூக சேவகர்களைத் தேர்ந்தெடுத்து செய்திருக்கிறார். அந்தத் தேர்வுகளுக்கு என்ன அளவுகோல் என்பது ஆண்டோனிக்கு மட்டுமே தெரியும். மேற்பார்வைக்கு தெரிவதுபோல அவர்களில் அதிகமானவர்கள் போர்ச்சுகலின் முந்தைய கம்யூனிஸ்ட் எதிர்ப்பாளர்கள். ஆண்டோனியோ சாலஜாரின் (Antonio de Oliveira Salazar) எஸ்படோ நோவோ (Espada Novo) ஆட்சியின் எதிரிகளாகவும், விமர்சகர்களாகவும் இருந்தார்கள். அவர்களில் இலக்கியவாதியான ஜோஸ் சரமகோ (Jose Saramago),

போர்ச்சுகல் பன்முகத் திறமைசாலிக் கலைஞர்கள் Jose Herculano Carvolis மற்றும் பிரபல இலக்கியவாதி Sophia de Mello Breyner Andresen

எகா த கிவெரோஸ் *(Eka Da Kiverose)* சோபியா த மெலோ பிரைனர் ஆண்டர்சன் *(Sophia de Mello Breyner Andresen)*, கேலிச்சித்திரக்காரரான ரெஃபெல் பொர்டாலோ பின்ஹிரோ *(Rafael Bordalo Pinheiro)* ஸ்டூவர்ட் கார்வலேஸ் *(Stewart Carvalhos)*, நடிகரான ஆண்டோனியோ சில்வா *(Antonio Maria da Silva)*, வஸ்கோ *(Vasco)* வம்சாவளி, இசைக் கலைஞரான கார்லோஸ் பெரேட்ஸ் *(Carlos Paredes)*, மரியா பைர்ஸ் *(Maria Fires)*, மருத்துவத் துறையில் நோபல் விருது பெற்ற எகாஸ் மோனிஜ் *(Egas Moniz)*, கால்பந்து வீரர் யுசெபியோ *(Eusebio)* போன்றவர்கள் இருந்தார்கள்.

'சாதாரணமாக காகிதத்தின் மீது கேலிச்சித்திரம் வரையும் எனக்கு முதல் முறையாக பளிங்குக் கற்களின் மீது லேசர் கிரணங்களைப் பயன்படுத்தி படைப்பது ஒரு அசாதாரணமான சவாலாக இருந்தது' என்கிறார் கேலிச்சித்திரக்காரர் ஆண்டோனியோ. இன்று லிஸ்பன் விமான நிலைய மெட்ரோவில் இருக்கும் அந்த கேலிச்சித்திர உருவப்படங்கள் அங்கே கடந்துபோகும் ஆயிரக்கணக்கான பயணிகளுக்கு போர்ச்சுகலின் இருபதாம் நூற்றாண்டின் மிகச் சிறந்த மனிதர்களையும், அங்குள்ள பண்பாட்டையும் சிறப்பான வகையில் அறிமுகப்படுத்துகிறது.

ஆண்டோனியோ மொரேரா ஆன்ட்யுஸ்

லிஸ்பன் விமான நிலைய மெட்ரோவில் கேலிச்சித்திரங்களை இயற்றிய ஆண்டோனியோ மொரேரா ஆன்ட்யுஸ் தனது தொழிலை 1974இல் லிஸ்பன் தினசரி பத்திரிகை 'ரிபப்ளிகா'வில் (Republica) தொடங்கினார். அதே ஆண்டு வார இதழ் 'எக்ப்ரெஸ்ஸோ' (Expresso)விலும் கேலிச்சித்திரங்களைத் தவறாமல் வரையும் ஒப்பந்தத்தையும் செய்துகொண்டார். அவர் தனது கேலிச்சித்திரக் கலைக்காக பல பன்னாட்டு விருதுகளையும், உலகம் முழுவதும் பல நூறு கண்காட்சிகளையும் நடத்தியுள்ளார்.

கேலிச்சித்திரக்காரர் ஆண்டோனியோ மொரேரா ஆன்ட்யுஸ்

ஆண்டோனியோ 1992இல் இரண்டாம் போப் ஜான் பால் (John Paul) அவர்களுடைய கேலிச்சித்திரத்தை வரைந்து சர்ச்சைக்கு உள்ளாகி இருந்தார். அந்தத் தருணத்தில் எய்ட்ஸ் நோய் தீவிரமாக இருந்து இரண்டாம் போப் ஜான் பால் உகாண்டாவின் (Uganda) தலைநகரம் கம்பாலாவுக்கு (Kampala) சென்றபோது, எய்ட்ஸிலிருந்து பாதுகாத்துக்கொள்ள கிருஸ்துவ மதத்தில் ஆணுறை (Condom) பயன்படுத்த அவகாசம் இல்லை என்றும், எய்ட்ஸ் வைரஸ் பரவுவதை தடுக்க பாலியல் செயல்பாடுகளிலிருந்து விலகி இருக்க வேண்டுமென்றும் கூறியபோது போப் மூக்கில் ஆணுறை அணிந்திருப்பதுபோல கேலிச்சித்திரம் வரைந்திருந்தார்.

சர்ச்சைக்கு உள்ளான இரண்டாம் போப் ஜான் பால் கேலிச்சித்திரம்

அந்தக் கேலிச்சித்திரம் போர்ச்சுகலில் மிகவும் பெரிய அளவில் சர்ச்சைக்குக் காரணமானது. அடிப்படைவாதிகள் அதை எதிர்த்து சுமார் இருபதாயிரம் மக்கள் கையொப்பமிட்டு அந்தக் கேலிச்சித்திரத்தைத் தடை செய்யக் கோரினார்கள். அந்தக் கேலிச்சித்திரத்தைக் குறித்து போர்ச்சுகல் நாடாளுமன்றத்திலும் வாக்குவாதங்கள் நடந்தன. அந்தக் கேலிச்சித்திரத்தை தடை செய்யவும் இல்லை, கேலிச்சித்திரக்காரரை வெளியேற்றவும் இல்லை. மாறாக விமான நிலைய மெட்ரோ நிலையத்தில் நிரந்தர கேலிச்சித்திரங்களை இயற்ற ஆண்டோனியோவை அரசாங்கம் அழைத்தது.

'கேலிச்சித்திரக்காரர்கள் இதுபோன்ற எந்த அழுத்தங்களுக்கும் பணிந்து போகக் கூடாது. இப்படியான நிகழ்வுகள் தனி

நபர்களுக்கு நடக்கும் இயல்பான அபாயங்கள். கேலிச்சித்திரத் தொழில் அபாயத்தால் நிறைந்திருப்பது. நாம்தான் அபாயங்களை உருவாக்குகிறோம் மற்றும் எதிர்க்கிறோம். பயம் இருந்தே இருக்கும் என்பது உண்மை. ஆனால் கருத்து சுதந்திரத்தைக் காக்கப் போராடவேண்டும்' என்கிறார் உலக பத்திரிகை கேலிச்சித்திர அமைப்பின் நிறுவனரும், தற்போதைய தலைவருமான ஆண்டோனியோ.

கியாரிகேச்சர்

கியாரிகேச்சர் அல்லது கேலி நிழற்படம் என்பது ஒரு நபரின் சில உருவ குணங்களை மிகைப்படுத்தி ஆனால், பார்த்தவுடன் அந்த நபரின் ஓவியம்தான் என்று அடையாளம் தெரிவது போல வரையும் ஓவியங்கள். சாதாரணமாக கேலிச்சித்திரங்களைப்போல கியாரிகேச்சரும் கூட பார்த்தவுடன் சிரிப்பை வரவழைக்கும். கியாரிகேச்சர் கலை 16 -17வது நூற்றாண்டில் ஒரு கலை வடிவமாக அதிக பிரபலமாக இருந்தது. அது இன்றும் மிகவும் பிரபலமாக உள்ளது. அன்று கலைஞர்கள் மரக்கரி, பென்சில், வண்ணங்களைப் பயன்படுத்தி கியாரிகேச்சர் வரைந்தார்கள். இன்று பல கலைஞர்கள் டிஜிட்டல் ஊடகங்களையும், தொழில் நுட்பத் தந்திரங்களையும் பயன்படுத்துகிறார்கள்.

கியாரிகேச்சரின் மூலத்தை லியனார்டோ டா வின்சியின் (Leonardo da Vinci) கலையில் தேடுகிறார்கள். டா வின்சியின் சித்தாந்தங்களையும், வகைகளையும் எதிர்க்கும் சில கலைஞர்கள் கியாரிகேச்சர்களை 'எதிர்ப்புக் கலை' என்றும் அழைத்தார்கள். கேலி உருவப் படக் கலைஞர்கள் தொடக்கத்திலிருந்தே தங்கள் தூரிகை, வண்ணங்களால் எழுத்தாளர்களைவிடவும் மிகச் செல்வாக்கு உள்ளவர்களாக இருந்தார்கள். அப்போது கல்வி கற்றவர்கள் குறைவாக இருந்து வாசிப்பவர்களை மட்டுமே சென்றடையும் எழுத்துக்களை விட எல்லோரின் பார்வைக்கும் கிடைக்கும் கியாரிகேச்சர்கள் அதிக விளைவுகளை ஏற்படுத்துவதாக இருந்தன. ஃபிரான்சின் நெபோலியன் போனபார்ட்டி (Napoleon Bonaparte) பல கியாரிகேச்சர்களை வரைந்த பிரிட்டிஷ் கலைஞன் ஜேம்ஸ் கில்ரேயைக் குறித்து (1756 -1815), 'என் தோல்விக்கு ஐரோப்பாவின் எல்லா இராணுவங்களும்

செய்யும் சேதங்களை விட அதிகமாக கில்ரே செய்திருக்கிறான்' என்று கூறியுள்ளார்.

கேலிச்சித்திரத்திற்கும், கேலி உருவ ஓவியத்திற்கும் (கியாரிகேச்சர்) இருக்கும் வேறுபாடுகள் என்னவென்றால், கேலிச்சித்திரங்களில் கற்பனை பாத்திரங்கள் இருக்கும். கியாரிகேச்சரில் உண்மையான நபரின் மிகைப்படுத்திய உருவப் படங்கள் இருக்கும். ஆனால் அரசியல் கேலிச்சித்திரங்களில் உண்மையான பாத்திரங்களே இருக்கும். 'கியாரிகேச்சர்' என்பது இத்தாலியச் சொல் 'கியாரிகோ' மற்றும் 'கியாரிகேர்'லிருந்து தோன்றியது. இத்தாலிய மொழியில் இந்தச் சொற்களுக்குப் பொருள் 'மிகைப்படுத்தல்' என்பதாகும். இந்தச் சொல்லை முதல் முதலாக இத்தாலியக் கலைஞன் அன்னிபேல் கராச்சியும் (Annibale Carracci) அவர் சகோதரர் அகாஸ்டினோ (Agostino) 1590களில் பயன்படுத்தினார்கள்.

இன்றும் தினமும் உலகம் முழுவதும் தங்கள் அரசியல்வாதிகளின், மக்கள் பிரதிநிதிகளின், சினிமா நடிகர்களின் ஆயிரக்கணக்கான கியாரிகேச்சர்கள் தினசரி பத்திரிகைகளிலும், டிஜிட்டல் ஊடகங்களிலும் வெளியாகின்றன. அதிகமான மக்கள் தங்களுடைய கியாரிகேச்சர்களை மகிழ்ச்சியுடன் ஏற்றுக் கொண்டிருக்கிறார்கள். சகிப்புத் தன்மையற்ற இன்றைய சூழ்நிலையில் கேலிச்சித்திரக்காரர்களைத் தண்டிக்கும் எடுத்துக் காட்டுகளும் போதுமான அளவிற்கு இருக்கின்றன.

16. ஜார்ஜ் டவுன் கேலிச்சித்திரங்கள்

ஜார்ஜ்டவுன் மலேசியாவின் பினாங்கு மாநிலத்தின் தலைநகரம். அது ஒரு தீவு நகரம். 2008இல் அந்த நகரத்தை உலக ஐக்கிய நாடுகள் சபையின் யுனெஸ்கோ *(UNESCO)* உலகப் பாரம்பரிய தலம் என்று அடையாளப்படுத்தியது. மலாக்கா வளைகுடாவின் மலாக்காவும், ஜார்ஜ்டவுனும் கடந்த ஐநூறு ஆண்டுகளாக உலகத்தின் கிழக்கு மற்றும் மேற்குகளுக்கு இடையே வியாபார, பண்பாட்டு மையமாக இருந்ததால் அந்த அங்கீகாரம் கிடைத்தது. ஐநூறு ஆண்டுகளாக பல பண்பாடுகளின் நல்லிணக்கப் பரம்பரையை அந்த நகரம் உயிர்ப்புடன் வைத்திருக்கிறது. மலாயா நாட்டிற்கு சீனர்களும் இந்தியர்களும் வந்து நிலைத்து நட்புடன் வாழ்கிறார்கள். இந்தியா உபகண்டத்திலிருந்து சுமார் 2000 ஆண்டுகளுக்கு முன்பே வணிகர்கள் மலேசியாவின் உபகண்டத்திற்கு வந்து தங்கள் மதம், பண்பாடுகளை அறிமுகப் படுத்தியுள்ளார்கள் என்று ஆவணங்கள் தெரிவிக்கின்றன. இன்று மலேசியாவின் 61 சதவிகிதம் மக்கள் முஸ்லிம் மதத்தைப் பின்பற்றினாலும், பௌத்த, கிருஸ்துவ, இந்து, தாவோ, சிக் மதங்களும் இருக்கின்றன. இவற்றுடன் 1957வரை பிரிட்டீஷ் காலனியாக இருந்த ஜார்ஜ் டவுன் ஐரோப்பாவின் தனித்துவமான வாஸ்து சிற்ப பாரம்பரியக் கட்டிடங்களைப் பெற்றிருக்கிறது. யுனெஸ்கோ கூற்றின் படி, கிழக்கு மற்றும் மேற்கு ஆசியாவில் இதுபோன்ற பல பண்பாடுகளின், தனித்துவமான வாஸ்து சிற்ப வடிவமைப்புகளைக் கொண்ட நகரம் மலாக்கா மற்றும் ஜார்ஜ்டவுன் அவற்றுக்கு நிகரானவை வேறெங்கும் கிடையாது என்கிறது.

பிரிட்டிஷ் கிழக்கிந்திய கம்பனி இந்தியாவிற்குள் நுழையும் முன்பே, 1786 பினாங்கை சென்றடைந்து அங்கே 1786இல் கேப்டன்

ஃபிரான்சிஸ் லைட் *(Captain Francis Light)* பிரிட்டீஷ் காலனியை நிறுவினார். அது அவருடைய சரக்குப் போக்குவரத்துத் துறைமுகமாக இருந்தது. பிரிட்டீஷ் அரசர் மூன்றாவது ஜார்ஜின் நினைவாக அந்த நகருக்கு ஜார்ஜ்டவுன் என்று பெயர் சூட்டப்பட்டது. பிரிட்டீஷாரிடமிருந்து மலேசியாவுக்கு 1957இல் சுதந்திரம் கிடைத்தது.

2008இல் ஜார்ஜ்டவுனை உலக பாரம்பரிய களம் என்று யுனஸ்கோ அடையாளப்படுத்திய பிறகு 2009இல் ஜார்ஜ்டவுனை மேலும் கலைப் படைப்புகளால் அழகுப்படுத்த பினாங்கு மாநில அரசு புதிய விஷயங்களுக்காக *'Marketing Georgetown – An idea competition for UNESCO World Heritage Site'* என்ற ஒரு பன்னாட்டுப் போட்டியை ஏற்படுத்தியது. அங்கே கிடைத்த விவரங்கள் பல கலை, பண்பாட்டு தனித்துவத்தைப் பெற்றிருக்கும் ஜார்ஜ்டவுனை மேலும் அழகுப்படுத்த 'தெருக் கலை' அல்லது Street Art அமைப்பு ஏற்பட்டது. அதன்கீழ் 52 தெருக்கள் அந்த வீதியின் கதையைச் சொல்லும் இரும்புக் கம்பிகளால் வடிவமைத்த கேலிச்சித்திரங்களை உருவாக்கின. அநேகமாக உலகத்திலேயே இதுதான் முதலாவதாக இருக்கலாம்.

மந்திரி தெருவில் இருக்கும் 'என் கணவன் எங்கே?' என்ற கேலிச்சித்திரம்.

'மக்கள் குரல்' என்ற கருத்துடன் *(Theme)* கேலிச்சித்திரக்கார/ கலைஞன் டாங் மூன் கியாவின் *(Tong Moon Kiya)* நிர்வாகத்தில் *Sculpture at work* என்ற உள்ளூர் கம்பனியொன்று இணைந்து

2010இல் இதுபோன்ற இரும்புக் கம்பிகளால் கேலிச்சித்திரங்களை வடிவமைத்தது. ஒவ்வொரு கேலிச்சித்திரமும் பினாங்கின் அந்தந்தத் தெருக்களின் வரலாற்றை நக்கலாக தெரிவிக்கிறது. கூடவே அந்தத் தெருக்களின் வரலாறும், ஓவியத்தின் விவரங்களும் இருக்கின்றன. இரும்புக் கம்பிகளின் கேலிச்சித்திரத்தின் கீழே ஓவியரின் கையொப்பமும் இருக்கிறது. இந்தத் திட்டத்தில் டாங் மூன் கியாவுடன் மலேசியாவின் பிரபல கேலிச்சித்திரக்காரரான பாபா சுவா *(Baba Chuva)* ரெக்கி லீ *(Reggie Lee)* லெப்டி *(Lefty)* அவர்களின் கேலிச்சித்திரங்களும் இருக்கின்றன.

மந்திரி தெரு *(Minister Lane)* முன்பு இதை 'லவ் லேன்' *(Love Lane* – காதல் தெரு) என்று அழைத்தார்களாம். அங்கே இருக்கும் ஒரு கேலிச்சித்திரத்தில் ஆண் ஒருவன் கயிறைப் பிடித்துக்கொண்டு ஒரு வீட்டு சன்னல் வழியாக நுழைய முயல்வது. அதன் பெயர் 'என் கணவன் எங்கே?' அல்லது 'ஏமாற்றும் கணவன்'. குறிப்பு: உள்ளூர் சீனர்கள் சொல்வதுபோல மந்திரித் தெருவில் பணக்காரர்கள் காதலி/ உபமனைவியை வைத்திருந்தார்கள். அதனால் இதைக் காதல் தெரு என்று அழைத்தார்கள்'.

ஆர்மேனியன் *(Armenian)* தெருவில் 'ஊர்வலம்' என்ற கேலிச்சித்திரத்தில் இரு நபர்கள் ஒரு புலியை ஊர்வலமாக அழைத்துச் செல்கிறார்கள். பயணி ஒருவர் முன்பு *(1930)* புலியைக் கொன்று எடுத்துச் செல்வது நினைவிற்கு வருகிறது.

குறிப்பு: சீனர்களின் 'புலி ஆண்டில்' அவர்கள் தங்கள் துரதிருஷ்டத்தைப் போக்க புலியை ஊர்வலமாக அழைத்துச் செல்வதைத் தெரிவிக்கிறது.

பெண் ஒருத்திக்கு ஜடைப் பின்னும் கேலிச்சித்திரம் ஒன்று ரோப் வாக் *(Rope Walk)* தெருவில் இருக்கிறது. முன்பு அங்கே கயிறு திரிக்கப்பட்டது என்று அங்குள்ள குறிப்புக் கூறுகிறது.

மலாய் தெருவில் 'கௌ அண்ட் ஃபிஷ் *(Cow and Fish)* கேலிச்சித்திரம் அந்தத் தெருவில் முன்பு இறைச்சிக் கூடம் இருந்து மாமிச, மீன்களை விற்றதைச் சொல்கிறது.

மலாயத் தெருவில் 'கௌ அண்ட் ஃபிஷ் கேலிச்சித்திரம்'

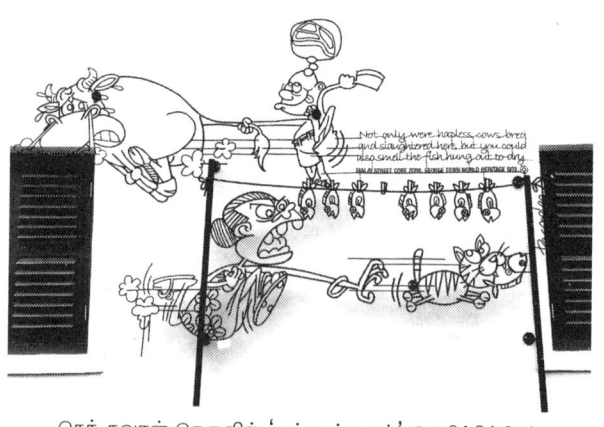

செக் சுவான் தெருவில் 'டிங் டிங் தாங்' கேலிச்சித்திரம்

ஆஹ் க்வீ தெருவில் 'கண்டர் பலகாரம் விற்பவன்' கேலிச்சித்திரம்

சீனத் தெருவில் 'டொக் டொக் மீ' கேலிச்சித்திரம்

பிராங்கின் தெருவில் 'பிளாஸ்டிக் பைகள் இல்லை' கேலிச்சித்திரம்

சீனத் தெருக்களில் வண்டியில் பலகாரங்கள் விற்கும் சீன வியாபாரிகள் தாங்கள் வருவதைத் தெரிவிக்க வாணலியை கரண்டியால் தட்டும் 'டொக் டொக் மீ' (Tok Tok Me) கேலிச்சித்திரமாகும். இந்தக் கேலிச்சித்திரத்தின் சிறப்பு என்னவென்றால் இரும்புக் கம்பிகளால் திறம்படச் செய்த இது கேலிச்சித்திரக் கலைஞர் காகிதத்தின் மீது வரைந்ததுபோலவே மென்மையாக இருக்கிறது. அந்தத் தெருவில் இருக்கும் வீட்டு சுவர், சன்னல்களையே பின்னணியாகப் பயன்படுத்திக் கொண்டிருக்கிறார். வண்டிக்காரனிடமிருந்து பலகாரம் வாங்க வீட்டு சன்னல் வழியாக கூடையைக் கீழே இறக்கி விடுவதையும் பார்க்கலாம்.

லெபு சூலியா (Lebuh Chulia Street) தெருவில் 'டபல் ரோல்' (Double Roll) கேலிச்சித்திரம் 1909வரை அங்குள்ள போலீஸ்காரர்களே தீ அணைப்புப் படையையும் நிர்வகித்தார்கள் என்பதைத் தெரிவிப்பது மட்டுமல்ல, அதில் ஒரு சர்தார்ஜி இருப்பதையும் காட்டுகிறது.

லெபு சூலியா தெருவில் 'தபால் ரோல்' கேலிச்சித்திரம்

லிதுவேனியா கலைஞன் அர்னஸ்ட் ஜகரெவிக் 'சைக்கிள் மிதிக்கும் பிள்ளைகள்' மியூரல்

இப்படி ஜார்ஜ்டவுனின் ஒவ்வொரு கேலிச்சித்திரமும் அங்குள்ள கதையைச் சொல்கிறது.

கேலிச்சித்திரங்களிலிருந்து தொடங்கிய இந்தக் கலையின் செயல்பாடு பிறகு மியூரல் (Mural - சுவரோவியம்) கலைக்கு வழிவகுத்தது. லிதுவேனியாவின் (Lithuania) கலைஞன் அர்னஸ்ட் ஜகரெவிக் (Ernest Zacharevic) ஜார்ஜ் டவுன் சுவர்கள் முழுவதும் மியூரல் ஓவியங்களை வரைந்திருக்கிறார். அதில் மிகவும் பிரபலமானது "சைக்கிள் ஓட்டும் பிள்ளைகள்' உண்மையான சைக்கிள்களைச் சுவரில் பதித்து ஓவியங்களைப் படைத்திருக்கிறார். பினாங்குக்கு செல்லும் பயணிகள் அந்தப் பிள்ளைகளின் சைக்கிள் பின் அமர்க்கை மீது அமர்ந்து படம் எடுத்துக் கொள்கிறார்கள்

– சுதா வார இதழ், 16.05.2019

17. பாலின பாகுபாடும் கேலிச்சித்திரமும்

கொரானா லாக்டௌன் காலத்தில் அதைக் குறித்து பல கேலிச்சித்திரங்கள் வெளியாயின. இப்போதும் வெளி வந்து கொண்டு இருக்கின்றன. அவற்றில் இங்கே சில எடுத்துக் காட்டுகள் இருக்கின்றன.

1. *கொரானாவுடன் இணைந்து வாழவேண்டும் என்ற அறிக்கைக்கு எதிர்வினையாக வெளியான பல கேலிச்சித்திரங்களில், கணவன் தன் மனைவியின் பக்கம் கைகாட்டி 'நான் பல ஆண்டுகளாக இந்தக் கொரானாவுடன் சேர்ந்து வாழப் பழகிக்கொண்டுள்ளேன்' என்றால் மற்றொரு கேலிச்சித்திரத்தில் கணவன், 'இருபத்தி இரண்டு ஆண்டுகளாக இந்தக் கொரானா பழகிப்போய் இன்னும் உயிருடன் இருக்கிறேன்' என்கிறான்.*

2. *கொரானாவால் மூச்சுத் திணறல் ஏற்படும் என்பதற்கு வெளியான கேலிச்சித்திரத்தில் 'மூச்சுத் திணறல்? அது இவளைத் திருமணம் செய்துகொண்ட நாளிலிருந்து இருக்கிறது. நிம்மதியாக மூச்சு விடமுடியவில்லை!' என்கிறான் கணவன்.*

3. *'பயப்படவேண்டாம், நான் உங்கள் மனைவிதான்.....பியூட்டி பார்லர் மூடிவிட்டதால் நான் இப்படித் தெரிகிறேன்..!'*

4. *அநேக கேலிச்சித்திரங்களில் லாக்டௌன் விளைவாக அலுவலகங்கள் மூடிவிட்டதால், (வர்க் ஃப்ரம் ஹோம்) வீட்டில் இருந்தே அலுவலக வேலை செய்வதால், கணவன்மார்கள் வீட்டில் பாத்திரம் துலக்குவது, சமைப்பது, துணி துவைப்பது போன்ற வேலைகளைச் செய்கிறார்கள்.*

மனைவிமார்கள் ஓய்வாக உட்கார்ந்து டி.வி.பார்ப்பது அல்லது போனில் பேசிக்கொண்டே, 'மேலும் இந்த லாக்டௌன் தொடரட்டும்' போன்ற சித்திரங்கள் இருந்தன. மனைவிமார்களை இங்கே 'சாடிஸ்ட்' ஆகக் காட்டும் முயற்சிகள் இருந்தன.

5. *'வர்க் ஃப்ரம் ஹோம்' – மனைவி மடிக்கணினி முன் வேலை செய்துகொண்டிருந்தால் கணவன், 'பெட்ரோல் மிச்சப்படுத்துவதை விட... பியூட்டி பார்லர், காஸ்மெடிக்,, டிரஸ் இவற்றால்தான் அதிக மிச்சமாகிறது' என்கிறான்.*

இவை சில எடுத்துக்காட்டுகள் அவ்வளவுதான். இதே பின்னணியில் அதிகமாக கேலிச்சித்திரங்கள் வெளிவந்துள்ளன. சமூக ஊடகங்களில் பரவிக்கொண்டு இருக்கின்றன. பலரிடம் சிரிப்பை வரவழைக்கலாம். அந்தச் சிரிப்பிற்குப் பின்னால் பண்பாட்டு அரசியல் இருக்கிறது. கொரானாவைப் பெண்ணுக்கும், மனைவிக்கும் ஒப்பிட்டுப் பார்க்கும் உருவகம் (Metophor) அந்தத் தருணத்தின் வெளிப்பாடு மட்டுமே. அந்த உருவகம் பல நூற்றாண்டுகளாக ஆண் ஆதிக்க சமூகத்தில் பலவகைகளில் வெளிப்பட்டுக்கொண்டே வந்திருக்கின்றன. மறைமுகமாக இருக்கும் ஆண் ஆதிக்கத்தைச் சாதாரணம் என்று குறிக்கும் மனநிலை வெளிப்படக் காரணங்களும் ஊடகங்களும் அதிக அளவில் உள்ளன. இந்தக் கேலிச்சித்திரங்கள் சமுதாயத்தில் ஆழமாக வேரூன்றிய மனநிலையின் வெளிப்பாடு என்பதுவும் உண்மை. இதில் ஆர்வமான விஷயம் என்னவென்றால் பெண் கேலிச்சித்திர ஓவியர்கள் எதற்காக இதுபோன்ற கேலிச்சித்திரங்களை வரையவில்லை? உலகில் கேலிச்சித்திரத் துறையில் பெண்கள் மிகவும் குறைவாக இருக்கிறார்கள். இருக்கும் சிலரால் ஏன் இந்தத் துறையில் ஆண்களுடன் போட்டி போட முடியவில்லை? இத்துடன் இன்றைய மின்னணு யுகத்தில் குழந்தைகளுக்காகவே அதிக கார்ட்டூன் சானல்கள் இருக்கின்றன. அவற்றில் பிரசுரமாகும் கார்ட்டூன் தொடர்கள் தற்போது குடும்பம், சமூகம், பண்பாடு போன்ற சூழ்நிலையில் பாலின பாகுபாடு, ஒரே மாதிரிகளையும் (Stereotype) மேலும் குழந்தைகள் மனதில் பதியவைக்கிறது. இந்த 'ஸ்டீரியோடைப்' நிழலில் நாம் எல்லோரும் சிறுவயதிலிருந்தே வளர்ந்து வந்ததால் இதுபோன்ற

கேலிச்சித்திரங்கள் உருவாக்கவும், அவற்றைப் படிக்க/பார்க்கவும் நேரும்போது சிரிப்பு வருகிறது.

பெண்ணைப் பற்றியும் அவளுடைய தினசரி வாழக்கையைப் பற்றியும், 2000-2500 ஆண்டுகளுக்கு முன்பே நாம் ஆதிகால கேலிச்சித்திரங்கள் என்று அழைக்கக் கூடிய கேலிச்சித்திரங்கள் கிரேக்க மண்பாண்டங்களில் அன்றைய கைவினைக் கலைஞர்கள் படைத்துள்ளார்கள். ஓவியங்கள் கலையாக இருந்தாலும் அவை அவர்களுக்கு வியாபாரமாக இருந்தது. மேலும் விற்க கவர்ச்சிகரமாக இருந்தன. மண்பாண்டங்களின் மீதான ஓவியங்கள் அவர்களின் விற்பனையை முடிவு செய்வது முக்கியமாக இருந்ததால், அங்கே கலைஞனின் கருத்துக்கு முக்கியத்துவம் இருக்கவில்லை. பதிலாக, எந்த ஓவியம் வரைந்தால் அதிக விற்பனையாகும் என்பது முக்கியமானது. ஆண் தன் இலக்கியம், கலை, நக்கல், நையாண்டிகளில் பெண்ணை இலக்காக்குவது கி.மு 7ஆம் நூற்றாண்டிலிருந்து கண்டு வருகிறது. அறிஸ்டாஃபனீஸ் உட்பட (Aristophanes) கிரேக்க நாடகங்களில் பெண்ணை விபச்சாரி, திருட்டுத்தனமாக வைன் குடிப்பவள், சோம்பேறி, அக்கம் பக்கத்துப் பெண்களிடம் வெட்டிப் பேச்சுப் பேசி அதிக நேரத்தை வீணடிப்பவள் போன்று சித்தரிக்கப்பட்டுள்ளது.

பெண் பிள்ளைன்னா பணிவா இருக்கணும் – ஈரானின் சாகித் ஜமானியின் கேலிச்சித்திரம்

பெண்களைக் குறித்த மண்பாண்டங்களின் மீதான கேலிச்சித்திரங்களைப் பற்றி பல ஆய்வுகளை நடத்தி இருக்கும் அலெக்ஸாண்ட்ரே மைக்கல் (Alexandre Michel) அதைப் பற்றி நாகரிகம் தொடங்கிய காலத்திலிருந்து பெண்ணைப் பற்றி ஆணுக்கு இருக்கும் ஆதங்கத்தைக் குறித்து தன்னுடைய கோட்பாட்டை முன்வைத்துள்ளார்.

அவர் கூற்றுப்படி கிரேக்க மண்பாண்டங்களில் பெண்ணைக் குறித்த ஓவியங்கள் அவள் மீது தான் சுமத்தும் அந்த நான்கு குற்றங்களைக் குறிக்கும் கேலிச்சித்திரங்களாக இருக்கின்றன. மைக்கல் கூறுவதுபோல ஆணுக்கு பெண்ணின் காமமும், சஞ்சலமும் ஆதங்கமாகவும் பயமூட்டுவதாகவும் இருந்தன. அந்த ஆதங்கமும், பயமும் கேலிச்சித்திரங்களில் வெளிப்பட்டிருக்கின்றன என்கிறார்.

★★★

குடும்பமும், சமூகமும் தனது பல நூறாண்டுகளின் ஆண் ஆதிக்க எண்ணங்களைத் தன் சடங்குகளிலும், செயல்பாடுகளிலும் பின்பற்றுகிறது. அதையே குழந்தை பிறந்ததிலிருந்து அதன் மீது திணிக்கிறது. பெண் பிள்ளைகள் எப்படிப் பணிவாக நடந்துகொள்ள வேண்டும், எந்தெந்த வேலைகளைச் செய்யவேண்டும், எப்படிப் பேசவேண்டும், எந்த ஆடைகளை உடுத்தவேண்டும், அவர்கள் உரிமைகள் எது, எதுவல்ல என்பதைக் குடும்பமும், சமுதாயமும் தீர்மானிக்கிறது. பிறகு வந்த சினிமா, தொலைக்காட்சிகளும் கூட அதையே தொடர்கிறது. ஆனால் தொலைக்காட்சி வந்த பின், குழந்தைகளுக்காக இருக்கும் சில சேனல்களை (ஒளியலை வரிசைகள்) பிள்ளைகள் சிறு வயதிலிருந்தே பார்ப்பதால் அவற்றில் ஒளிபரப்பாகும் நிகழ்ச்சிகளின் சில அம்சங்கள் பாலின பாகுபாடுகளையும் 'ஸ்டீரியோடைப்' களையும் எப்படி மனதில் பதியவைக்கின்றன என்பதைக் குறித்து பல ஆய்வுகள் நடத்தி இருக்கின்றன.

குழந்தைகளுக்கு முதல் 18 மாதங்களுக்குள் தங்களைப் பெண் அல்லது ஆண் என்று அடையாளம் கண்டு கொள்ளக் கற்கத் தொடங்குகிறார்கள். அந்தத் தருணத்தில் அவர்கள் மனதில் பெண் அல்லது ஆணுக்கான அகவெளிப்பாடு உருவாகத் தொடங்குகிறது என்கிறார்கள் அறிவியல் அறிஞர்கள். குழந்தைக்கு இரண்டு வயதாகும் போது பாலின வேற்றுமையின் அறிவு தெளிவாகிறது. ஆண், பெண் என்று தனித்தனியாக அடையாளம் காண்கிறார்கள். ஆண், பெண் உலகின் இடைவெளியையும், வீட்டில் ஆணின் வேலைகள் எது, பெண்ணின் வேலைகள் எது, அவர்கள் செயல்பாடுகள் எவை என்பதையும் அறிகிறார்கள். எடுத்துக்காட்டாக, இரண்டு வயது குழந்தை மீதான ஆய்வு ஒன்றில் பெண் குழந்தைகள்

பொம்மைகளுடன் விளையாட விரும்பினால், ஆண் குழந்தைகள் கார்களுடன் விளையாட விரும்புகிறார்கள். பெண் குழந்தைகள் அழுவார்கள், ஆண் குழந்தைகள் மற்றவர்களைக் கீழே தள்ளுவது போன்ற செயல்களைச் செய்கிறார்கள் என்று குழந்தைகளே சொல்கிறார்கள். அந்த வயதிலேயே அம்மா சமைப்பது, துணி துவைப்பது, பரிமாறுவது, பாத்திரம் துலக்குவது என்றும் அப்பா வேலைக்குப் போகிறாரென்றும் சொல்கிறார்கள். படிப்படியாக அவர்கள் தங்கள் பாலினம் எது என்று அறிந்து அது நிரந்தரமாக இருக்கும் குணம், அதை மாற்றிக்கொள்ளமுடியாது என்பது அவர்களுக்கு உறுதியாகிறது. குடும்பம், சமூகம், மற்ற சமவயதுக் குழந்தைகள், வெளிப்புற தாக்கங்களான சினிமா, டிவி நிகழ்ச்சிகள் வழியாக தங்கள் பாலின அடையாளத்தை மேலும் உறுதிப்படுத்திக் கொள்கிறார்கள். சாதாரணமாகக் குழந்தைகள் தங்களைச் சுற்றியுள்ளவர்களையே மாதிரியாக ஏற்றுக்கொண்டு – பெண்கள் அம்மாவையும், பையன்கள் அப்பாவையும் மாதிரியாக ஏற்றுக்கொண்டு அவர்களைப் பின்பற்றுகிறார்கள். அறிவியல் அறிஞர்களின் கூற்றுப்படி, இது போல 'ஸ்டீரியோடைப்'பை வலியுறுத்தி நண்பர்கள், ஊடகங்கள், குறிப்பாக தொலைக்காட்சி நிகழ்ச்சிகள் அதிகப் பங்கு வகிக்கின்றன. குழந்தைகளுக்காக ஒளிபரப்பும் டிவி கார்ட்டூன் நிகழ்ச்சிகள் பாலின பாகுபாட்டை வெளிச்சமிட்டுக் காட்டுகின்றன. அவற்றில் வரும் பாத்திரங்கள் சாதாரண குடும்பத்தைச் சேர்ந்தவர்களாக இருந்து பெரும்பாலும் பெண்ணைவிட ஆண் வலுவானாகவும், ஆதிக்கம் செலுத்துபவனாகவும் இருக்கிறார்கள். பெரும்பாலான கதைகள் சாதாரண குடும்பத்தின் நீட்டிப்பாக இருக்கும். குழந்தைகள் அதுபோன்ற நிகழ்ச்சிகளில் தங்களை வெகு விரைவாக அடையாளப்படுத்திக் கொள்கிறார்கள்.

குழந்தைகள் பொழுதுபோக்கு என்று நாம் கருதும் கார்ட்டூன் நிகழ்ச்சிகளை, அவை கல்வி நோக்கத்துடன் இருந்தாலும் சமுதாயம் அங்கீகரிக்கும் பாலின பாகுபாட்டுச் செய்தியைக் கொண்டு சேர்க்கிறது. அந்த இளம் வயதில் குழந்தைகள் உண்மை மற்றும் கற்பனையின் வேற்றுமையை அறிந்துகொள்ள சாத்தியமில்லை. சாதரணமாகக் குழந்தைகள் தங்களைச் சுற்றி இருப்பவர்களையே மாதிரியாக ஏற்றுக்கொண்டு அவர்களைப் பின்பற்றுகிறார்கள். அதே போல தொலைக்காட்சித் தொடர் அல்லது கார்ட்டூன் பாத்திரங்களுடனும் கூட தங்களை

அடையாளப் படுத்திக் கொண்டு அவற்றைப் பின்பற்றுகிறார்கள். அறிவியல் அறிஞர்கள் தங்கள் ஆய்வின் அடிப்படையில் இதுபோலப் பின்பற்றுவதால் ஆண் குழந்தைகள் பெண் தன்னைவிடக் கீழானவள் என்று காண்பதும், பெண் குழந்தைகள் ஆண் தன்னைவிட வலுவானவன், பிரபலமானவன் என்று காணும் செயல்களும் அவர்களுடைய எதிர்காலத்திலும் தொடர்கிறது என்கிறார்கள். ஆய்வில் பெரும்பாலான கார்ட்டூன் தொடர்களில் ஆண் பாத்திரங்கள்(75%) பெண் பத்திரங்களை விடவும் (21%) அதிகமாக இருப்பது தெரியவருகிறது. 'ஸ்மர்ஃப்' (Smurf) என்ற கார்ட்டூன் தொடரில் 90 ஆண் பாத்திரங்களுக்கு ஒரே ஒரு பெண் பாத்திரம் இருக்கிறது. அதற்குக் காரணம் அந்தத் தொடரின் பார்வையாளர்கள் அதிகமாக சிறுவர்களாக இருப்பது. அதுவே பெண் பிராதனத் தொடராக இருந்தால் அதைச் சிறுவர்கள் அதிகமாகப் பார்ப்பதில்லை என்கிறார்கள். அதைக் குறித்து அதிகமாக ஆய்வு செய்யும் ஸ்ப்ரீகர் (Spreaker) என்ற அறிவியல் அறிஞர் கூறுவது, 'சாதாரணமாக கார்ட்டூன் சினிமாக்களில் ஆண் பாத்திரங்களை விட பெண் பாத்திரங்கள் குறைவாக இருக்கும். அவர்களை திரை மீது குறைவாகவே காட்டுகிறார்கள். அந்தப் பாத்திரங்களுக்கு சாமானியமாக பிரதான பாத்திரத்தைக் கொடுப்பதில்லை. அவை அதிக செயல்பாடுகளுடன் இருப்பதில்லை. கதையில் குறைவான பொறுப்பு கொடுக்கப்பட்டிருக்கும். ஆண் பாத்திரங்களுக்கு ஒப்பிட்டால் சிறுபிள்ளைத்தனமாக நடந்துகொள்ளும்'. ஆனால் அதே ஆண் பாத்திரங்கள் அதிகத் திறமையுடன் புத்திசாலிகளாக இருக்கும். பெண்ணைவிட அதிக ரோஷத்துடன் இருப்பதுபோல சித்தரிக்கப்பட்டிருக்கும். இதற்கு எதிர்மாறாக பெண் பாத்திரங்களை அவள் பலவீனமானவள், அவள் கருணையானவள், அவளுக்கு ஆதரவும், பாதுகாப்பும் தேவை என்பது போல இருக்கும். அதுமட்டுமல்லாமல் தினசரி 'முக்கியமல்லாத' சாதாரண வேலைகளில் ஈடுபட்டிருப்பதைப்போல சித்தரிக்கப்பட்டிருக்கும். இந்தப் பின்னணியில் பல நூறு தொடர்கள் இருக்கின்றன. இதுபோன்ற பாலின பாகுபாடு சித்திரங்களைக் குழந்தைகள் வெகு வேகமாக அடையாளம் காண்கிறார்கள் என்று ஆய்வுகள் கூறுகின்றன. சமுதாயத்தில் இருக்கும் 8லிருந்து 13 வயது சிறுவர்களும் சிறுமிகளும் பாலின அடிப்படையிலான மாதிரிகள்தான் கார்ட்டூன் தொடர்கள் என்பதைக் குறிக்கிறார்கள்.

சிறுவன், சிறுமிகள் பார்க்கும் கார்ட்டூன் தொடர்களில் கூட வேறுபாடு இருக்கிறது. சிறுமிகள் சாதாரணமாக உணர்ச்சிகரமான, ரொமான்டிக் தொடர்களைப் பார்க்க விரும்பினால், சிறுவர்கள் சாகசமான, குரூரமான, சண்டைக் காட்சிகள் இருக்கும் தொடர்களை விரும்புகிறார்கள். அதற்கு அவர்கள் உணர்வுகளிலும், எண்ணங்களிலும் இருக்கும் வேறுபாடே காரணம். குழந்தைகளின் உணர்வுபூர்வமான வளர்ச்சிக்கு குடும்பமும், சூழ்நிலையும் முக்கிய காரணம். சிறுவர்கள் அழுதால், பயந்தால் 'பெண்ணிற்கு'ச் சமமாகிறான். பெண் திமிராக இருந்தால் 'ஆம்பளை போல' ஆகிறாள். கண்ணீர் சிந்துவது அவளுடைய இயல்பான குணமாகும்.

இந்தியாவின் முதல் அரசியல் கேலிச்சித்திரக்காரர் என்று புகழ்பெற்ற மாயா காமத் கேலிச்சித்திரம்

இந்தியாவில் மட்டுமல்ல உலகத்திலேயே பெண்கேலிச்சித்திர ஓவியர்களின் எண்ணிக்கை மிகவும் குறைவு. அதிலும் சிறப்பாக அரசியல் கேலிச்சித்திரக்கார்கள். அதற்கான காரணத்தைத் தேடுவதே பல ஆய்வுகளுக்கு விஷயமாக இருந்திருக்கிறது. ஓவியம் வரையும் பெண்களுக்குக் குறைவில்லை. வால்ட்

டிஸ்னி (Walt Disney) தன்னுடைய கார்ட்டூன் அனிமேஷன் (Cartoon Animation – கேலிச்சித்திர இயங்கு வரைகலை) தொழிலில் டிஜிடைசேஷன் (Digitization - இலக்கமாக்குதல்) ஆரம்பக் கட்டத்தில் ஆயிரமாயிரம் சித்திரங்களை மீள மீள வரைந்து, வண்ணம் தீட்டும் மிகவும் சிரமமான வேலையைச் செய்யும் பெரும்பாலானவர்கள் பெண்கள். (வால்ட் டிஸ்னி அந்தப் பெண்களுக்கு மற்ற ஆண்களை விடவும் குறைந்த ஊதியம் கொடுத்தான். அவர்களை அனிமேட்டர்களாகப் பதவி உயர்வும் அளிப்பதில்லை என்று தனது ஆய்வில் அமெரிக்காவின் காத்தியா ஃப்ரியூ (Cathia Friou) கூறியுள்ளார்) 1930ஆண்டுகளில் தனது அனிமேஷன் சினிமாக்களுக்கு கேலிச்சித்திரக்காரர்கள் தேவை என்று டிஸ்னி விளம்பரம் அளித்தபோது 'அதில் ஆண் கேலிச்சித்திரக்காரர்கள் தேவை' என்று கொடுத்திருந்தாராம். இந்தியாவில் மஞ்சுளா பத்மநாபன் மற்றும் மாயா காமத் இருவர் மட்டுமே தேசிய அளவில் கேலிச்சித்திரம் இயற்றுவதில் பெயர் பெற்றவர்கள். டெக்கன் ஹெரால்டின் துணை ஆசிரியராக இருந்த அதிதி தே அவர்கள் சொல்லியதுபோல கேலிச்சித்திரத் துறையில் அதிலும் அரசியல் கேலிச்சித்திரத் துறையில் பெண்கள் இல்லாததற்குக் காரணம் எந்த பாலின பாகுபாடுகளும் அல்ல. அவர் ஆவணப்படுத்தி இருப்பதுபோல ஒருமுறை பேட்டியில் பிரபல கேலிச்சித்திரக்காரர் ஆர்.கே.இலட்சுமண். 'அரசியல் கேலிச்சித்திரக்காரர் ஆகவேண்டும் என்றால் அந்த நபருக்கு அரசியலில் மிகவும் அடிப்படையான ஆழ்ந்த அறிவிருக்க வேண்டும். அசாதாரணமான புரிதல் இருக்கவேண்டும். மேலும் உலகைத் தொடர்பு கொள்ளக்கூடிய நகைச்சுவை உணர்வு இருக்கவேண்டும். அத்துடன் ஓவியம் இயற்றும் திறமையும் இருக்கவேண்டும்' என்று கூறியுள்ளார். 'அப்படியான அரசியல் கேலிச்சித்திரக்காரர்களாக இந்த எல்லா குணங்களையும் கொண்ட நபர்கள் குறைவு. அதனால் கேலிச்சித்திரக்காரர் ஆவதில் எந்த பாலின பாகுபடுகளும் கிடையாது' என்கிறார் அதிதி தே. மற்றொரு கேலிச்சித்திரக்காரரான உண்ணி கூறுவது, 'கேலிச்சித்திரம் மக்கள் மீது தாக்கத்தை ஏற்படுத்த, அதை இயற்றியவர் ஆணோ, பெண்ணோ என்பது முக்கியமல்ல. கேலிச்சித்திரக்காரர்கள் அதிசயமானவர்கள் அந்த அதிசயம் பாலின நடுநிலைமை (Gender Neutrality) கொண்டது. கேலிச்சித்திரக்காரரான மஞ்சுளா பத்மநாபன் கூறுவது அந்தக் காலத்து ஒரேஒரு பெண்

கேலிச்சித்திரக்காரராக இருந்தது மாயா காமத். ஆனாலும் அவர் சிறந்தவர் என்பது கவனிக்கப்படவில்லை என்பதே துயரம்.

கேரளாவின் ஆயெஷா ஹசீன் அரசியல் கேலிச்சித்திரம்

பெண் கேலிச்சித்திரக்காரர்களைக் கண்டுகொள்வதில்லை என்பது இந்தியாவில் மட்டுமல்ல. எல்லா நாடுகளிலும் பெண் கேலிச்சித்திரக்காரர்கள் இதே கேள்வியைக் கேட்கிறார்கள். யுனைடெட் கிங்டமின் அரசியல் கேலிச்சித்திர அமைப்பின் தலைவர் டாக்டர் டிம் பென்னர் *(Dr.Tim Benner)* தனது வலைதளத்தில் 'இந்த 21ஆம் நூற்றாண்டின் பிரிட்டனிலும் நாம் தேசிய அளவிலான பத்திரிகைகளில் பெண் அரசியல் கேலிச்சித்திரக்காரர்கள் ஏன் இல்லை?' என்று கேட்டிருக்கிறார்.

'த நியூயார்க்கர்' பிரபல லிசா டொனெல்லி (Liza Donnelly)

இதைக் குறித்து முகநூல்களில் அரசியல் கேலிச்சித்திரங்கள் வரைந்து முகநூலில் மட்டுமே பதிவு செய்யும் கேரளத்து ஆயிஷா ஹசீனா என்பவரைக் கேட்டபோது, அவர், 'ஆம் உண்மை, அந்தத் துறையில் மிகவும் குறைவாகவே பெண்கள் இருக்கிறார்கள். காரணம் எனக்குத் தெரியாது. அநேகமாக பெண்களுக்கு அரசியலில் நாட்டம் இல்லையோ அல்லது அவர்கள் கேலிச்சித்திரம் அதிக வேடிக்கையானதல்ல என்று எண்ணுகிறார்களோ அல்லது இன்றைய சூழ்நிலையில் அதனால் ஏதாவது ஆபத்தைச் சந்திக்க வேண்டுமோ. ஊடகங்களும் பெண் கேலிச்சித்திரக்காரர்களை உதாசீனப்படுத்துகின்றன. ஆனால் நான் மட்டும் என் ஆதங்கம், கருத்துக்களை அவை எத்தனை குறைந்த தரமானதாக இருந்தாலும் இதன் வழியாக வெளிப்படுத்துகிறேன்' என்கிறார்.

1940களின் கேலிச்சித்திரக்காரரான டேலியா மெஸ்சிக் (Dalia Messick) (1906-2005) தன்னுடைய ஸ்ட்ரிப் (Strip) கேலிச்சித்திரங்களை வெளியிட அனுப்பியபோது சிகாகோ ட்ரிப்யுனல் (Chicago Tribunale) – நியூயார்க் நியூஸ் சிண்டிகேட் (Newyork News Syndicate) செயலாளரின் முக்கியமான உதவியாளர் ஒருவர் அவருக்கு ஒரு பரிந்துரை அளித்தாராம். 'உங்கள் கேலிச்சித்திரங்களில் நாயகியின் தொழிலை மாற்றி – கூடவே உங்கள் பெயரையும் மாற்றுங்கள்' என்று. உலகத்திற்கு அந்த கேலிச்சித்திரக்காரர் பெண் என்பது தெரியக்கூடாது என்று தன் பெயரான டேலியாவை 'டேல்' (Dale) என்று மாற்றிக்கொண்டார். அவருடைய 'பிரெண்டா ஸ்டார், ரிபோர்டர்' (Brenda Starr, Reporter) ஸ்ட்ரிப் கேலிச்சித்திரம் பிரபலமடைந்து 250க்கும் அதிகப் பத்திரிகைகளில் வெளியானது.

பெரு நாட்டின் (Peru) கேலிச்சித்திரக்காரர் கார்லின் (Carline) 'மெரிடோக்ரேசிய' (Meritocracia) கேலிச்சித்திரம்

அமெரிக்காவின் கேலிச்சித்திரக்காரர் டாக்டர் நிகோலா ஸ்ட்ரீடன் (*Dr. Nichola Stretan*) சொல்வது 'கேலிச்சித்திரம் என்றால் எது என்று தீர்மானிப்பவர்கள் ஆண்கள். அந்தத் துறையில் யார் இருக்கவேண்டும், இருக்கக்கூடாது என்று முடிவு செய்பவர்களும் அவர்களே. அவர்(ள்) கூறுவதுபோல, அவர்களுக்கு அரசியல் கேலிச்சித்திரத் துறையில் பெண்களை ஊகித்துக்கொள்வது சாத்தியமில்லை. சில ஆண்களின் கூற்றுப்படி பெண்களுக்கு நகைச்சுவை உணர்வே இருப்பதில்லை. இங்கே பிரச்சினை எது என்றால், அந்த 'நகைச்சுவை உணர்வு' என்பதுவும் கூட ஒரு அரசியல், பண்பாட்டு உள்ளமைப்பாக இருக்கிறது. லாக்டௌன் சமயத்தில் அழகு நிலையத்திற்குப் போகாத மனைவி கணவனுக்கு அடையாளம் கிடைப்பதில்லை என்பதாகட்டும் அல்லது கொரானாவுடன் இணைந்து வாழுங்கள் என்றால், இருபது ஆண்டுகளாக இவளுடன் கூடிவாழ்கிறேன் என்ற பேச்சாகட்டும் 'ஆணின் நகைச்சுவை உணர்வின்' எடுத்துக்காட்டு.

இன்று நேரடியாக (ஆன்லைன்-*Online*) சமூக ஊடகங்களில் பெண்கள் தங்கள் கேலிச்சித்திரங்களை வெளியிடுகிறார்கள். ஏனென்றால் அங்கே எந்த 'ஆண் காவலாளி'களும் இருப்பதில்லை.

அமெரிக்காவின் லிசா டொனெலி என்ற கேலிச்சித்திரக்காரி இதுபோன்ற ஆண் ஆதிக்க, பாலின பாகுபாடுக்கு எதிராக போராட தனது கேலிச்சித்திரங்களையே ஆயுதங்களாக பயன்படுத்துகிறார். 'ஃபன்னி லேடீஸ்: நியூயார்க்ஸ் கிரேட்டஸ்ட் வுமன் கார்ட்டூனிஸ்ட் அண்ட் தெர் கார்ட்டூன்ஸ்' (*Funny Ladies and New York Woman Cartoonist and their Cartoons*) என்ற நூலை இயற்றுவதன் வழியாக அவர் அதில் 'நியூயார்க்கர்' பத்திரிகையில் வெளியான அமெரிக்க பெண் கேலிச்சித்திரக்காரர்களின் வரலாற்றை ஆவணப்படுத்தியுள்ளார். ஒரு நேர்காணலில் அவர் 'ஆண் ஆதிக்கப் பண்பாட்டில் ஆண் மற்றும் பெண்ணுக்கு இடையே இருக்கும் பிரச்சினைகளையும், பெண்கள் எதிர்கொள்ளும் சிரமங்களையும் குறித்து சர்ச்சை நடத்தி இருப்பது மிகவும் முக்கியமானது. நாம் பேசாவிட்டால் எதுவும் மாறாது. நான் இந்தப் பிரச்சினைகளைப் பற்றி தெளிவாகச் சொல்லும் கேலிச்சித்திரங்களை இயற்றியுள்ளேன். மக்கள் இவற்றைப் பார்த்தால் புரிந்து கொள்வார்கள். இப்படியான பாலின பாகுபடுகளின் பிரச்சினைகள் நம் தினசரி வாழ்க்கையில்

எதிர்படும். நாம் சாதாரணமாக அவற்றைக் கவனிப்பதில்லை. ஆனால் அதுவே கேலிச்சித்திரத்தில் பிரதிபலிக்கும்போது அவற்றை அடையாளம் காண்பது எளிதாகிறது. நாங்கள் சம ஊழியத்தைப் போன்ற 'பெரிய' பிரச்சினைகளைப் பற்றிப் பேச்சுவார்த்தைகளை நடத்தலாம், ஆனால் தினசரி வாழ்க்கையில் ஆண் பெண்களுக்கு இடையேயான குறுகிய மனப்பான்மைகளைக் கவனித்து மாற்றிக் கொள்ளவேண்டும்' என்று கூறியிருக்கிறார். அவர் தன்னுடைய கேலிச்சித்திரங்களில் அதிகமாக பெண் பாத்திரங்களே பேசுவதுபோல இயற்றியுள்ளார். அந்தக் கேலிச்சித்திரங்களில் பெண் உரிமைகளைப் பற்றி இல்லாவிட்டாலும் ஒரு பெண்ணின் குரலை அளிக்கிறேன் என்கிறார் லிசா. 'உலகின் எல்லாப் பெண்களும் பாலின பாகுபாடு செயல்களை தினசரி எதிர்கொள்கிறார்கள். என் கேலிச்சித்திரங்களைப் பார்க்கும்போது அவர்களுக்கு தாங்கள் தனியாக இல்லை என்று தோன்றும், உலகத்தின் எல்லா இடங்களிலும் பெண்களுக்கு இது போன்ற பிரச்சினைகள் இருக்கின்றன என்பது புரியும். என் கேலிச்சித்திரங்களால் நான் உலகத்தை மாற்ற முடியாமல் போகலாம். ஆனால் உலகில் மாறவேண்டியது எது என்பதை நான் என் கேலிச்சித்திரங்களின் வழியாகக் காட்டுகிறேன்' என்கிறார். லிசா டொனெலி.

18. தமிழ் நிலைப்பாடும் கேலிச்சித்திரமும்

1964 ஜனவரி *24*ஆம் தேதி விடியற்காலை. தமிழ் நாட்டின் திருச்சிராப்பள்ளியில் சின்னசாமி என்பவர் கையில் கியான் ஒன்றைப் பிடித்துக்கொண்டு தன் வயதான தாய், இளம் மனைவி, கைக்குழந்தையை விட்டுவிட்டு இரயில் நிலையத்திற்குப் புறப்பட்டார். இரயில் நிலையத்தை அடைந்தவுடன் கையில் இருந்த கியானிலிருந்த மண்ணெண்ணெயை உடம்பின் மீது ஊற்றிக்கொண்டு தீ வைத்துக்கொண்டு, "இந்தி ஒழிக! தமிழ் வாழ்க!" என்று உரக்கக் கத்தி தற்கொலை செய்துகொண்டார். தமிழ் மொழிப்பற்றின் பெயரில் தமிழ் நாட்டில் இதுபோல பல தற்கொலைகள் நடந்தன.

*1930*ஆம் தசாண்டுகளில் இருந்து தென் இந்தியாவில் அதிலும் முக்கியமாக தமிழ் நாட்டில் இந்தித் திணிப்பிற்கு எதிர்ப்பு இருக்கிறது. பிரிட்டிஷ்காரர்கள் ஆங்கில மொழியைத் தங்கள் அதிகாரபூர்வமான மொழியாக வைத்திருந்தது. 1937இல் மதராஸ் பிரசிடென்சியின் முதல் முதலான இந்திய தேசிய காங்கிரஸ் அரசாங்கத்தின் சி. இராஜகோபாலாச்சாரியார் (ராஜாஜி) பள்ளிகளில் இந்தியைக் கட்டாயக் கல்வியாக சட்டம் பிறப்பித்தபோது பெரியார் எதிர்த்தார். மேலும் எதிர்க் கட்சியான ஜஸ்டீஸ் கட்சியும் கூட எதிர்த்தது. இந்த எதிர்ப்புகள், போராட்டங்கள், ஹர்தால்கள் மூன்று ஆண்டுகள் நடந்தன. இராஜியின் இந்த இந்தி 'வியாமோக'த்தை எதிர்த்து பல போராட்டங்கள் நடந்தன. கட்டுரை, எழுத்துக்கள் மூலமாக கேலிச்சித்திரங்களும் வெளிவந்தன. 1937இல் 'குடியரசு' பத்திரிகையில் வெளியான 'இராஜகோபாலாச்சரியாரின் சாகசம்; தமிழ்த் தாயின் மான பங்கம்' கேலிச்சித்திரத்தில், 'நிறைந்த சபை'யில் இராஜாஜி தமிழ்த் தாயின் சேலையை உருவுகிறார்.

1937 இல் குடியரசு பத்திரிகையில் வெளியான கேலிச்சித்திரம்

1937 மே 'விடுதலை' பத்திரிகையில் வெளிவந்த கேலிச்சித்திரம் இராஜாஜி தமிழ் நாட்டு மார்பை கத்தியால் குத்துகிறார். மேலும் தமிழ்த் தாயின் கையில் பிரபல தமிழ் நூல்களான 'தொல்காப்பியம்', சிலப்பதிகாரம்' இருக்கின்றன. இராஜகோபாலாச்சாரியாரின் இந்தி வியாமோகத்தைப் பற்றிய மக்களின் கோபம் எப்படி இருந்தது என்று இந்தக் கேலிச்சித்திரங்கள் வழியாகத் தெரிந்துகொள்ள முடியும்.

1937இல் விடுதலை பத்திரிகையில் வெளியான கேலிச்சித்திரம்– தமிழ்த் தாயின் மார்பில் கத்தி குத்தும் இராஜாஜி

அரசாங்கம் தனது பிடிவாதத்தைத் தளர்த்தாமல் பெண்கள், குழந்தைகள் என்று பாராமல் 1198 போராட்டக்காரர்களைக் கைது செய்தது. மேலும் இரண்டு போராட்டக்காரர்கள் உயிர் தியாகம் செய்தார்கள். 1939இல் காங்கிரஸ் ஆட்சி இராஜினாமா செய்த பின் மதராசின் பிரிட்டீஷ் கவர்னர் லார்ட் எர்ஸ்க்கின் (Lord John Erskine) இந்திக் கட்டாயக் கல்விச் சட்டத்தை ரத்துசெய்தார்.

இந்திய சுதந்திரம் அடைந்த பிறகு இந்திய அரசியலமைப்புச் சட்ட நிறுவனத்தின் தருணத்தில் அந்தப் பிரச்சினை மீண்டும் தலை தூக்கியது. பெரியாரும் அவருடைய திராவிடர் கழகமும் அந்தப் போராட்டங்களில் முன்னோடியாக இருந்தது. இந்திய அரசியலமைப்புச் சட்டம் இயற்றும் வேளையில் அரசியலமைப்பு சபை (Constitutional Assembly) தீவிர வேறுபாடுகளுடன் இருந்தது. சிலர் இந்தியை தேசிய மொழியாக்க வேண்டும் என்று கூறினால், மற்ற சிலர் அதை எதிர்த்தார்கள். முடிவில் நீண்ட சர்ச்சைக்குப் பிறகு, இந்திக்கு 'தேசிய மொழி' என்ற பெயரை அளிப்பதற்கு பதிலாக அதை ஆங்கிலம் மற்ற மாநில மொழிகளுடன் 'அதிகார மொழி' என்று ஏற்கப்பட்டது. மேலும் இனி பதினைந்து ஆண்டுகளில் ஆங்கிலத்தை முழுமையாக விலக்கி, இந்தியை மத்திய – மாநில அரசுகளுக்கு இடையே ஒரே தொடர்பு மொழியாக நிறுவ முடிவு செய்தது. புதிய அரசியலமைப்பு சட்டம் 26 ஜனவரி 1956இல் நடைமுறைக்கு வந்தது.

பதினைந்து ஆண்டுகளுக்குப் பிறகு 1965இல் இந்திய அரசாங்கம் இந்தி ஒன்றையே அதிகாரபூர்வமான மொழியாக்க முயன்றபோது இந்தி தாய்மொழியல்லாத பல மாநிலங்கள் ஆங்கிலத்தையே தொடர்வதாக விருப்பத்தைத் தெரிவித்து அரசாங்க முயற்சியை எதிர்த்தன. தமிழ் நாட்டு திராவிடர் கழகம் 1949இல் பிரிந்த திராவிட முன்னேற்றக் கழகம் (தி.மு.க) அதை எதிர்த்து முன்னோடியில் இருந்தது. தி.மு.க தலைவரான அண்ணாதுரை இந்தித் திணிப்பை எதிர்த்து பிரதம மந்திரிக்குக் கடிதம் ஒன்றை எழுதினார். தமிழ் பண்பாட்டு அமைப்பு 1956இல் 'ஆங்கிலம் மத்திய அரசின் அதிகாரபூர்வமான மொழியாக இருக்க வேண்டும், மத்திய, மாநில அரசாங்கங்களுக்கு இடையிலும், மாநில அரசாங்கங்களுக்கு இடையிலும் தொடர்பு மொழியாக இருக்கவேண்டும்' என்ற முடிவை எடுத்தது. அண்ணாதுரை, பெரியார், இராஜகோபாலாச்சாரியார் அந்தத் தீர்மானத்தில் கையொப்பமிட்டனர். அதற்கு முன்பு இந்தியை ஆதரித்து,

கேலிச்சித்திரத்திற்கு ஆளான இராஜியின் மனம் இப்போது மாறி இருந்தது. அவரும் இந்தி திணிப்பை எதிர்த்தார்.

இந்தி எதிர்ப்பாளர்களின் ஆதங்கத்தைக் குறைக்க பிரதமர் நேரு 1963இல் அதிகாரபூர்வ அரசியலமைப்புச் சட்டத்தை நிறைவேற்றியது. அதன் தொடர்ச்சியாக 1965க்குப் பிறகும் ஆங்கிலம் அதிகாரபூர்வ மொழியாக இருப்பது உறுதியானது. ஆனால் சட்டப் பிரிவின் வாசகம் 'ஆங்கிலத்துடன் இந்தியையும் பயன்படுத்தலாம்' என்பது தி.மு.கவை திருப்திப்படுத்தவில்லை. நேருவின் வாக்கைப் பின் வரும் ஆட்சியாளர்கள் பின்பற்றாமல் போகலாம் என்ற ஆதங்கம் அவர்களிடம் இருந்தது.

1965 ஜனவரி 26 நெருங்க இந்தி எதிர்ப்பாளர்கள் காரியத்தில் இறங்கத் தொடங்கினார்கள். நேருவின் வார்த்தையில் ஏறக்குறைய நம்பிக்கை வைத்திருந்தாலும் பிரபலமாக இந்திக்கு சார்பாக இருந்த அடுத்த பிரதமர் லால் பகதூர் சாஸ்திரி அவர்களையும் அவருடைய மூத்த மந்திரி சபை உறுப்பினராக இருந்த மொரார்ஜி தேசாயையும், குல்ஜாரிலால் நந்தாவையும் நம்பும்படியாக இருக்கவில்லை. ஜனவரி 26க்கு பத்து நாட்கள் முன்பே அண்ணாதுரை பிரதமர் சாஸ்திரிக்கு ஒரு கடிதம் எழுதினார். இந்தித் திணிப்பு நாளை 'இரங்கல் நாளாக' கொண்டாடுவதாக எழுதினார். அதே கடிதத்தில் வியப்பான மற்றொரு கோரிக்கையையும் வைத்தார். அது என்னவென்றால், இந்தி திணிப்பு நாளை ஒரு வாரம் தள்ளிப்போடவேண்டும் என்று எழுதினார். அதனால் தி.மு.க உற்சாகமாக குடியரசு தினவிழாவில் கலந்துகொள்ள சாத்தியம் என்று தெரிவித்தார். இதற்கு முன்பு தி,மு.க. 'தனித் தமிழ்நாடு' என்ற கோரிக்கையை முன்வைத்திருந்தது. படிப்படியாக அது தனது கோரிக்கைகளைக் குறைத்துக்கொண்டு தமிழ் நாட்டிற்கு அதிக அதிகாரம் வேண்டுமென்று கோரியது. 1963 நடந்த கட்சி மாநாட்டில் அது முழுமையாக 'தனித் தமிழ் நாடு' கோரிக்கையை அதிகாரபூர்வமாக கைவிட்டது. அப்போது அண்ணாதுரை பிரதமருக்குக் கடிதம் எழுதி குடியரசு தின விழாவில் தி.மு.கவும் பங்கேற்கும் என்பதாகக் கடிதம் எழுதி அவர் கட்சியும் நாட்டுப் பற்று கொண்டதாக மறைமுகமாகத் தெரிவித்தார். ஆனால் 'அரசியல்வாதிகளும், கூலிப்படையும்' அரிவாள் கத்திகளை எடுத்துக்கொண்டு, 'துன்பப்பட்டால் கையை முறிப்போம், காலை வெட்டுவோம்' என்றால், துப்பாக்கி

ஏந்தியவர்கள் 'துன்பப்படவேண்டாம், துன்பப்பட்டால் உன்னை சும்மா விடமாட்டோம்' என்று பயமுறுத்தினார்கள்.

1965இல் முரசொலியில் வெளியான கேலிச்சித்திரம்

'நீங்கள் தமிழையோ, ஆங்கிலத்தையோ எதை வேண்டுமென்றாலும் பேசுங்கள். நீங்கள் நல்ல இந்தியர்களாக இருக்க முடியும்' என்று கூறினார் அண்ணாதுரை. 'முடியாது' என்ற மைய அரசு, இந்தி பேசுபவர்களும், எழுதுபவர்களும் மட்டுமே நல்ல தேச பக்தர்களாக இருக்க முடியும் என்றது. லால்பகதூர் சாஸ்திரி இந்தியை 26 ஜனவரி அன்று நாட்டின் அதிகாரபூர்வமான மொழியாக நடைமுறைக்குக் கொண்டுவருவதில் உறுதியாக இருந்ததைத் தெரிவித்தது. இந்தி எதிர்ப்புத் தீவிரமடைந்தது.

மதராஸ் மாநிலம் முழுவதும் இந்தி எதிர்ப்புப் போராட்டங்களால் கிளர்ந்து எழுந்தது. போராட்டங்கள், எதிர்ப்புகள், கடை அடைப்புகள் என்று எல்லா இடங்களிலும் நடந்தன. மாணவர்கள் பள்ளி, கல்லூரிகளுக்குப் போவதை நிறுத்தினார்கள். இந்தி 'இருட்டு தேவதை' உருவத்தை கிராமங்களிலும் தீயிட்டு எரித்தார்கள். இரயில் நிலையம், அஞ்சல் அலுவலகப் பலகைகளில் இருந்த இந்தி மொழி எழுத்துகளுக்கு கருப்பு மை பூசினார்கள். பலர் தற்கொலை செய்துகொண்டார்கள். அந்தத் தற்கொலைகள் தமிழ் நாட்டு மக்களை மேலும் கிளறச் செய்தது. அதனால் மேலும் போராட்டங்கள், எதிர்ப்புகள், கலவரங்கள் நடந்தன. அந்தப் போராட்டங்களின் தீவிரம் இந்தி எதிர்ப்பு தலைவர்களுக்கு வியப்பாக இருந்தன. மத்திய அரசு

அதிர்ச்சி அடைந்தது. ஆட்சியில் இருந்த காங்கிரஸ் கட்சியில் விரிசல்கள் தோன்றின. ஜனவரி கடைசி நாள் பெங்களூரில் முக்கிய காங்கிரஸ் தலைவர்கள் சபை கூடி, இந்தி மொழியல்லாத மாநிலங்களில் இந்தித் திணிக்கக் கூடாது என்று மத்திய அரசைக் கோரியது. அதனால் நாட்டின் ஒற்றுமைக்கு பங்கம் ஏற்படும் என்றும் தெரிவித்தது. அந்தச் சபையில் பங்கேற்ற முக்கியமான காங்கிரஸ் தலைவர்கள் மைசூரின் முதலமைச்சரான எஸ். நிஜலிங்கப்பா, வங்க காங்கிரஸின் அதுல்ய கோஷ், மூத்த மத்திய அமைச்சரான சஞ்சீவ ரெட்டி, காங்கிரஸ் தலைவரான காமராஜ் போன்றவர்கள். ஆனால் அதே நாள் திருப்பதியில் இருந்த மூத்த கியபினேட் அமைச்சரான மொரார்ஜி தேசாய் அவர்கள் 'இந்தி கற்பதால் தமிழர்கள் இந்தியாவில் தங்கள் செல்வாக்கைப் பெருக்கிக்கொள்ள முடியும். காங்கிரஸ் தலைவர்களும், தமிழர்களும் (இந்தியை எதிர்ப்பது) செய்யும் தவறை மக்களுக்குப் புரியவைத்து அவர் மனங்களைக் கவர வேண்டும்' என்ற அறிக்கையை வெளியிட்டார். அதுமட்டுமல்ல 1950லிலேயே இந்தியை அதிகாரபூர்வமான மொழியாக ஆக்கியிருந்தால் இதுபோன்ற இந்தி எதிர்ப்பு உணர்வு இப்படி வலுவானதாக இருந்திருக்காது என்றும் கூறினார்.

இந்தத் தருணத்தின் நெருக்கடியில் சிக்கிக்கொண்டவர் லால் பகதூர் சாஸ்திரிகள். மொரார்ஜி தேசாய் போன்ற இந்தி குருட்டு அபிமானிகள் மீது அவருக்கு நாட்டம் இருந்தாலும், பிரதமரானதால் அவர் எதிர்ப்புக் குரலுக்கு செவி சாய்க்க வேண்டி இருந்தது. அதுமட்டுமல்லாமல் மதராசின் இரண்டு மத்திய அமைச்சர்கள் தங்கள் எதிர்ப்பை வெளிப்படுத்த தங்கள் அமைச்சர் பதவிகளை இராஜினாமா செய்தார்கள். அதே நாள் பிரதமர் அகில இந்திய வானொலியில் 'துயர நிகழ்வு'களுக்கு தனது ஆதங்கத்தையும் வருத்தத்தையும் தெரிவித்தார். அதுமட்டுமல்லாமல் தமிழர்களின் மனதில் ஏற்பட்ட 'தவறான எண்ணங்களை' போக்க நேருவின் மக்கள் விரும்பும்வரை ஆங்கிலத்தை அதிகாரபூர்வ மொழியாகத் தொடரும் வாக்குறுதியை தானும் மதிப்பதாகக் கூறினார். அதனுடன் நான்கு அதிகப்படியான வாக்குறுதிகளையும் அளித்தார்.

முதலாமாவது: எல்லா மாநிலங்களும் தாங்கள் விரும்பும் மொழியில் (அது அந்த மாநில மொழியாகவும் இருக்கலாம்)

அல்லது ஆங்கிலத்தைத் தொடர்பு துணைமொழியாகவோ அல்லது முழுமையாகவோ பயன்படுத்தும் சுதந்திரம் கொண்டது.

இரண்டாமாவது: ஒரு மாநிலம் மற்றொரு மாநிலத்துடன் தொடர்புகொள்ள அதன் மொழி ஆங்கிலமாகவோ அல்லது அதிகாரபூர்வ ஆங்கில மொழிபெயர்ப்பாகவும் இருக்கலாம்.

மூன்றாவது: இந்தி மொழியல்லாத மாநிலங்கள் மத்திய அரசுடனான தொடர்பு ஆங்கிலத்தில் இருக்கும். மேலும் அந்த வழக்கத்திலிருந்து இந்தி மொழியல்லாத மாநிலங்களின் உடன்பாடு இல்லாமல் எந்த மாற்றத்தையும் செய்யாது.

நான்காவது: மத்திய அரசாங்கம் தனது அளவில் தன் தொடர்புகளை ஆங்கிலத்தில் நடத்துவதைத் தொடரும்.

பிறகு சாஸ்திரி அவர்கள் மற்றொரு முக்கியமான ஐந்தாவது உறுதிமொழியையும் கூட இணைத்தார் – அகில இந்திய சிவில் சர்வீஸ் தேர்வுகளை முன்போலவே ஆங்கிலத்தில் தொடரும். (இந்தி மொழிப் பற்றுள்ளவர்கள் அதை இந்தியில் நடத்த வேண்டும் என்று வற்புறுத்தினார்கள்)

பிரதமரின் இந்த வாக்குறுதிகள் இந்தி எதிர்ப்பைத் தணித்தது. நாட்டு ஒற்றுமையைக் காத்தது. ஆனால் அப்போது தமிழ் நாட்டு அரசியலில் மாபெரும் மாற்றங்கள் தெரியவந்தன. காங்கிரஸ் கட்சியின் இந்திப் பற்று அதை நிலைத்து நிற்க முடியாமல் செய்தது. 1963 ஜனவரி – பிப்ரவரி இந்தி எதிர்ப்பு இயக்கம் மதராஸ் அரசியலில் தி.மு.கவை முக்கியமாக வலுப்படுத்தியது. இரண்டு ஆண்டுகளுக்குப் பிறகு நடந்த மாநிலத் தேர்தலில் அண்ணாதுரையின் தலைமையில் தி.மு.க எளிதாக வென்றது. காங்கிரஸ் தமிழ்நாட்டில் அழிந்துபோனது. இன்றும் தமிழ்நாட்டில் காங்கிரஸ் திண்டாடுகிறது.

திருமதி இந்திரா காந்தி தலைமையில் காங்கிரஸ் அரசாங்கம் 1967இல் அதிகாரபூர்வ மொழி சட்டப் பிரிவில் திருத்தங்களைச் செய்து ஆங்கிலம் மற்றும் இந்தி மொழிகளை அதிகாரபூர்வ மொழிகளாகப் பயன்படுத்தவும் மேலும், 'இருமொழி செயல்முறை' நிரந்தரமாக இருக்கும் என்பதையும் உறுதிப்படுத்தியது. ஆனாலும் 1968லும், 2019லும் இந்தி எதிர்ப்புப்

போராட்டங்கள் தமிழ்நாட்டில் நடந்தன. இன்றும் சாம்பல் மூடிய கனலைப் போல அவ்வப்போது புகையாடுகிறது.

★★★

இந்தி எதிர்ப்பு எதற்காக?

இந்தியா பல மொழிகளையும், பல பண்பாடுகளையும் கொண்ட நாடு. இந்தியாவில் முக்கியமாக நான்கு மொழிக் குழுமங்களைக் அடையாளம் காணலாம். – 1. இண்டோ – ஆரியன் (இந்தி, மராட்டி, பஞ்சாபி, குஜராத்தி, பெங்காலி, அசாமி போன்றவை. 2. திராவிட (தமிழ், கன்னடம், தெலுங்கு, மலயாளம் போன்றவை. 3. டிபடோ பர்மன் (லடாக், வடகிழக்கு மாநிலங்களின் பல மொழிகள் 4. ஆஸ்ட்ரோ ஏஷியாடிக் (முண்டா, காசி போன்றவை) இண்டோ – ஆரியன் மொழிகள் மூலத்தில் சம்ஸ்கிருதம், பிராகிருதத்திலிருந்து உருவானவை மேலும் இஸ்லாம் தாக்கத்தால் அராபிக், பாரசிக சொற்கள் அவற்றுடன் கலந்து விட்டன. பிறகு ஐரோப்பிய காலனிய ஆட்சியால் ஐரோப்பிய சொற்களும் இணைந்தன. திராவிட மொழிகள் பழந்தமிழிலிருந்து பிரிந்திருந்தாலும் அவற்றில் சம்ஸ்கிருதம், அராபிக், பாரசிகம், ஐரோப்பிய மொழிகளின் சொற்களும் கூட காலப்போக்கில் சேர்ந்துகொண்டன. இன்று தினசரி வழக்கிலிருக்கும் திராவிட மூல மொழியில் ஏராளமாக சம்ஸ்கிருத சொற்கள் இருக்கின்றன.

கடந்த நூற்றாண்டின் தொடக்கத்திலிருந்து சைவத் தொண்டர்களுக்கு சிக்கலான சவால்கள் எதிராயின. காலனிய ஆட்சியின் விளக்கங்களில் திராவிட சடங்குகளின் குறைகளைச் சரி செய்வது ஒரு சவாலாக இருந்தால், மற்றொரு பக்கம் அதே விளக்கங்களில் இருக்கும் சரக்கு நவீன இந்து மதம் மற்றும் அதன் தொடர்ச்சியான இந்திய தேசியவாதத்தை எதிர்க்க உதவியாக இருந்தது. அப்படியான சரக்குகள் எதுவென்றால் திராவிடப் பண்பாடும், மதமும் ஆரியர்கள் புலம்பெயர்ந்து வரும் முன்பே பழைமையானதாகவும், திராவிட பண்பாடு அதற்கு முன்பே இந்திய உபகண்டத்தில் முழுமையாகப் பரவியும் இருந்தது. தமிழ் பேசும் பிராமணர்கள் எந்த விதத்திலும் இந்த திராவிடப் பண்பாட்டின் பகுதியாக இருக்கவில்லை. ஆரியர்களின் அழிவை ஏற்படுத்தும் சாதி அமைப்பு பழந்தமிழ்ச் சமூகத்தின் மீது எந்த விதமான தாக்கத்தையும் ஏற்படுத்தவில்லை. அப்போதைய

தமிழ்ச் சமூகம் சமத்துவத்தைப் பெற்றிருந்தது. அதிலும் முக்கியமாக சிவன் ஒருவனே திராவிட தெய்வம் என்பது.

தமிழ் நாட்டில் இந்தி மீதான எதிர்ப்பு பிராமண எதிர்ப்பு, தன்மானப் போராட்டங்களில் இருந்து தொடங்கியது. அரசியல், சமூக, பொருளாதாரத் துறைகள் மீது, குறைந்த எண்ணிக்கையில் இருந்த பிராமணர்களின் பிடிப்பை எதிர்த்து பெரியார் ஜஸ்டீஸ் கட்சி நண்பர்களுடன் தனித் தமிழ் நிலைப்பாட்டிற்காக போராட்டங்களைத் தொடங்கினார். பிராமணர்கள் தங்கள் எல்லா சடங்கு, வழிபாடு, பூசைகளில் சம்ஸ்கிருதத்தைப் பயன்படுத்துவதால் மெல்ல பிராமண எதிர்ப்பு இந்தி எதிர்ப்பாக மாறியது. பிராமணர்கள் வட இந்தியாவின் இந்தி பேசும் ஏஜண்டுகளாக கண்டார்கள். தமிழ் தேசியவாதிகள் தங்கள் மொழியும் வரலாறும் தனித்துவம் கொண்ட பழைமையான பண்பாடு என்றும், தமிழ் மற்றும் சம்ஸ்கிருதத்திற்கு இடையே எந்தவிதமான உறவும் கிடையாது என்றும் வாதம் செய்தார்கள். அப்படியாக இந்தித் திணிப்பு ஒரு பிரபல அரசியல் விஷயமானது. அது இன்றும் தொடர்கிறது.

★★★

கலைஞர் கருணாநிதி

தி.மு.கவின் கலைஞர் கருணாநிதி அவர்கள் (1924-2018) தமிழ் நாட்டில் மிக நீண்டகாலமாக முதலமைச்சராக இருந்தார். தனது பதினான்காம் வயதில் தனது உயர்நிலைப்பள்ளி நாட்களில் இந்தி எதிர்ப்புப் போராட்டங்களில் கலந்து கொண்டவர். 1938இல் திருச்சிராப்பள்ளியிலிருந்து மதராசுக்கு புறப்பட்ட 'தமிழ் பிரிகேட்' ஊர்வலத்தைப் பார்த்தும், தாளமுத்து நடராஜன், ஸ்டாலின் ஜகதீசன் போன்ற இளைஞர்கள் தமிழுக்காக உயிரைத் துறந்ததைக் கண்டும் தாக்கத்திற்கு உள்ளான அவர் தனது சக நண்பர்களைச் சேர்த்துக்கொண்டு ஒவ்வொரு நாள் மாலையும் தமிழ்த் தாய் மார்பில் கத்தியைக் குத்தும் இராஜாஜியின் கேலிச்சித்திரத்தின் பெரிய சுவரொட்டியை வண்டியில் வைத்துக்கொண்டும் இந்தி எதிர்ப்பு முழக்கங்களைக் கூவிக்கொண்டும், துண்டுப் பிரசுரங்களைப் பகிர்ந்துகொண்டும் ஊர்வலம் போவார். அதுமட்டுமல்ல, அப்போதே அவர் கவிஞர் ஆகும் அறிகுறிகள் இருந்து, தன் நண்பர்களுக்கு தானே

எழுதிய, “எல்லோரும் போருக்குப் புறப்படுவோம், இந்தி என்ற அரக்கனை ஒழிப்போம்’ என்ற வரிகளைப் பாடுவார்.

கருணாநிதி தனது சுயவரலாற்றில், ‘தனது தாய், தந்தை, மனைவிமார்கள் மற்றும் பிள்ளைகள், சகோதர, சகோதரிகள் என்னுடன் ஒரு குடும்பமாக இருப்பார்களோ இல்லையோ தெரியாது. ஆனால் இந்த (திராவிட) போராட்டம் என் குடும்பமாக இருக்கின்றது. நான் அதன் பகுதியாக இருக்கிறேன்’ என்று எழுதியுள்ளார். அவருடைய இரண்டாம் திருமணம் நடந்தது 15 செப்டம்பர் 1948இல். அன்று சொந்த பந்தங்கள் எல்லாம் அவர் வீட்டிற்கு வந்திருந்தார்கள். வாசலில் கருணாநிதி அவர்களை வரவேற்றார். அந்த சமயத்தில் பெரியார் இந்தி எதிர்ப்புப் போராட்டத்தை தீவிரமாக்க அழைப்பு விடுத்து போராட்டக்காரர்கள் உள்ளூர் பள்ளி ஒன்றில் தர்ணா செய்ய அவர் வீட்டிற்கு முன்னால் சென்றார்கள். கருணாநிதி தனது திருமணம் சில நொடிகளில் நடக்க வேண்டி இருந்தாலும் அந்த ஊர்வலத்தில் இணைந்து ‘இந்தி ஒழிக! தமிழ் வாழ்க!’ என்ற கோஷம் போட்டுக்கொண்டு பள்ளிக்குள்ளே சென்றார். அங்கே கலவரம் நடந்து பலபேரைப் போலிஸ் கைது செய்தார்கள். ஆனால் போலிஸ் கைக்கு கருணாநிதி சிக்கவில்லை. அங்கிருந்து வீட்டிற்குத் திரும்பி வந்து வீட்டில் காத்துக்கொண்டிருந்த பெண்ணுடன் தனது திருமணச் சடங்கை முடித்துக்கொண்டார். தமிழ் சார்பானப் போராட்டங்களில் கருணாநிதி பலமுறை சிறைவாசம் அனுபவித்துள்ளார்.

★★★

இலங்கையில் தமிழர்கள் போராட்டம்

இலங்கையில் 20ஆம் நூற்றாண்டின் இரண்டாம் பகுதியிலும், 21ஆம் நூற்றாண்டின் முதல் தசாண்டுகளிலும் நடந்த சிங்கள மற்றும் தமிழ் மக்களுக்கு இடையே நடந்த இனப்போராட்டங்களின், கொடுமைகளின் மூலத்தை மொழிக் கலவரங்களில் பார்க்கலாம். இலங்கையின் மொத்த மக்கள் தொகையில் 75சதவிகிதம் சிங்களர்களும், 24 சதவிகிதம் தமிழர்களும் இருக்கிறார்கள். இந்தத் தமிழ் மொழிக்காரர்களில் 11 சதவிகிதம் சிங்களத் தமிழர்கள். (என்றால், சுமார் ஆயிரம் ஆண்டுகளுக்கு முன்பு தென்னிந்தியாவிலிருந்து புலம் பெயர்ந்தவர்கள்) 9 சதவிகிதம் சிங்கள மூர்கள் (16ஆம் நூற்றாண்டில் போர்ச்சுகீசியர்கள் முஸ்லிம்களுக்குக் கொடுத்த பெயர். இதில்

அதிகமான மூர்கள் தமிழ் பேசுபவர்கள்) 4 சதவிகிதம் இந்தியத் தமிழர்கள் (19 நூற்றாண்டுக்குப் பிறகு இந்தியாவிலிருந்து புலம் பெயர்ந்த தமிழர்கள்) மற்ற சிறு சமுதாயமான மலேயர்கள், பர்கர்கள், மற்றவர்கள். 1956இல் இலங்கை அதிகாரபூர்வமாக மொழி சட்டப் பிரிவு 33ரை நடைமுறைக்குக் கொண்டுவந்தது. அதுவரை பிரிட்டீஷ் காலனி ஆட்சிக்கு உட்பட்ட, அதிகாரபூர்வ மொழியாக இருந்த ஆங்கிலத்திற்கு பதிலாக சிங்களம் அதிகாரபூர்வ மொழியானது. இதனால் தமிழர்கள் வேலைவாய்ப்புக்களை இழந்தது மட்டுமல்லாமல், தங்கள் தாய் நாடான இலங்கையில் இரண்டாம் நிலைக் குடிமக்களாக வாழவேண்டும் என்ற ஆதங்கத்தையும், மனக்குறையையும் வெளிப்படுத்தினார்கள். 1958இல் இலங்கை அரசாங்கம் தமிழ் மொழி (சிறப்பு உட்பிரிவு) சட்டம் பிறப்பித்து அதன் கீழ் பிரதானமான வடக்கு, வடகிழக்குப் பகுதிகளில் தமிழ் அதிகாரபூர்வ மொழி என்று அறிவித்தது.

'சிங்களம் மட்டுமே' என்று கூறும் ஸ்ரீலங்கச் சின்னம் சிங்கம்; ஆப்ரே கொல்லட் அவரின் 1958ஆம் ஆண்டின் கேலிச்சித்திரம்

1978இல் அரசியலமைப்பு பிற்சேர்க்கை 18இல், 1987 இன் 13வது திருத்தத்தில், 'இலங்கையின் அதிகாரபூர்வ மொழி சிங்களம்' ஆனால் 'தமிழும் கூட ஒரு அதிகாரபூர்வ மொழி. ஆங்கிலம் தொடர்பு மொழியாக இருக்கும்' என்று அறிவித்தது. இது சிங்களம் மற்றும் தமிழ் இரண்டு மொழிகளையும் அதிகாரபூர்வ மொழி என்று அறிவித்திருந்தாலும், அதன் வாக்கிய அமைப்பில்

தமிழர்களை இரண்டாம் நிலை குடிமக்களாக காண்கிறார்கள் என்ற உணர்வு தமிழர்களிடம் ஏற்பட்டது. இதற்கு எதிர்வினையாக 1988இல் அரசியலமைப்பு 16வது திருத்தம் 'சிங்கள மற்றும் தமிழ் இலங்கை முழுதும் ஆட்சி மொழியாக இருக்கும்' என்று அறிவித்து தமிழர்கள் மனதில் இருந்த குழப்பத்தை விலக்கியது. ஆனால் மொழி விஷயத்தில் தொடங்கிய தகராறு, இலங்கையின் அரசியல்வாதிகளின், ஆட்சியாளர்களின் ஆட்சி விஷயங்களுடன், மத விஷயங்களும் இணைந்து இலங்கைத் தமிழர்கள் தங்களுக்குத் 'தனி ஈழம்' வேண்டும் என்று ஆயுதப் போராட்டம் நடத்தியது இப்போது வரலாறு.

★★★

'ஆங்கிலம் கூட படிக்க வராதா?' – கேலிச்சித்திர விவாதம்

என்.சி.இ.ஆர்.டி பாடப் புத்தகத்தில் வெளியான அரசியலமைப்புக் குறித்த அம்பேத்கரின் கேலிச்சித்திரம் ஏற்படுத்திய சர்ச்சை மறைந்த பிறகு, 2012இல் அதேபோன்ற மற்றொரு கேலிச்சித்திர சர்ச்சையை தி.மு.க மக்களவையில் கிளப்பியது. 1965இல் தமிழ்நாட்டில் இந்தி எதிர்ப்புப் போராட்ட தருணங்களில் வெளியான பிரபல கேலிச்சித்திரக்காரரான ஆர்.கே. இலட்சுமணன் அவர்களின் கேலிச்சித்திரம் ஒன்றை என். சி.இ.ஆர்.டி 12ஆம் வகுப்புப் புத்தகத்தில் பயன்படுத்தியிருந்தது. அந்த கேலிச்சித்திரத்தில் பிரதமர் லால் பகதூர் சாஸ்திரி அவர்கள் இந்தியைத் திணிப்பதில்லை. ஆங்கிலம் ஆட்சி மொழியாக தொடரும் என்ற உறுதிமொழியை ஆங்கிலத்தில் பலகை மீது எழுதி இருந்தாலும் மாணவன் ஒருவன் தன் போராட்டத்தைத் தொடர்ந்து இரண்டு கைகளில் கற்களை எடுத்திருப்பதைப் பார்த்து இராஜாஜி போன்றவர்கள், 'அந்தப் பையனுக்கு ஆங்கிலம் கூட படிக்க வராதா?" என்கிறார். '1938 மற்றும் 1965 இந்தி எதிர்ப்புப் போராட்டங்கள் தி.மு.க வின் பெருமைக்குரிய கணங்களாக இருக்கின்றன. அந்தக் கேலிச்சித்திரம் அப்படியான போராட்டத்தைக் கேலி செய்து அது தமிழர்களின் தன்மானத்திற்கு களங்கம் விளைவிக்கின்றது. அதனால் மைய அரசு உடனே தலையிட்டு தமிழர்களின் எண்ணங்களை மதித்து அந்த கேலிச்சித்திரத்தைப் பாடப் புத்தகத்திலிருந்து நீக்கவேண்டும்' என்று மு. கருணாநிதி அவர்கள் வற்புறுத்தினார். கருணாநிதியின் வேண்டுதலுக்கு எம்.டி.எம்.கேயின் வைகோ மற்றும் திராவிட கழகத்

தலைவர் கே.வீரமணியும் தங்கள் ஆதரவைத் தெரிவித்தார்கள். அதுமட்டுமல்லாமல் வைகோ மனிதவள மேம்பாட்டுத் துறை அமைச்சரான கபில் சிபாலிடம் கேலிச்சித்திரத்தை நீக்குமாறு வற்புறுத்திக் கடிதம் எழுதினார். அதைக் குறித்துப் போராட்டமும் செய்தார். வீரமணி கேலிச்சித்திரத்தை மட்டுமல்ல, கபில் சிபால் அவர்களையும் பதவியிலிருந்து நீக்க வேண்டும் என்று கோரினார்.

சர்ச்சைக்கு உள்ளான ஆர்.கே. இலட்சுமணன் ஓவியம்

***

'ஒரு நாடு, ஒரே மொழி' பி.ஜே.பி அரசின் அஜெண்டா

ஆகஸ்ட் 2020 ஒருநாள் சென்னை விமான நிலையத்திற்கு வந்த மு. கருணாநிதியின் மகளும், தி.மு.க மக்களவை உறுப்பினருமான கனிமொழியிடம் விமான நிலையத்து காவல் அதிகாரியொருவர் இந்தியில் பேசியபோது கனிமொழி தமிழ் அல்லது ஆங்கிலத்தில் பேசச் சொன்னார். அப்போது அந்த காவல் அதிகாரி, 'இந்தி வராது என்கிறீர்களா, நீங்கள் இந்தியரல்லவா?' என்று கேட்டார். அதை ட்வீட் செய்த கனிமொழி 'எனக்கு இந்தி வருமா இல்லையா என்பது கேள்வியல்ல. ஆனால், இந்தி கற்றவர்கள் மட்டும் இந்தியர்கள் என்பது வெட்கக்கேடு' என்றார். 'இந்தியராக வேண்டுமென்றால் இந்தி அளவுகோலா? இது இந்தியாவா அல்லது ஹிந்தியாவா?' என்று தி.மு.க தலைவர்

ஸ்டாலின் கேட்டார். கனிமொழி அவர்களின் இந்த நிகழ்வு நாடு முழுவதும் செய்தியான பிறகு சி.ஐ.எஃப் இன் காவல் அதிகாரி மன்னிப்புக் கேட்டுக் கொண்டார்.

'மன்னிக்கவும், பாரதமாதாவுக்கு இந்தி மட்டுமே தெரியும்'

இந்தி பேசாத மாநிலங்களின் மீது இந்தியை வற்புறுத்தித் திணிப்பதில்லை என்று பிரதமர் நேரு உறுதி அளித்திருந்தாலும் கூட மைய அரசு ஏதாவது ஒரு வகையில் இந்தி பேசாத மாநிலங்கள் மீது இந்தியைத் திணிப்பது நடக்கிறது. ஆனால் 2014க்குப் பிறகு அதிகாரத்திற்கு வந்திருக்கும் பி.ஜே.பி அரசாங்கம் இந்தி திணிப்பைப் பற்றி எந்த கூச்சத்தையும் வெளிப்படுத்துவதில்லை. தொடக்கத்திலிருந்து பி.ஜே.பி ஆங்கிலத்திற்கு எதிரியாகவும் இந்திக்கு சார்பாகவும் உள்ளது. பி.ஜே.பி தனது மூல அமைப்பான ராஷ்ட்ரீய சுயம் சேவக் சங்கம் ஆரம்பத்திலிருந்து சொல்லிக்கொண்டு வரும் 'ஒரே நாடு, ஒரே மொழி' என்ற செயல்வழி முறையைத் தொடர்கிறது.

பிரதமர் நரேந்திர மோதி 2014இல் அதிகாரம் வகித்துக்கொண்ட உடனே, எல்லா அமைச்சர் அலுவலகங்களும், இலாக்காக்களும், கார்ப்பரேசன்களும், வங்கிகளும் இந்தியில் சமூக ஊடகங்களில் செய்திகளையும் விவரங்களையும் போடவேண்டும் என்று கட்டளையிட்டது. அப்போது தமிழ் நாட்டில் எதிர்ப்புக் கிளம்பியது. தேர்தலில் மோதியைப் புகழ்ந்த எம்.டி.எம்.கே வின்

வைகோ மைய அரசுக்கு எச்சரிக்கை விடுத்தார். 'உறங்கும் புலியை எழுப்ப வேண்டாம். இந்தித் திணிப்பு நாட்டு ஒற்றுமைக்கு தீங்கு விளைவிக்கும்' என்றார். தி.மு.க தலைவர் கருணாநிதி 'இந்தி பேசாத எல்லா மாநிலங்களையும் இரண்டாம் தரக் குடிமக்களாகப் பார்க்கிறீர்கள். மொழிப் போராட்டங்கள் இன்னும் உயிப்புடன் இருக்கின்றன' என்று எச்சரிக்கை விடுத்தார். இவை எதுவும் பி.ஜே.பியைத் தங்கள் இந்தி அஜெண்டாவிலிருந்து பின் சரியச் செய்யவில்லை. 2019இல் பி.ஜே.பி திரும்பவும் தேர்தலில் வெற்றி பெற்ற பிறகு புதிய கல்விக் கொள்கையை 2019இல் வெளியிட்டது. அதில் எல்லா பள்ளிகளிலும் இந்தியை மூன்றாம் மொழியாக கற்பிக்கக் கட்டாயப் படுத்தியது. இதைத் தமிழ்நாடு, கர்நாடக, மகாராஷ்ட்ரா மாநிலங்கள் எதிர்த்தன. தமிழ் நாட்டில் பி.ஜே.பி யுடன் கைகோர்த்த அ.தி.மு.க கூட இதை எதிர்த்தது. தமிழ்நாடு இரண்டு மொழி செயல்பாடு முறையைத் தொடர்வதாக அறிவித்தது. தென்னிந்தியாவில் கர்நாடகத்தைத் தவிர மற்ற மாநிலங்களில் பி.ஜே.பியால் காலூன்ற முடியாத நிலையில் புதிய கல்விக் கொள்கையின் வழியாக இந்தித் திணிப்பு தனக்கு அழிவை ஏற்படுத்தும் என்று புதிய கல்வித் திட்டத்தில் இந்தி கட்டாயமாகக் கற்பதை நீக்கி, மாணவர்கள் தங்கள் விருப்பத்தின் ஏதாவது மூன்று மொழிகளைக் கற்கலாம் என்று மாற்றியது.

மைய அரசு மாநில மொழிகளின் தொலைக்காட்சி சானல்களிலும், வானொலி நிகழ்ச்சிகளிலும் கூட சம்ஸ்கிருதம் மற்றும் இந்தி நிகழ்ச்சிகளை மெல்ல கொண்டுவருகிறது. தமிழ் நாட்டின் அமைச்சர், சட்டமன்ற உறுப்பினர் அரசாங்கத்திற்கு ஆங்கிலத்தில் கடிதம் எழுதினால் அதிகாரபூர்வ மொழிகளில் (அரசாங்கத்தின் அதிகாரபூர்வ நோக்கத்தின் பயன்பாட்டிற்காக) சட்டம் 1976யும் மீறி தமிழில் மட்டுமே பதில் எழுதுகிறது. இந்த நியமனங்களின் கீழ் மத்திய அரசின் அலுவலகங்களைத் தவிர மாநில அரசாங்கம் போன்றவற்றிற்கு ஒன்றிய அரசு எழுதும் கடிதங்கள் இந்தியில் இருந்தால் அதன் அதிகாரபூர்வ ஆங்கில மொழிபெயர்ப்பும் இருக்கவேண்டும். தற்போது ஒன்றியத்தில் பி.ஜே.பி அரசு அதை அறிந்தும் மீறுகிறது. அவர்களுடைய பல அஜெண்டாக்களில் இன்றல்ல நாளை 'ஒரே நாடு, ஒரே மொழி'யை நடைமுறைக்குக் கொண்டுவருவதும் ஒன்று.

∎∎∎

உதவிய நூலகள்:

Adriana da Costa Goulart, *Revisiting the Spanish flu: the 1918 influenza pandemic in Rio de Janeiro*, Hist. cienc. saudeManguinhos, vol.12 No.1, Rio de Janeiro Jan./Apr. 2005, https://doi.org/10.1590/80104-59702005000100006

Alan Palmer, *The Power Of The Printed Image in The Age of Optimism*, Newsweek Books, 2016

Alexandre G. Mitchell, *Humour In Greek Vase-Painting*, Presses Universitaires de France, Revue archéologique, 2004

Alexandre G. Mitchell, *Greek Vase-Painting and The Origins Of Visual Humour*, Cambridge University Press, 2009

American Cartoonists attack India's Greatest Man, *Life*, 24th August 1942.

Anna Foka and Jonas Liliequist, *Laughter, Humor and the (Un)making of Gender*, Palgrave Macmillan, 2015

Anne McCallum, *The Evolution of Political Cartoons Through a Changing Media Landscape*

Cartoon, New World Encyclopedia

Dr Timothy S. Benson, *Low and the Dictators*, http://www.original-political cartoon.com

Durai Raja Singam, *The Humour of Gandhi*.

Gandhi in Cartoons, Navjivan Publishing House, Ahmedabad.

Guity Novin, *A history of Caricatures and Political Cartoons: History in its context in A History of Graphic Design*

Hedley Brooke, *Darwin and Religion- Correcting the Caricatures*, Science & Education Volume 19 issue 4-5 2010

Jeet Heer, *Hitler's Cartoon Problem and the Art of Controversy*, https://hazlitt.net/feature/hitlers-cartoon-problem-and-art-controversy, 2013

LeRoy M. Carl, *Political Cartoons- 'Ink Blots' of the Editorial Page*, The Journal of Popular Culture Volume IV issue 1 1970

Lord Baker of Dorking, *History of Cartoons & Comics*, Cartoon Museum, Gresham College, London, 2011

Miklós Haraszti, *The "cartoon" controversy- the need for respect in freedom*, Asia Europe Journal Volume 4 issue 1 2006

Partha Mitter, *Art and Nationalism in Colonial India 1850-1922*. Cambridge University Press.

Partha Mitter, *Cartoon and Caricature in Art and Nationalism in Colonial India*, in The Age of Optimism, Newsweek Books, 2016

Partha Mitter, *Cartoons of the Raj*, History Today, Sept. 1997

Rachael Jolley, *Poking fun at power: Why dictators and despots hate political cartoonists*, https://www.newstatesman.com/culture/2014/12/ poking-fun-power-why-dictators-and-despots-hate-political-cartoonists, 18 December 2014

Richard Ostram, *Risky Business: Three Political Cartooning Lessons from Indonesia during Suharto's Authoritarian Rule*, http://www.apsanet.org, 2017

Ritu G. Khanduri, *A History of Times We Did Not Laugh*, Savage Minds Notes and Queries in Anthropology, Jan 2015

Ritu Gairola Khanduri, *Caricaturing culture in India: cartoons and history in the modern world*, Cambridge University Press, 2014

Ritu Gairola Khanduri, *Gandhi and the Satyagraha of Newspaper Cartoons*, Visual Anthropology Review, Vol 29, Issue 1, 2013.

Ritu Gairola Khanduri, *Vernacular Punches: Cartoons and Politics in Colonial India*, History and Anthropology, Vol. 20, No. 4, December 2009, pp. 459–486, 2009

Robert Barshay, *The Cartoon of Modern Sensibility*, The Journal of Popular Culture, Volume VIII issue 3 1974

Seyedehelham Sadatiseyedmahalleh, Suraiyati Rahman, Aldrin Abdullah, *Analyzing Street Art to Present the Heritage of George Town*, Malaysia, International Journal of Multicultural and Multireligious Understanding, http://ijmmu.com, Vol.2, Issue 4, Aug, 2015

Shahan Mufti, *What Gandhi Understood About Inflammatory Depictions of Muhammad*, https://newrepublic.com/article/120819/muhammad images-used-provoke-muslims-what-gandhi-understood, Jan 22, 2015

Thierry Smolderen, *The Origins of Comics: From William Hogarth to Winsor*, McCay University Press of Mississippi, 2014

Tim Pilcher, *Erotic Comics- A Graphic History*, Vol.1 & 2, Ilex, 2008

Tony Husband, *Cartoons of World War II*, Aructurus Publishing Ltd., 2013

Victor S. Navasky, *The art of controversy : political cartoons and their enduring power*, Alfred A. Knopf, New York, 2013.

Sumathi Ramasamy, *Passion of the Tongue - Language Devotion in TamilIndia, 1891-1970*, University of California,1997.

Robert N. Kearney, *Language and the rise of Tamil Separatism in Sri Lanka*, Asian Survey, Vol.18, No 5 (May 1978)pp 521-534.

Ramachandra Guha, *hindi Against India*, The Hindu 16, 2005